ജയിൽ

jail

•

dr. m n sreedharan nair

•

translation
padma krishnamoorthi

•

first edition
july 2019

•

published
chintha publishers, thiruvananthapuram

•

typesetting
star communications, thiruvananthapuram

•

cover
vinod mangoes

വിതരണം

ദേശാഭിമാനി ബുക്ക് ഹൗസ്

H O തിരുവനന്തപുരം-695 035
Ph: 0471-2303026, 6063020
www.chinthapublishers.com
chinthapublishers@gmail.com

ബ്രാഞ്ചുകൾ

ഹെഡ്ഡാഫീസ് ബ്രാഞ്ച് കുന്നുകുഴി • സ്റ്റാച്യു തിരുവനന്തപുരം • കെ എസ് ആർ ടി സി ബസ് സ്റ്റേഷൻ ആലപ്പുഴ • കെ എസ് ആർ ടി സി ബസ് സ്റ്റേഷൻ എറണാകുളം • ഐ ജി റോഡ് കോഴിക്കോട് • കെ എസ് ആർ ടി സി ബസ് സ്റ്റേഷൻ കോഴിക്കോട് • എൻ ജി ഒ യൂണിയൻ ബിൽഡിങ് കണ്ണൂർ • സെൻട്രൽ ബസ് ടെർമിനൽ കോംപ്ലക്സ് താവക്കര കണ്ണൂർ

CO - 2815 / 5079
ISBN - 978-93-88485-77-7

ജയിൽ

(തമിഴ് നോവൽ)

വാസന്തി

പരിഭാഷ:

പത്മാകൃഷ്ണമൂർത്തി

ചിന്ത പബ്ലിഷേഴ്സ്
തിരുവനന്തപുരം-695 035

പത്മാകൃഷ്ണമൂർത്തി

ചങ്ങനാശ്ശേരിയിൽ 1951 ൽ ജനനം. ഇംഗ്ലീഷ് സാഹിത്യത്തിൽ ബിരുദാനന്തര ബിരുദം. കെ എസ് ഇ ബിയിൽ നിന്ന് സീനിയർ സൂപ്രണ്ടായി വിരമിച്ചു. പ്രശസ്ത തമിഴ് വാരിക ആനന്ദവികടന്റെ എഡിറ്റർ ശ്രീ. എസ് വി എസ് മണിയന്റെ യാത്രാകഥനങ്ങൾ പരിഭാഷപ്പെടുത്തിക്കൊണ്ട് തുടക്കം. അവ മലയാളരാജ്യം ചിത്രവാരികയിലും ജനയുഗം വാരികയിലും പ്രസിദ്ധീകരിക്കപ്പെട്ടു. ശ്രീ. മണിയന്റെ തന്നെ *ഇദയച്ചുരങ്കം* എന്ന നോവലും മലയാളത്തിലേക്കു വിവർത്തനം ചെയ്തു. പിന്നീട് വാസന്തി എന്ന പ്രശസ്ത തമിഴ് കഥാകാരിയുടെ അഞ്ചു നോവലുകളും നിരവധി ചെറുകഥകളും മലയാളത്തിലേക്കു പരിഭാഷപ്പെടുത്തിയിട്ടുണ്ട്.

പ്രൊഫ. സൂര്യകാന്തന്റെ *പൂർവ്വിക ഭൂമി*യുടെ പരിഭാഷയും മാതൃഭൂമി ബുക്സിനു വേണ്ടി *ഗള്ളിവറുടെ യാത്രകൾ* എന്ന പുനരാഖ്യാനവും ഇവരുടേതായിട്ടുണ്ട്.

ഭർത്താവ് : എസ് കൃഷ്ണമൂർത്തി
വിലാസം : രാജ് വിഹാർ, തിരൂർ,
മുളങ്കുന്നത്തു കാവ് പി ഒ
തൃശൂർ - 680581

പ്രസാധകക്കുറിപ്പ്

തമിഴിലെ അനുഗ്രഹീത കഥാകാരിയാണ് വാസന്തി. ചെറുകഥകൾ, നോവലെറ്റുകൾ, നോവലുകൾ എന്നിങ്ങനെ ഇവരുടെ നിരവധി കൃതികൾ തമിഴ് സാഹിത്യത്തിനു സംഭാവനയായിട്ടുണ്ട്. സ്ത്രീകളുടെ പ്രശ്നങ്ങളാണ് ഏറക്കുറെ എല്ലാ കഥകളുടെയും പ്രമേയം. അതിനാൽ ഇവർ സ്ത്രീപക്ഷ കഥാകാരിയായിട്ടാണ് തമിഴ് സാഹിത്യത്തിൽ അറിയപ്പെടുന്നത്. വാസന്തിയുടെ പല കഥകളും നോവലുകളും മലയാളത്തിലേക്ക് മൊഴിമാറ്റം ചെയ്യപ്പെട്ടിട്ടുണ്ട്.

വാസന്തിയുടെ ശ്രദ്ധേയമായ നോവലുകളിൽ ഒന്നാണ് *ജയിൽ.* നിരവധി തമിഴ് കൃതികൾ മലയാളത്തിലേക്ക് വിവർത്തനം ചെയ്തിട്ടുള്ള പത്മാകൃഷ്ണമൂർത്തിയാണ് *ജയിൽ* മലയാളത്തിലേക്ക് പരിഭാഷപ്പെടുത്തിയിരിക്കുന്നത്. ലളിതവും ഹൃദയാവർജ്ജകവുമാണ് ഈ പരിഭാഷ. ഈ മഹദ് ഗ്രന്ഥം വളരെയേറെ വായിക്കപ്പെടുമെന്ന് ഞങ്ങൾക്കുറപ്പുണ്ട്.

ഒരു നല്ല ഇതര ഇന്ത്യൻ ഭാഷാ നോവൽ എന്ന അഭിമാനത്തോടെ ഞങ്ങൾ *ജയിൽ* പ്രസിദ്ധീകരിക്കുന്നു. ദയവായി സ്വീകരിച്ചാലും.

ചിന്ത പബ്ലിഷേഴ്സ്

വാസന്തിയെപ്പറ്റി

തമിഴിലെ പ്രശസ്തകഥാകാരിയായ ശ്രീമതി വാസന്തി മലയാളികൾക്കു സുപരിചിതയാണ്. തമിഴ് കഥാസാഹിത്യത്തിൽ സുപ്രധാന സ്ഥാനമാണ് വാസന്തിക്കുള്ളത്. ചെറുകഥകൾ, നോവലെറ്റുകൾ, നോവലുകൾ തുടങ്ങി കഥയുടെ എല്ലാ രൂപാന്തരങ്ങളും ഇവരുടെ അനുഗൃഹീത തൂലികയ്ക്ക് അനായാസം വഴങ്ങുന്നു.

കഥകൾക്കു പുറമെ തമിഴ്നാട്ടിലെ സമകാലീന സാമൂഹികവിഷയങ്ങളെക്കുറിച്ചുള്ള പഠനങ്ങളും ഇവരുടേതായിട്ടുണ്ട്.

സ്ത്രീകളുടെ പ്രശ്നങ്ങൾ തന്നെയാണ് എല്ലാ കഥകളുടെയും പ്രമേയം. അതിനാൽത്തന്നെ സ്ത്രീപക്ഷകഥാകാരിയായിട്ടാണ് തമിഴ് സാഹിത്യലോകം ഇവരെ പരിഗണിക്കുന്നത്. വാസന്തിയുടെ കഥകളും നോവലുകളും മലയാളത്തിലേക്കു മൊഴിമാറ്റം ചെയ്യപ്പെട്ട് വായനക്കാരുടെ സവിശേഷ ശ്രദ്ധയാകർഷിക്കുന്നുണ്ട്. ഇവരുടെ ചെറുകഥാ സമാഹാരത്തിന് 2008 ലെ തമിഴ്നാട് ഗവൺമെന്റിന്റെ പുരസ്കാരം ലഭിക്കുകയുണ്ടായി.

അമ്മിണി എന്ന നോവൽ ശ്രീറാം ട്രസ്റ്റ് ഏർപ്പെടുത്തിയിട്ടുള്ള ഏറ്റവും മികച്ച നോവലിനുള്ള അവാർഡു നേടി. ഈ നോവലിന്റെ പരിഭാഷ *കലാകൗമുദി* വാരികയിൽ പ്രസിദ്ധീകരിച്ചിരുന്നു.

വാസന്തിയുടെ *ഇല്ലിക്കാടുകൾ പൂത്തപ്പോൾ, ജനനം* എന്നീ നോവലുകളുടെ ദൃശ്യാവിഷ്കാരമാണ് *കൂടെവിടെ, ഇന്നലെ* എന്നീ സിനിമകൾ.

ആകാശവീടുകൾ, ഹിന്ദി, ഇംഗ്ലീഷ് മലയാളം എന്നീ ഭാഷകളിലേക്കു വിവർത്തനം ചെയ്യപ്പെട്ടിട്ടുണ്ട്. ഹിന്ദി പരിഭാഷയ്ക്ക് ഉത്തർപ്രദേശ് സാഹിത്യസമ്മാൻ പുരസ്കാരം ലഭിച്ചു.

പഞ്ചാബ്, ശ്രീലങ്ക, ഫിജി എന്നീ രാജ്യങ്ങളിലെ വംശീയപ്രശ്നങ്ങ

ളുടെ പശ്ചാത്തലത്തിൽ എഴുതപ്പെട്ടവയാണ് *മൗനപ്പുയൽ, നിർക്ക നിഴൽ വേണ്ടും, ദാഹം* എന്നീ നോവലുകൾ. *മൗനപ്പുയലിന്റെ ഇംഗ്ലീഷ്* വിവർത്തനം പഞ്ചാബ് സാഹിത്യ അക്കാദമിയുടെ അവാർഡു നേടി.

ഒമ്പതുവർഷക്കാലം *ഇന്ത്യാ ടുഡേ*യുടെ പത്രാധിപരായിരുന്ന വാസന്തി ഇപ്പോൾ ബാംഗ്ലൂരിലാണ് സ്ഥിരതാമസം.

വിലാസം 302, Brigade Lake View
35th Main, 4th Cross
BTM Layout II Stage
Bangaluru 560068

ഒന്ന്

ജനറൽ വരുന്നതും പ്രതീക്ഷിച്ച് ഇരിക്കുകയാണയാൾ, വന്നുവന്ന് ഈ കാത്തിരിപ്പ് ഒരു ശീലമായിരിക്കുന്നു. അതിലൊരു സുഖമുള്ളതു പോലെ. ഒരുതരത്തിൽ അയാളുടെ നിലനില്പിനാധാരമായിരിക്കുന്നത് പ്രതീക്ഷാനിർഭരമായ ഈ കാത്തിരിപ്പാവാം. എട്ടടി മാത്രം വിസ്തീർണ്ണ മുള്ള ആ മുറിയുടെ ഏറ്റവും മുകളിൽ ഒരു ചെറിയ ജനാലപ്പുറത്തുള്ള ഇരുട്ടിന്റെ ഒരു ചതുരം എടുത്തുവെച്ചതുപോലെ. നിറം മങ്ങിത്തുടങ്ങിയ ചുവരിൽ പിടിപ്പിച്ചിട്ടുള്ള ഇരുപത്തിയഞ്ചു വാട്സ് ബൾബിന്റെ പ്രകാശം ചുറ്റിനുമുള്ള അന്ധകാരത്തിന്റെ കനം വർദ്ധിപ്പിക്കാനേ ഉതകിയുള്ളൂ.

ഇപ്പോൾ എത്ര മണിയായിക്കാണും? പതിനൊന്നോ? പതിനൊന്ന രയോ?

പണ്ടൊരിക്കൽ പകലുകളില്ലാത്ത രാത്രികൾ മാത്രമുള്ള ജീവിത ത്തിനായി അയാൾ വല്ലാതെ ആഗ്രഹിച്ചിരുന്നു. അന്ന് പകൽ മുഴുവനും കിടന്നുറങ്ങുമായിരുന്നു. പകൽവെളിച്ചത്തിനായി വെയിലിന്റെ ചൂടിനായി പിന്നീട് ഇങ്ങനെ തീവ്രമായി ദാഹിക്കേണ്ടി വരുമെന്ന് അന്ന് അറിഞ്ഞു കൂടായിരുന്നല്ലോ. അഹന്ത നിറഞ്ഞ ജീവിതമായിരുന്നു അതേക്കുറിച്ചാ ലോചിക്കവേ, ഇപ്പോൾ എന്നെങ്കിലുമൊരു ദിവസം സൂര്യപ്രകാശം കണ്ടി ല്ലെങ്കിൽ തല പൊട്ടിച്ചിതറുമെന്നു തോന്നിപ്പോകുന്നു. അങ്ങനെ പൊട്ടി യില്ലെങ്കിൽ അയാൾ സ്വയം ഇരുമ്പഴികളുള്ള വാതിലിൽ തലയടിച്ച് പിളർക്കുമായിരിക്കും. അപ്പോൾ അയാൾക്ക് മോചനം കിട്ടും.

അകലെ മണിയടി ശബ്ദം കേൾക്കുന്നുണ്ട്. അയാൾ ജാഗരൂകനായി പ്രതീക്ഷയോടെ എഴുന്നേറ്റിരുന്ന് ഉറക്കെ എണ്ണാൻ തുടങ്ങി. പന്ത്രണ്ടു വരെ എണ്ണിയിട്ട് അയാൾ കാത്തിരുന്നു.

പൊത്തോ എന്ന ഒരു വീഴ്ചയുടെ ശബ്ദം കേട്ട് അയാൾ ഉത്സാഹ പൂർവ്വം കൈകൊട്ടി.

ങാ! ജനറൽ എത്തിയോ?

വലുപ്പം കൂടിയ ഒരു പെരുച്ചാഴിയാണ് വീണത്. അത് ആ മുറിയാകെ വലംവെക്കാൻ തുടങ്ങി. ആദ്യം മെല്ലെ. പിന്നെ നിലത്തു മണപ്പിച്ചു മണപ്പിച്ച് വേഗത്തിലായി. അയാൾ കണ്ണിമയ്ക്കാതെ അതിന്റെ റോന്ത് ശ്രദ്ധിക്കാൻ തുടങ്ങി. ഒരു സിനിമ കാണുമ്പോലെ, ഇന്ന് അതിന്റെ പരിസമാപ്തി എപ്രകാരമാവുമെന്ന് പ്രവചിക്കാൻ വയ്യ. ഒരുപക്ഷേ, ഇന്നത്തെ ഗതി മറ്റൊരു തരത്തിലാവുമോ? വീണ്ടും മണിയടി കേട്ടു.

മണി ഒന്നായിരിക്കുന്നു. "പോണു," എന്നു പറയുമ്പോലെ ജനറൽ ഒരു മിനിറ്റ് നിന്നു എന്നിട്ട് വന്ന വഴിയേ നീങ്ങി മറഞ്ഞു. ഏതോ ഒരു നിയമത്തിനടിമപ്പെട്ടതുപോലെ ആ ജീവി എന്നും കൃത്യം പന്ത്രണ്ടു മണിക്കുവന്ന്, ഒരു മണിക്കു മടങ്ങുന്നതെങ്ങനെയാണെന്ന് അറിഞ്ഞുകൂട. അർദ്ധരാത്രി മുതൽ ഒരു മണിക്കൂർ ഇയാളെ നിരീക്ഷിക്കണമെന്ന് അതിന്റെ ബുദ്ധിയിൽ ഉദിച്ചിട്ടുണ്ടാവും. അല്ലെങ്കിൽ അത് ഏതെങ്കിലും ജയിൽ വാർഡന്റെ പുനർജ്ജന്മമായിരിക്കാനും മതി.

ഇങ്ങനെയുള്ള ഇരുട്ട് അയാൾക്കു തീർത്തും അപരിചിതമായിരുന്നു. ഇവിടെ കഴിച്ചുകൂട്ടിയ ആദ്യത്തെ ദിവസം അയാൾ ഓർമ്മിച്ചെടുത്തു. അന്ന് അർദ്ധരാത്രിയിൽ കല്ലുകൊണ്ടുണ്ടാക്കിയ ഈ ബെഞ്ചിൽ പലതരം ആധികളും മനസ്സിൽ ചുമന്ന്, കാൽമുട്ടുകളിൽ മുഖമമർത്തിക്കരഞ്ഞിരിക്കുമ്പോൾ അസാമാന്യവലുപ്പമുള്ള ഒരെലി ഓടിപ്പോയതു കണ്ട് അയാൾ ഭയന്ന് ഉറഞ്ഞിരുന്നു. അതിനുമുമ്പ് വല്ലപ്പോഴുമൊക്കെ ഓരോ എലിയെ കണ്ടിട്ടുണ്ടെങ്കിലും പെരുച്ചാഴിയെ കണ്ടിട്ടില്ലായിരുന്നു. ആ പൊണ്ണൻ പെരുച്ചാഴി തന്റെ ദേഹത്തു ചാടിവീഴുന്നതും കാത്ത് അയാളിരുന്നു. മരിച്ചുപോയ അമ്മയെ ഓർത്തുകരഞ്ഞു.

അന്നു രാവിലെ ജയിലഴികൾക്കപ്പുറത്തു നിന്നുകൊണ്ട് "ഇതിനപ്പുറം എന്തെങ്കിലും ചെയ്യാൻ ഞാനശക്തനാണ്." എന്ന് തന്റെ ഏകസന്താനത്തോടു പറഞ്ഞിട്ടുപോയ അച്ഛനെ ഓർത്തു കരഞ്ഞു. എല്ലായിടത്തും നല്ല സ്വാധീനമുള്ള ആളാണെന്നാണ് അച്ഛനെപ്പറ്റി കരുതിയിരുന്നത്.

ഇവിടെ ഒരു മനുഷ്യജീവിയുള്ള ഭാവംപോലും ആ എലിക്കില്ലായിരുന്നു. അത് മുറിയാകെ ചുറ്റിനടന്നുകൊണ്ടിരുന്നു. കൃത്യം ഒന്നിന് സമയമണിയടിച്ചപ്പോൾ ആരോ വിളിച്ചതുപോലെ പുറത്തുപോയി. പിന്നീട് എന്നും കണിശമായി പന്ത്രണ്ടു മണിക്കു വരും, റോന്തു കഴിഞ്ഞ് ഒരു മണിക്കു മടങ്ങിപ്പോകും. തുടക്കത്തിലുണ്ടായിരുന്ന പേടി മറഞ്ഞപ്പോൾ അയാൾ അതിന് ജനറൽ സാഹേബ് എന്നു പേരിട്ടു. ഒരു സുഹൃത്തിനെയെന്നപോലെ അയാൾ എന്നും അതിന്റെ വരവും പ്രതീക്ഷിച്ചിരിക്കുക പതിവായി.

അങ്ങനെയിരിക്കെ ഒരു വൈകിയ സായാഹ്നവേളയിൽ ആ ജാലകപ്പഴുതിലൂടെ നാലു കുരുവികൾ അകത്തുവന്നു. പുതിയ കൂട്ടുകാരെ കണ്ടപ്പോൾ അയാൾക്കു സന്തോഷം തോന്നി. അയാളുടെ അലുമിനിയം പ്ലേറ്റിൽ ഒരു കഷണം റൊട്ടി ബാക്കി കിടപ്പുണ്ട്. ഇവറ്റ അതിന്റെ മണം

പിടിച്ചു വന്നതാകുമോ? അയാൾ ആ റൊട്ടിക്കഷണം പൊടിച്ച് ഉള്ളം കൈയിലിട്ട് അവയുടെ നേരെ നീട്ടി. ഒരു കുരുവി കൈയിൽ വന്നിരുന്നു. മണപ്പിച്ചു നോക്കി. അതിന്റെ ഇളംചൂടുള്ള മൃദുസ്പർശമേറ്റപ്പോൾ മന സ്സിളകിപ്പോയി. അയാളുടെ കണ്ണുകൾ നിറഞ്ഞു. സാവധാനം മറ്റു കുരു വികളും കൈയിൽ വന്നിരുന്നു. കൈയിലൊതുങ്ങുന്നയത്ര വലുപ്പം മാത്ര മുള്ള അടയ്ക്കാക്കുരുവികളായിരുന്നു അവ. മൃദുത്വമാർന്ന അതിന്റെ കുഞ്ഞുദേഹത്ത് അയാൾ മെല്ലെ തലോടി. പ്രപഞ്ചമാകെ വ്യാപിച്ചിരി ക്കുന്ന ജീവസ്പന്ദനത്തെ ഒരു ദിവ്യദർശനമായി അയാളുടെ ഓരോ കോശവും ഉൾക്കൊണ്ടു. അയാൾക്കു നിർവൃതിയുണ്ടായി.

റൊട്ടിക്കഷണങ്ങൾ തിന്നാൻ വേണ്ടിയായാലും അയാളുടെ തലോ ടലിന്റെ സുഖം നുകരാനായാലും ആ കുരുവികൾ അവിടെ നിത്യസന്ദർശ കരായി. അന്നുമുതൽ അയാൾ കഴിക്കുന്ന ഭക്ഷണത്തിന്റെ ഒരു പങ്ക് ആ പറവകൾക്കായി മാറ്റിവെച്ചു തുടങ്ങി. വൈകുന്നേരമായാൽ അവറ്റ വരുന്നതും കാത്തിരിക്കുക വന്നുകഴിഞ്ഞാൽ അവ ഭക്ഷണം കഴിക്കു ന്നതും നോക്കിയിരിക്കുക, അവയുമായി സല്ലപിക്കുക ഇതെല്ലാം അയാ ളുടെ മടുപ്പുളവാക്കുന്ന ദിനചര്യക്ക് അയവു പകരുന്ന ഘടകങ്ങളായി മാറി.

എട്ടടി ചതുരത്തിലെ ഏകാന്തതയിലേക്ക് മറ്റുചില ചങ്ങാതിമാരും കടന്നുവന്നു. ഡ്രെയിനേജ് പൈപ്പിൽനിന്ന് സെല്ലിന്റെ മൂലയിലുള്ള ഏതോ ഒരു ദ്വാരത്തിലേക്ക് വലിയ ഭക്ഷണപ്പൊതി കൊണ്ടുപോകുന്ന തുപോലെ, കടുകുമണിയേക്കാൾ ചെറിയ നുറുങ്ങുകളും ചുമന്ന് ഉറു മ്പുകൾ വരിവെച്ചുപോകുന്നത് ഒരു ദിനം അയാൾ കണ്ടുപിടിച്ചു. പട്ടാള ച്ചിട്ടയിലെന്നപോലെ ഊർന്നുപോകുന്ന ആ ജീവികളെ നിരീക്ഷിച്ചു കൊണ്ട് മണിക്കൂറുകളോളം കമഴ്ന്നു കിടക്കും. അയാളുടെ ശ്രവണമാ ത്രയുടെ പരിധിക്കപ്പുറത്തുള്ള ഏതോ നല്ല ഭാഷയിൽ അവ സംസാ രിച്ചുകൊണ്ടു ചെല്ലുമ്പോലെ തോന്നും. തീർച്ചയായും അവ ഉറച്ച ലക്ഷ്യ ബോധത്തോടെ തന്നെയാണ് മുന്നോട്ടുനീങ്ങുന്നത്. അത് അവയുടെ ചിട്ട യുള്ള പ്രയാണത്തിൽനിന്നു വ്യക്തമാണ്. വരിയുടെ പുറത്തേക്ക് ഒരെണ്ണം നീങ്ങിയാൽ മറ്റൊരെണ്ണം മെനക്കെട്ട് പിന്നാലെ ചെന്ന് അതിനെ കൂട്ടി ക്കൊണ്ട് വന്ന് വരിയിലേക്കു ചേർക്കും. ഇത് അയാളെ അത്ഭുതപ്പെടു ത്തുക തന്നെ ചെയ്തു. ആദ്യമൊക്കെ അതു കാണുമ്പോൾ അറിയാതെ കണ്ണുനിറഞ്ഞു. എറുമ്പായി ജനിച്ചിരുന്നെങ്കിൽ ഇതിലും നല്ല സുരക്ഷി തത്വം കിട്ടുമായിരുന്നു എന്നയാൾ വെറുതെ വിചാരിച്ചു. അങ്ങനെയുള്ള ദിവസങ്ങളിൽ രാത്രി മുഴുവനും സ്വന്തം ജീവിതത്തെക്കുറിച്ച് ആലോ ചിച്ചു കിടക്കും.

ചിന്തിച്ചിട്ട് ഇനി യാതൊരു പ്രയോജനവുമില്ലെന്ന് അയാൾക്കു തോന്നി. ഇപ്പോൾ പൂർവ്വകഥകൾ സിനിമയുടെ ഫ്ളാഷ്ബാക്ക് പോലെ മനസ്സിൽ ചുരുൾനിവരുന്നില്ല. ഓർമ്മിച്ചെടുക്കാൻ തുടങ്ങുമ്പോൾ മിക്ക വാറും ശൂന്യതയിൽ പരതുന്നതുപോലെ പരിതാപകരമായ ഒരവസ്ഥ യാണ്. ആലോചനാശേഷി നഷ്ടപ്പെട്ട് മനസ്സ് നിശ്ചലമായി നില്ക്കുന്നു.

ഒരിക്കൽ അച്ഛൻ പറഞ്ഞു എന്നുള്ളതിനുവേണ്ടി ഒരു ധ്യാനകേന്ദ്രത്തിൽ പോയത് ഓർമ്മയുണ്ട്. ഒരാഴ്ചത്തെ ക്ലാസിന് രണ്ടായിരം രൂപയാണു ഫീസെന്ന് അവിടെച്ചെന്നപ്പോഴാണറിയുന്നത്. തീരെ ചെറുപ്പക്കാരനായിരുന്നു സ്വാമിജി. അമേരിക്കൻ ശ്രോതാക്കളോടെന്നപോലെയായിരുന്നു അദ്ദേഹത്തിന്റെ ഇംഗ്ലീഷ് ഉച്ചാരണം. കൂടെക്കൂടെ അമേരിക്കയിലേക്കു പോയിവരുന്നതിനാലാണ് ഉച്ചാരണം അങ്ങനെയായതെന്ന് ഒരു ശിഷ്യൻ പറയുന്നതു കേട്ടു. സ്വാമിജി പുഞ്ചിരിച്ചുകൊണ്ടാണ് സംസാരിച്ചത്.

സ്വാമിജി ചിരിക്കുമ്പോൾ അയാളും ചിരിച്ചു. സന്തോഷമായിരിക്കുക എളുപ്പമാണെന്നാണ് അദ്ദേഹം പറഞ്ഞത്. ശരിയായ രീതിയിൽ ശ്വാസം വിടാൻ അറിയാമെങ്കിൽ ദുഃഖങ്ങളൊക്കെ പമ്പ കടക്കുമത്രെ. ശ്വാസം അകത്തേക്കെടുത്ത് അടിവയർ ഉള്ളിലേക്ക് വലിച്ച്, തള്ളവിരലുകൊണ്ട് മൂക്കിൽപ്പിടിച്ച് മനസ്സിനെ ശൂന്യമാക്കുക. ഒരു ചിന്തയുമില്ലാതെ...

അയാൾ അതേപടി ചെയ്യാൻ ശ്രമിച്ചു. എങ്കിലും മനസ്സു വഴങ്ങിയില്ല. അത് കുതറി ഓടുകയാണ്. അകത്ത് അടങ്ങിക്കിടക്കുകയായിരുന്ന ചവറുകൂനകൾ തോണ്ടിയിളക്കി ഒറ്റച്ചാട്ടത്തിന് പ്രപഞ്ചമാകെ അലയാൻ തുടങ്ങി. അയാളും അതിന്റെയൊപ്പംകൂടി.

ടീച്ചർ മുട്ടുകുത്തി നില്ക്കാൻ പറഞ്ഞപ്പോൾ അയാൾ ഓടാൻ തുടങ്ങി. ഹെഡ്മാസ്റ്റർ പിന്നാലെ പാഞ്ഞു ചെല്ലുന്നു.

അയാൾ അമ്മയെ തിരഞ്ഞു. ബഹുനാളത്തെ തിരച്ചിലായിരുന്നു അത്. ബോംബെയിൽനിന്ന് തുടങ്ങിയത്. ഒരു മഞ്ഞുകാലത്തെ പിൻനിലാവിൽ ന്യൂയോർക്കിന്റെ നഗരവീഥികളിലൂടെ നിറകണ്ണുകളോടെ അമ്മയെത്തേടി അന്തമില്ലാത്ത അന്വേഷണം.

ഓം! ശാന്തി! ഓം! ശാന്തി!

പാക്കപ്പ് എന്നു പറയുന്നത് കേട്ട് ഞെട്ടിയുണർന്നു കണ്ണുതുറന്നു നോക്കി. എല്ലാവരും പുറപ്പെടുവിക്കുകയാണ്. ശിഷ്യൻ അയാളോട് മൃദുവായി പുഞ്ചിരിച്ചു.

അതാണ് സ്വാമിജിയുടെ മഹത്വം കണ്ടില്ലേ, ഒറ്റ സിറ്റിങ്ങിൽത്തന്നെ നിങ്ങളുടെ അകത്തുള്ള മാലിന്യമെല്ലാം കണ്ണീരിലൂടെ പുറത്തുപോയത്. ഇനി എന്നും നിങ്ങളുടെ ജീവിതത്തിൽ ആനന്ദം മാത്രമേയുള്ളൂ.

അയാൾ മറുപടിയൊന്നും പറയാതെ ഇറങ്ങി നടന്നു. സ്വാമിജി അപ്പോഴും പുഞ്ചിരിച്ചുകൊണ്ടുതന്നെയിരിപ്പുണ്ട്.

ആനന്ദത്തിന്റെ പരകോടിയിൽ മനസ്സ് നിർമ്മലമാകുന്നു. ചിന്തകളൊഴിഞ്ഞ് ശാന്തമാവുന്നു.

ഒരാഴ്ചത്തെ ക്ലാസിന് രണ്ടായിരം രൂപയാണ് ഫീസ്. പിന്നെ താങ്കൾക്കു ചിരി വരില്ലേ?

ഇയാളൊരു ഫ്രോഡാണ്!

"ഴിലാക്സ്," സ്വാമിജി അമേരിക്കൻ രീതിയിൽ മൊഴിഞ്ഞു. "ഴിലാക്സ്, ബ്രീഥ് ഇൻ! ബ്രീഥ് ഔട്ട്! അനുലോം വിലോം...."

മനസ്സ് പതുക്കെപ്പതുക്കെ ആറ്റുമണലെന്നപോലെ ചൊരിഞ്ഞുവീ

ഴാൻ തുടങ്ങി..

അരികത്ത് അരുണ... മെത്തപോലെ മൃദുവായ അവളുടെ തുടയിൽ മുഖം ചേർത്തുകിടക്കവെ അവൾ പൂശിയിരുന്ന വിലകൂടിയ സെന്റിന്റെ മണം അയാളെ തഴുകി.

"എന്റമ്മോ! നിന്റെ തലയ്ക്ക് എന്തൊരു ഭാരം!"

"അതേയ്! മുഴുവൻ കളിമണ്ണാ! അതാ!" അയാൾ കണ്ണടച്ചുകൊണ്ട് പ്രതിവചിച്ചു.

"അതിനു സംശയമൊന്നുമില്ല!" അരുണ ചിരിച്ചു.

അവൾ ചിരിച്ചാൽ കവിളിൽ നുണക്കുഴി വിരിയും. അതു കാണാൻ വേണ്ടി അയാൾ കണ്ണുതുറന്നു. അവളുടെ ചിരിയെ എങ്ങനെ വർണ്ണിക്കേണ്ടു എന്നറിയില്ല. കളകളാരവം പൊഴിക്കുന്ന പുഴയെന്നോ? ആ ചിരി കേൾക്കുമ്പോൾ മനസ്സിൽ ആയിരം പൂക്കൾ പൂത്തുലയും. വർണ്ണനകൾക്കുമപ്പുറത്താണ് ആ ചിരി. ആദ്യം കണ്ണുകളിലാണ് അവളുടെ ചിരി വിടരുക. പിന്നെയാണത് ചുണ്ടുകളിലേക്കു പടരുന്നത്. അത് ഒരത്ഭുത പ്രതിഭാസം തന്നെ. അയാൾക്ക് ഇല്ലാത്തതും അതുതന്നെ. താൻ ചിരിക്കുമ്പോൾ ആ ചിരി തന്റെ കണ്ണുകളിൽ പ്രതിഫലിക്കാറില്ല എന്ന കാര്യം അടുത്തിട വരെ തനിക്കജ്ഞാതമായിരുന്നു.

ഒരിക്കൽ അജയനോടൊപ്പം കോപ്പി കഫേയിൽ ഇരിക്കുമ്പോൾ പൊടുന്നനെ ഒരാൾ അഭിമുഖമായി വന്നിരിപ്പുറപ്പിച്ചു. "ഞാൻ ഒരു സിനിമാ ഡയറക്ടറാണ്." എന്നു സ്വയം പരിചയപ്പെടുത്തി.

അജയന്റെ പരിചയക്കാരനാവും എന്നു കരുതി താൻ അവന്റെ നേരെ നോക്കി. ആളെ അറിഞ്ഞുകൂടെന്ന് അജയൻ സംജ്ഞാരൂപേണ മറുപടിയും നല്കി.

അയാൾ ഒരു വിസിറ്റിങ് കാർഡെടുത്തു നീട്ടി.

"ഞാൻ ഹാജിമസ്താനെക്കുറിച്ച് ഒരു ചിത്രം നിർമ്മിക്കാൻ ഉദ്ദേശിക്കുന്നു."

"ആര്? കള്ളക്കടത്തുകാരൻ മസ്താനെക്കുറിച്ചോ?"

"അതെ."

"ഓ! നല്ലത്!" അപ്പോഴും സംശയം ബാക്കിയായി.

"അതിൽ നിങ്ങൾ മസ്താന്റെ വേഷം ചെയ്യണം."

താൻ അന്തം വിട്ടിരുന്നു.

"ഞാനോ! ഞാൻ നടനൊന്നുമല്ല."

"അതു സാരമില്ല. ഞാൻ അഭിനയിപ്പിച്ചോളാം!" അയാൾ കൂസലെന്യേ തുടർന്നു.

മുൻപു സിനിമ സംവിധാനം ചെയ്തു പരിചയമില്ലാത്ത ആളാണെന്നു തീർച്ച. പാവം, ആരുടെ കാശാണോ എന്തോ വെള്ളത്തിലാവാൻ പോവുന്നത്.

"എന്റെ ബോഡി കണ്ടിട്ടാവും കള്ളക്കടത്തുകാരന്റെ വേഷം തരാമെന്നു നിശ്ചയിച്ചത്. ഞാൻ ഹാജി മസ്താന്റെ ഫോട്ടോ കണ്ടിട്ടുണ്ട്. അയാൾ മെലിഞ്ഞിട്ടാണ്."

"അറിയാം. പക്ഷേ, അയാൾക്കുള്ള ഒരു പ്രത്യേകത നിങ്ങൾക്കുണ്ട്."

"അതെന്താണ്?" അതിശയവും ഒട്ടുപരിഹാസവും കലർത്തി താൻ ചോദിച്ചു.

"ഹാജി മസ്താൻ ചിരിക്കുമ്പോൾ അയാളുടെ അധരങ്ങൾ മാത്രമേ വിടരുകയുള്ളൂ. കണ്ണുകളിൽ ആ ചിരി പ്രതിഫലിക്കുകയില്ല. അതേപോലെയാണ് നിങ്ങളുടെ ചിരിയും."

സത്യത്തിൽ സ്തംഭിച്ചുപോയി. ഇങ്ങനെയൊരു സാമ്യമോ? അജയനെ നോക്കിയപ്പോൾ അവനിരുന്നു കുലുങ്ങിച്ചിരിക്കുകയാണ്.

അജയൻ വെയ്റ്ററോട് ബില്ലു തരാൻ സംജ്ഞ നല്കി.

"നന്ദി. പക്ഷേ, സോറി നിങ്ങളുടെ ഓഫർ എനിക്കു വേണ്ട. വേറെ ആരെയെങ്കിലും കണ്ടുപിടിക്കൂ. ബെസ്റ്റ് ഓഫ് ലക്ക്."

"സിനിമയിൽ അഭിനയിക്കാൻ ചാൻസു കിട്ടുന്നതും കാത്ത് ഈ ബോംബെയുടെ തെരുവീഥികളിൽ എത്രയോ യുവാക്കളുണ്ട്." അജയൻ പറഞ്ഞു.

കോഫി ഹൗസിൽ നിന്നു പുറത്തു കടക്കവെ ഇരുവരും ഉറക്കെ ചിരിച്ചു.

അന്ന് ഉറങ്ങുന്നതിനുമുമ്പ് കണ്ണാടിയുടെ മുന്നിൽനിന്ന് പലതരത്തിൽ ചിരിച്ചു നോക്കി. വെറും പുഞ്ചിരി അരപ്പുഞ്ചിരി.. വിശാലമായ പുഞ്ചിരി... ഊഹും.. ഒരു രക്ഷയുമില്ല. ചുണ്ടുകളിലേക്കു നോക്കുമ്പോൾ കണ്ണുകളിലേക്കും കണ്ണുകളിലേക്കു നോക്കുമ്പോൾ ചുണ്ടുകളിലേക്കും നോട്ടമെത്തുന്നില്ല. തന്റെ കണ്ണുകൾക്കെന്താണു കുഴപ്പം? തനിക്ക് അമ്മയുടേതുപോലെയുള്ള കണ്ണുകളാണെന്ന് അഭിമാനിക്കാറുണ്ട്. കവിത ചൊല്ലുന്ന കണ്ണുകളാണത്രെ. അമ്മയുടേത് നിരന്തരമായ പ്രേമത്തിലകപ്പെട്ടതുപോലെ, കാണുന്നവരെ വശീകരിക്കുന്ന കണ്ണുകൾ. ഇത്രയും നാൾ തന്റെ കണ്ണുകളും അങ്ങനെയാണെന്നാണു വിശ്വസിച്ചിരുന്നത്. ഇന്ന് ഒരുത്തൻ വന്ന് ആ വിശ്വാസത്തെ തകർത്തെറിഞ്ഞിരിക്കുന്നു. നിങ്ങൾ ചിരിക്കുമ്പോൾ നിങ്ങളുടെ കണ്ണുകൾ ചിരിക്കുന്നില്ല പോലും! അങ്ങനെയാവുമോ? അതു സാദ്ധ്യമാണോ?

അയാൾ അരുണയോട് ഇങ്ങനെ പറഞ്ഞു:

"ഒരു മന്തൻ ഇന്നെന്നോട്, ഞാൻ ഹാജി മസ്താനെപ്പോലെയിരിക്കുന്നെന്നു പറഞ്ഞു."

"ഞാൻ ഹാജിമസ്താനെ കണ്ടിട്ടില്ല. പക്ഷേ, നീ ആളൊരു കടത്തൽക്കാരനാണെന്ന കാര്യത്തിൽ സംശയമില്ല."

അവൾ വാത്സല്യപൂർവ്വം കുനിഞ്ഞ് അയാളുടെ മൂക്കിനു പിടിച്ചപ്പോൾ ജോർജ്ജറ്റ് ദുപ്പട്ട വഴുതി അയാളുടെ മുഖത്തേക്കു വീണു. ക്രിസ്ത്യോൻ ദിയോ സെന്റിന്റെ മണം അയാളെ പൊതിഞ്ഞു.

ടപ്പ്... ടപ്പ്... ടപ്പ്...

"ഏയ്! എണീക്ക്!"

ഭൂമിയുടെ മടിത്തട്ടിൽ നിന്ന് ആരോ പിടിച്ചുവലിക്കുന്നതുപോലെ.

"ഏയ്! ഏയ്!"

അതാരാവും? തോട്ടക്കാരൻ രാമുവിനെ അന്നൊരു ദിവസം ഏയ് എന്നുവിളിച്ചതിന് അച്ഛൻ പൊതിരെ തല്ലിയത് ഓർമ്മവന്നു.

"ഏയ്! നേരം വെളുത്തിട്ടു കുറേയായി എണീക്കെടാ."

അയാൾ പ്രയാസപ്പെട്ട് കണ്ണുതുറന്നു. അഴികൾക്കപ്പുറത്ത് അലക്കി ത്തേച്ച പൊലീസ് യൂണിഫോമിൽ സോമയ്യാ. അഴികൾക്കിടയിലൂടെ അയാൾ കാപ്പിപ്പാത്രം ശബ്ദത്തോടെ വെച്ചു.

"ഇങ്ങനെയുണ്ടോ ഒരൊറക്കം? ഹും! സ്വപ്നം കാണുകയായിരി ക്കും." കണ്ണു തിരുമ്മിക്കൊണ്ട് അയാൾ എഴുന്നേറ്റു മുഖം കഴുകാനായി സെല്ലിന്റെ മൂലയിലേക്കു നീങ്ങാൻ തുടങ്ങുമ്പോൾ സോമയ്യായുടെ കമന്റ് വീണ്ടും.

"സ്വപ്നം കാണുകയാവണം. അല്ലാതെ ഇവിടെ എന്തുചെയ്യാൻ?"

സോമയ്യയുടെ കഴുത്തിനു പിടിക്കാൻ എന്നെങ്കിലും തനിക്കൊരവ സരം കിട്ടിയിരുന്നെങ്കിൽ എന്നു മനസ്സിൽ ആഗ്രഹിച്ചുപോയി.

മുഖം കഴുകി വന്നപ്പോഴും സോമയ്യാ അവിടെത്തന്നെ നില്ക്കുക യാണ്. കാടിവെള്ളംപോലെയുള്ള ആ കാപ്പി കുടിച്ചുതീരുന്നതുവരെ ദുഷ്ടൻ അവിടെനിന്നു മാറുകയില്ല.

"ഏതാ ആ പെണ്ണ്?"

അയാൾ ഞെട്ടി. ഉറക്കത്തിൽ താൻ വല്ല പിച്ചും പറഞ്ഞുവോ?

സോമയ്യയുടെ ശബ്ദത്തിൽ അഹന്തയിൽ പൊതിഞ്ഞ പരിഹാസ മായിരുന്നു.

"എന്നും വരുന്നുണ്ട് ഇവിടെ നിന്നെ കാണണമെന്നും പറഞ്ഞ്. കാണാൻ നല്ല ചന്തം ഏതാടാ ആ പെങ്കൊച്ച്?"

അഴിവാതിൽ ഉള്ളതുകൊണ്ട് സോമയ്യായുടെ കഴുത്തിനു പിടിക്കാൻ പറ്റിയില്ല.

രണ്ട്

മഹാലക്ഷ്മി ക്ഷേത്രത്തിലേക്കുള്ള ചിരപരിചിതമായ ഇടവഴിക ളിലൂടെ അരുണ അതിശീഘ്രം നടന്നു. കയറ്റവും ഇറക്കവുമുള്ള ഇടവ ഴികളുടെ അറ്റത്ത് താമരമൊട്ടുകൾ വില്ക്കുന്ന ഒരു കിഴവൻ ഇരിക്കു ന്നുണ്ട്. അവൾ അയാളോട് രണ്ടു മൊട്ടുകൾ വാങ്ങി. പാതയുടെ ഇരുവ ശങ്ങളിലും വഴിവാണിഭക്കാർ കൂകിവിളിച്ചു പറഞ്ഞ് ആളുകളുടെ ശ്രദ്ധ യാകർഷിക്കുന്നുണ്ട്. അവളുടെ വേഷം സൽവാർ കമ്മീസായിരുന്നെ ങ്കിലും തമിഴ് സംസാരിക്കുന്നവളാണെന്നു മനസ്സിലാക്കിയ ഒരുവൾ, ലക്ഷ്മീദേവിക്കു വസ്ത്രം വാങ്ങിച്ചാർത്തണം, തായേ വാങ്ങണം, അമ്മാ! ആഗ്രഹിക്കുന്നതു നടക്കും. അമ്മാ! എന്നിങ്ങനെ പറഞ്ഞുകൊണ്ടിരുന്നു.

അവളുടെ വാക്ചാതുരിയിലോ ശബ്ദനൈപുണ്യത്തിലോ മയങ്ങി,

അരുണ കസവു തുന്നിയ ഒരു ചുവന്ന ദുപ്പട്ട ദേവിക്കു ചാർത്താനായി വാങ്ങി, മുകളിലേക്കു നടന്നു. വടികൊണ്ടു നിലത്തു തട്ടി ശബ്ദമുണ്ടാക്കിക്കൊണ്ടിരുന്ന ചെരുപ്പുസൂക്ഷിപ്പുകാരിൽ ഒരാളുടെ അടുത്ത് പാദരക്ഷകളേല്പിച്ച് അവൾ വീണ്ടും മുന്നോട്ടു നീങ്ങി. ഇതിലേ വരൂ, ഇതിലേ വരൂ സുരക്ഷാ പരിശോധനയുണ്ട്. എന്നു വനിതാ പൊലീസ് ഉറക്കെ പറയുന്നതുകേട്ട് അവൾ അമ്പരന്നു. അവൾ സുരക്ഷാകവാടം കടന്ന് ഹാൻഡ്ബാഗ് തുറന്നു കാട്ടി. മാർബിൾ പടവുകൾ കയറി സന്നിധാനത്തിലേക്കു പോകുമ്പോൾ ഭയം തോന്നി. ഇതിനുമുമ്പും അമ്മയോടൊത്ത് ഇവിടെ തൊഴാൻ വന്നിട്ടുണ്ട്. അന്നൊന്നും ഇത്രകർശനമായ പരിശോധനയില്ലായിരുന്നു. ക്ഷേത്രത്തിൽ പലതരത്തിലുള്ള ആളുകളുണ്ടായിരുന്നു. നാലഞ്ചു വിദേശ ടൂറിസ്റ്റുകൾ, വിലകൂടിയ ഷിഫോൺ സാരിയുടുത്ത് വൈരക്കമ്മലും വജ്രമോതിരവും അണിഞ്ഞ മാർവാഡി, സ്ത്രീകൾ, മദ്ധ്യവർഗ്ഗശ്രേണിയിൽപ്പെടുന്ന മറാത്തി സ്ത്രീകൾ, തമിഴും തെലുങ്കുമൊക്കെ സംസാരിക്കുന്ന മറ്റു ടൂറിസ്റ്റുകൾ... ഇവരിൽ ആരാവും സുരക്ഷാപരിശോധനയിൽ പൊലീസിന്റെ വലയിൽപ്പെടുക?

മഹാലക്ഷ്മി വിഗ്രഹത്തിൽ അസ്സൽത്തങ്കംകൊണ്ടുള്ള അങ്കി ചാർത്തിയിരുന്നു. എല്ലാ ദേവീമുഖങ്ങൾക്കും തങ്കം ചാർത്തിയിട്ടുണ്ട്. ധനികരായ ഭക്തർ കാണിക്കയായി സമർപ്പിച്ചവയാണവ. കസവു തുന്നിയ ദുപ്പട്ടകൾ എല്ലാ വിഗ്രഹങ്ങൾക്കും ചാർത്തിയിട്ടുണ്ട്. പൂജാരി തീർത്ഥം കൊടുത്തുകൊണ്ട് ഒരുഭാഗത്ത് ഇരിപ്പുണ്ട്. ആൾക്കൂട്ടം ഭണ്ഡാരത്തിൽ കാണിക്കയർപ്പിച്ച് നീങ്ങിക്കൊണ്ടിരുന്നു.

അരുണ, ദേവിയുടെ മുന്നിൽ കണ്ണുകളടച്ച് നമ്രശിരസ്കയായി നിന്നു.

- ആഗ്രഹിക്കുന്ന കാര്യം സാധിക്കും-

വരലക്ഷ്മി വ്രതം നോല്ക്കുന്ന ദിവസം അമ്മ പാടാറുള്ള ഗീതം ഓർമ്മവന്നു. 'അപേക്ഷിക്കുന്നവർക്ക് ഉപേക്ഷ കൂടാതെ, ഇഷ്ടത്തോടെ കൊടുക്കുന്ന അമ്മയെക്കുറിച്ചുള്ള അതീവലളിതവും ഹൃദ്യവുമായ നാടൻ ചിന്തുകൾ. അതുകേൾക്കുമ്പോൾ അമ്മ തന്നെ ചമച്ചതാണോ എന്നു തോന്നാറുണ്ട്. ലാളിത്യം ഈശ്വരനോടുള്ള അടുപ്പത്തെ വർദ്ധിപ്പിക്കുമെന്ന് അമ്മ വിചാരിച്ചിരിക്കാം. അപേക്ഷിച്ചതെല്ലാം കിട്ടിയോ എന്ന കാര്യം അമ്മയ്ക്കു മാത്രമേ അറിഞ്ഞുകൂടൂ. ഒരുപക്ഷേ, പ്രപഞ്ചരഹസ്യമാവാം. ഒരു ചുമടുതാങ്ങിയുള്ളത് വിശ്വാസികൾക്ക് എന്നും ഒരാശ്വസമാണ്. സുഖമാണ് പുഞ്ചിരിക്കുന്ന സുവർണ്ണവദനം എല്ലാ ആവലാതികളും കേട്ടുകൊള്ളും. ഒരിക്കൽപ്പോലും മടുപ്പു പ്രകടിപ്പിക്കുകയോ ചോദ്യം ചെയ്യുകയോ ഇല്ല, കത്തുകൾ ഉൾവാങ്ങുന്ന തപാൽപ്പെട്ടികളെപ്പോലെ, സമാശ്വാസകരമായ മറുപടി കിട്ടുമോ? എന്നു ചോദിച്ചാൽ അമ്മയ്ക്കു ദേഷ്യം വരും. "സംശയം വെച്ചുകൊണ്ട് അമ്പലത്തിലേക്കു വരണ്ട!"

അമ്മ എന്തിനാണ് അമ്പലത്തിൽ പോകുന്നതെന്ന് തനിക്കറിയാം. അത് അമ്മയ്ക്ക് അവശ്യം വേണ്ട ഒരു തെറാപ്പിയാണ്. ഇവിടെ എല്ലാ

വരും വരുന്നതും അതിനുതന്നെ. മനസ്സിന്റെ ഭാരങ്ങളെല്ലാം ഇറക്കിവെക്കുമ്പോൾ തോന്നുന്ന ആശ്വാസം അവരെ ശരിയായ ദിശയിലേക്കു നയിക്കുന്നു. ഈ സമാധാനം തന്നെയാണ് അപേക്ഷിക്കുന്നവർക്കു ലഭിക്കുന്ന വരം. പട്ടുവസ്ത്രം ചാർത്തിയതുകൊണ്ട് മഹാലക്ഷ്മിക്കു കൂടുതൽ തൃപ്തിയുണ്ടാവുമെന്നോ കസവുദുപ്പട്ടയിൽ മയങ്ങി തനിക്കു മുമ്പേ വരിയിൽ നില്ക്കുന്നവരെയെല്ലാം അവഗണിച്ച് ദേവി വേഗം പ്രസാദിക്കുമെന്നോ സങ്കല്പിക്കുന്നത് മൂഢത്വമാണെന്ന വെളിപാട് അവളെ പരിക്ഷീണയാക്കി. വിവേകബുദ്ധി എങ്ങനെയാണ് തന്നിൽനിന്നു തീർത്തും ഒഴിഞ്ഞു പോയത്? മനസ്സ് എപ്പോഴാണ് ഇത്തരത്തിൽ ചിന്തിക്കാത്ത വിധം ദുർബ്ബലമായത്? അയാൾ അതിശയംകൊണ്ടു.

ചെരുപ്പു സൂക്ഷിച്ച സ്ഥലത്ത് പണം കൊടുത്ത് താഴേക്കിറങ്ങിവരുമ്പോൾ അവൾക്കു വിഷമം തോന്നി. കാരണം ഇന്നതെന്നു ചൂണ്ടിക്കാണിക്കാൻ കഴിയാത്തതുകൊണ്ട് ദുഃഖത്തിന്റെ വ്യാപ്തമാനം കൂടിക്കൂടി വന്നു. അവൾ തകർന്നുപോയി. തികച്ചും സരളമായി മുന്നോട്ടു പൊയ്ക്കൊണ്ടിരിക്കുന്ന സാധാരണജീവിതം താളം തെറ്റിയിരിക്കുന്നു. അതും പാടെ അപ്രതീക്ഷിതമായ സമയത്ത്.

"നീയായിട്ട് ചെന്നുപെട്ട കുരുക്കാണ്. ഇനി അതിൽനിന്നു മോചിതയാവുന്നത് നിന്റെ മിടുക്കു പോലെയിരിക്കും." എന്നാണ് അമ്മ പറയുന്നത്.

പക്ഷേ, ഈ കുരുക്ക് ഉണ്ടായതെങ്ങനെയെന്ന് ഇപ്പോഴും മനസ്സിലാവുന്നില്ല. മനുഷ്യവർഗ്ഗത്തെ സംബന്ധിച്ച്, ഓരോരുത്തരും പരസ്പരം ബന്ധിതരാണെന്നു തോന്നുന്നു.

ഒരാൾ പെടുന്ന കുരുക്കിൽ, ഏതോ തരത്തിൽ മറ്റുള്ളവരും ബന്ധപ്പെട്ട് ചങ്ങലയായിത്തീരുകയാണ്. ഒരാളുടെ ജീവിതത്തെ നിർണ്ണയിക്കുന്നത് അയാളുടെ തലേലെഴുത്തൊന്നുമല്ല. എല്ലാ സംഭവങ്ങൾക്കും ചരിത്രപരവും സാംസ്കാരികവുമായ കാരണങ്ങൾ ഉണ്ടായിരുന്നു. അവയുടെ അനന്തര ഫലം സമൂഹത്തെയാകെ സ്വാധീനിച്ചതായി കാണാം. ആ സ്വാധീനമാകട്ടെ, യുഗങ്ങളായി മനുഷ്യജീനുകളിൽ തുടർന്നു പോരുന്നുണ്ട്. ചരിത്രപരമായ ബാദ്ധ്യതകളിൽനിന്നും ആർക്കും ഒഴിഞ്ഞുമാറാനാവില്ല എന്ന് അവൾക്കു തോന്നി.

ഇതു വിചിത്രം തന്നെ. അടുത്തകാലംവരെ താൻ ഈ നിമിഷത്തിൽ ജീവിക്കുന്നവളാണെന്ന് മേനി നടിച്ചിരുന്നു.

"ഞാൻ ഒരു എക്സിസ്റ്റൻഷ്യലിസ്റ്റ് ആണ്. എനിക്ക് ഇന്നലെകളും നാളെകളും ഇല്ലെന്ന് വീമ്പു പറഞ്ഞവളാണ്."

വിവേക് അതു കേൾക്കുമ്പോൾ ചിരിക്കുമായിരുന്നു.

പ്രസംഗിച്ചു പേടിപ്പിക്കല്ലേ! സാഹിത്യകാരന്മാരാണ് സാർത്ര്, സിമോൻ ദ് ബുവാ എന്നൊക്കെ എപ്പോഴും പറഞ്ഞുകൊണ്ടു നടക്കുന്നത്. അങ്ങനെ പറഞ്ഞു നടന്നില്ലെങ്കിൽ തങ്ങളെ ആരും വിലമതിക്കില്ല എന്നാണ് അവരുടെ വിചാരം!"

"അതിന് ഞാൻ സാഹിത്യമൊന്നും പറഞ്ഞില്ലല്ലോ. പേടിപ്പിക്കുകയും അല്ല. ഇതു വെറും സത്യം! നടന്നു കഴിഞ്ഞതിനെ നമുക്കു മാറ്റാൻ കഴിയില്ല ഉവ്വോ? നടക്കാൻ പോകുന്നതെന്താണെന്നും നമുക്കറിഞ്ഞുകൂട. അപ്പോൾപ്പിന്നെ രണ്ടിനെയുംകുറിച്ച് ചിന്തിക്കുന്നതെന്തിനാണ്?"

അച്ഛനിൽ നിന്നാണ് ഇതു പഠിച്ചത്. അച്ഛനു മിലിട്ടറിയിലായിരുന്നു ജോലി. ഭാവി എന്നത് അദ്ദേഹത്തിന്റെ പ്രവൃത്തിമേഖലയ്ക്ക് എതിരായിരുന്നു. ഭാവിയെക്കുറിച്ചു ചിന്തിക്കുന്ന ഒരു ജവാന് യുദ്ധക്കളത്തിൽ നില്ക്കാൻ കഴിയില്ല എന്നദ്ദേഹം വിശ്വസിച്ചു.

പടക്കളത്തിൽ വീണു മരിക്കണമെന്ന അദ്ദേഹത്തിന്റെ അഭിലാഷം, പക്ഷേ, നിറവേറിയില്ല. സാധാരണക്കാരെപ്പോലെ വീട്ടിൽ കിടന്നാണ് മരിച്ചത്. മരണം ഉറപ്പായെന്നു തോന്നിയപ്പോൾ അമ്മയോട് സുബ്രഹ്മണ്യസ്തുതി പാടാൻ ആവശ്യപ്പെട്ടു. ആ നിമിഷംവരെ അച്ഛൻ ഒരു നാസ്തികനാണെന്നാണ് കരുതിയിരുന്നത്. മരണഭയത്തിന്റെ പാരമ്യത്തിൽ അദ്ദേഹത്തിന് ഒരു ഊന്നുവടി ആവശ്യമായിത്തോന്നിയതാവാം. താനിപ്പോൾ മഹാലക്ഷ്മിയുടെ സന്നിധിയിലേക്ക് വന്നതുപോലെ.

അരുണ ഒരുനിമിഷം നിന്നു. ആരോ പിന്തുടരുന്നതുപോലെ അവൾക്കു തോന്നി. ചുറ്റും കണ്ണോടിച്ചപ്പോൾ ആളുകളെല്ലാം അവരവരുടെ ജോലികളിൽ വ്യാപൃതരാണെന്നു കണ്ടു. എന്നിട്ടും, ആരോ തന്നെ പിന്തുടരുന്നതായി അവൾക്കു തീർച്ചപ്പെട്ടു. കുറച്ചു നാളുകളേ ആയുള്ളൂ അങ്ങനെ തോന്നാൻ തുടങ്ങിയിട്ട്. എന്നാൽ അതു വെറും തോന്നലാണെന്നു വിട്ടുകളയാനാവാത്ത തരത്തിലാണ് ഓരോ അനുഭവവും.

അവൾ നടപ്പിനു വേഗത കൂട്ടി. മഹാലക്ഷ്മി സ്റ്റേഷനിൽ ചെന്ന് ബാന്ദ്രയിലേക്കുള്ള വണ്ടി പിടിക്കണം. ഓഫീസ് ബാന്ദ്രയിലാണ്. നടപ്പിന്റെ വേഗതയ്ക്കനുസരിച്ച് രണ്ടുപേർ തന്നെ നിഴൽ പോലെ പിന്തുടരുന്നതായി അവൾക്കനുഭവപ്പെട്ടു. ട്രെയിൻ വന്നപ്പോൾ അവൾ കയറിയ കമ്പാർട്ടുമെന്റിൽത്തന്നെ 'നിഴലും' കയറി. എന്തിനാണ് എന്നെ പിന്തുടരുന്നതെന്ന് പ്രത്യേകിച്ച് ആരോടും ചോദിക്കാൻ കഴിയില്ല. അങ്ങനെ തോന്നാൻ എന്താ കാരണം എന്നു തിരികെ ചോദിച്ചാൽ മറുപടി പറയാൻ കഴിയില്ല. ബാന്ദ്രയിൽ ഇറങ്ങി ഓഫീസിലേക്കു നടക്കുമ്പോഴും ആരോ ഫോളോ ചെയ്യുന്നതായി തീർച്ചപ്പെട്ടപ്പോൾ അവൾ ഭയം കൊണ്ടു വിയർത്തുപോയി. ഓഫീസ് സ്റ്റേഷന്റെ അടുത്തായത് ഭാഗ്യം. ലിഫ്റ്റിൽ കയറി ഒമ്പതാം നിലയിലുള്ള ഓഫീസിലെത്തിയപ്പോൾ ജനാല വഴി താഴേക്കു നോക്കി. ആരെയും കണ്ടില്ല. കമ്പ്യൂട്ടർ ഓൺ ചെയ്തിട്ട് ബാത്ത് റൂമിൽ ചെന്നു മുഖം കഴുകി വന്നപ്പോൾ ഒന്നു ഫ്രെഷ് ആയി.

അടുത്ത ക്യൂബിക്കിളിലെ ഷോഭാഗാഖലേ അവൾക്ക് ഒരു പുഞ്ചിരി സമ്മാനിച്ചു.

"ഹായ്!"

"ഇന്നെന്താ ഇത്ര ലേറ്റ്?"

"സ്വന്തം പണികൾ കുറച്ചുണ്ടായിരുന്നു."

അരുണ കമ്പ്യൂട്ടറിലേക്കു നോക്കിയിരുന്നു.

"ന്യൂസ് എന്തെങ്കിലുമുണ്ടോ?"

"സോറി?"

"അതേന്നെ. നിന്റെ കൂട്ടുകാരന്റെ വർത്തമാനം വല്ലതുമുണ്ടോ എന്ന്."

മൗസിൽ പിടിച്ചിരുന്ന കൈ, അറിയാതെ അയഞ്ഞു. കമ്പ്യൂട്ടർ മോണിട്ടറിലെ ചാർട്ടുകളും അക്കങ്ങളുമൊക്കെ എവിടേക്കോ ചിതറിനീങ്ങി. അരുണ അതുകണ്ട് പരിഭ്രമിച്ച് മൗനം പൂണ്ടു. എന്നിട്ട് ഒന്നുമില്ലെന്ന് സംജ്ഞ കൊടുത്തു.

"അയാളെ കാണാൻ പോയതാണോ?" ഷോഭ വിടാനുള്ള മട്ടില്ല. ഒരു കാലത്ത് ഷോഭ തന്റെ ഏറ്റവും അടുത്ത കൂട്ടുകാരിയായിരുന്നു. തന്നെ ഒരുപാട് ഉപദേശിച്ചിട്ടുണ്ട്. 'കണ്ടില്ലേ, ഒടുവിൽ ഇപ്പോ എന്തായി?' എന്ന് കൂടെക്കൂടെ പറയാൻ തുടങ്ങിയപ്പോൾ അടുപ്പം കുറഞ്ഞു. മനസ്സ് ഒച്ചിനെപ്പോലെ ഉൾവലിഞ്ഞു.

"അല്ല."

"പതിവുസമയത്ത് കാണാഞ്ഞപ്പോൾ അവിടെപ്പോയതാവുമെന്നാ ഞങ്ങളെല്ലാരും കരുതിയത്."

അരുണ ഒന്നും പറഞ്ഞില്ല.

അതാരാണ് ഈ ഞങ്ങളെല്ലാരും?

അവർക്ക് തന്റെ പ്രശ്നം കളിക്കാൻ കിട്ടിയ നൂൽപ്പന്തുപോലെ തോന്നിയിട്ടുണ്ടാവും. റോഡിൽ തന്നെ പിന്തുടരുന്നവരെപ്പോലെ ഇരുവരും അതേ പശ്ചാത്തലത്തിലാവും തന്റെ നീക്കങ്ങളെ വിലയിരുത്തുക.

"നിന്നെക്കുറിച്ച് സംവാദമൊന്നും നടത്തിയതായി വിചാരിക്കരുതേ."

അരുണ മെല്ലെ പുഞ്ചിരിച്ചു.

"എനിക്ക് അങ്ങനെയൊന്നും വിചാരിക്കാനും കൂടി നേരമില്ല. ഷോഭാ അമ്മയെ ഡോക്ടറുടെ അടുത്ത് കൊണ്ടുപോകണമായിരുന്നു."

"എന്തുപറ്റി?"

"മുട്ടുവേദന. ഓർത്തോപീഡിസ്റ്റിനെ കാണിച്ച്."

"പാവം."

അരുണ മിണ്ടാതെയിരുന്നു. 'പാവം' എന്ന ആ വാക്കിൽ ഒരായിരം അർത്ഥങ്ങൾ ഒളിഞ്ഞിരിപ്പുണ്ടാവും. മടുപ്പിക്കുന്ന അന്തരീക്ഷത്തിൽ നേരെമ്പോക്കിന് അല്പം രസകരമായ സംഗതി വല്ലതും കിട്ടിയാലായി എന്നേ ഓഫീസിലുള്ളവർക്കുള്ളൂ. ഇവരാരും തന്നെ ചീത്തയാളുകളല്ല എന്നു നന്നായി അറിയാം. തിന്മയുടെ ലോകം അങ്ങു പുറത്താണ്. അതിന്റെ ഭയങ്കരത്തം ഇപ്പോൾ മാത്രമാണ് കുറേശ്ശെയായി അറിയപ്പെടാൻ തുടങ്ങിയിരിക്കുന്നത്.

ആ ലോകത്തെ നേരിടുകയെന്നത് സാധാരണക്കാർക്ക് അസാദ്ധ്യം തന്നെയാണ് എന്ന സംഗതി അനുനിമിഷം തന്നെ ഭയപ്പെടുത്തുന്നു. കഴിഞ്ഞ ഇരുപതു ദിവസങ്ങളായി അഹങ്കാരികളായ പല ചട്ടമ്പികളു

ടെയും ദുർഭാഷണങ്ങൾ അസഹ്യതയോടെ കേട്ടുനില്ക്കേണ്ട സാഹചര്യമാണ്. ഭാവനയിൽപ്പോലും നേരിട്ടിട്ടില്ലാത്ത അവസ്ഥ. ആ ഭയങ്കര ലോകം അവളുടെ കഴിവില്ലായ്മയെയും ദൗർബല്യത്തെയും നിരന്തരം ചൂഷണം ചെയ്തുകൊണ്ട് അവളെ നിസ്സഹായതയുടെ നിലയില്ലാക്കയങ്ങളിലേക്ക് തള്ളിക്കൊണ്ടിരുന്നു.

അവിടെപ്പോയതാവുമെന്നു കരുതി. അവിടെപ്പോകുന്നത് ഒരാളെ എത്രത്തോളം ധർമ്മസങ്കടത്തിലാക്കുന്ന അനുഭവമാണ് എന്ന കാര്യം ഇവർക്കാർക്കുമറിയില്ല.

ഓഫീസ് വിട്ട് അവിടെച്ചെന്നെത്തുമ്പോഴേക്കും സമയം ആറരയായിട്ടുണ്ടാവും. ആദ്യമായി അവിടെ ചെന്ന ദിവസം, അവിടെ പത്രം വായിച്ചുകൊണ്ടിരുന്ന, സോമയ്യാ എന്ന പേര് യൂണിഫോമിൽ പേറിയ ഒരു പൊലീസുകാരനോട് തിരക്കിയത്.

സോമയ്യ അവളെ അടിമുടി ഒന്നു നോക്കി.

“എന്താ പേര്?”

“അരുണ, അരുണ, ത്യാഗരാജൻ”

“ഓ? മദ്രാസി?”

“അതെ. സാർ.”

“മോള് എവിടെയുള്ളതാ? തടവുകാരന്റെ ആരാ?” സോമയ്യ തെലുങ്കുചുവയുള്ള തമിഴിൽ ചോദിച്ചു.

“സ്നേഹിതയാണ്.”

“എന്നുപറഞ്ഞാൽ?”

“ഫ്രണ്ടാണു സാർ. ഞാൻ മറ്റെന്താണു പറയുക?”

സോമയ്യ അശ്ലീലച്ചുവ കലർന്ന ചിരി ചിരിച്ചു.

“ഭാര്യ. അനിയത്തി” എന്നൊക്കെ പറഞ്ഞാൽ മനസ്സിലാവും. ഫ്രണ്ട് എന്നു പറഞ്ഞാൽ. മനസ്സിലാവുന്നില്ലല്ലോ. കാമുകിയാണെന്നോ വെപ്പാട്ടിയാണെന്നോ തെളിച്ചുപറയ്.”

അവൾ ക്ഷമയോടെ കേട്ടുനിന്നു.

“എന്താണു ബന്ധം എന്നതല്ല ഇപ്പോൾ പ്രധാനം.”

“എന്നാരു പറഞ്ഞു? ഭാര്യയാണെങ്കിൽ ഡി ഐ ജിയോട് ചോദിച്ചിട്ട് സൂപ്രണ്ട് കനിഞ്ഞേക്കും. ജാമ്യം കിട്ടാത്ത കുറ്റത്തിന് അകത്തു കിടക്കുന്ന ആളിനെ അത്ര ചുളുവിൽ കാണാൻ പറ്റുമെന്നു വിചാരിക്കേണ്ട.”

“സാർ, ഒരഞ്ചുമിനിറ്റു മതി.”

“അതൊക്കെ സൂപ്രണ്ട് തീരുമാനിക്കും.”

“ഞാൻ സൂപ്രണ്ടിനെ ചെന്നു കാണാം, സാർ.”

“അദ്ദേഹം പുറത്തു പോയിരിക്കുകയാണ്. എപ്പോ വരുമെന്നു പറയാൻ പറ്റില്ല.”

“വെയ്റ്റ് ചെയ്യാം. സാർ.”

“ശരി. പുറത്തു പോയിരിക്ക്.”

പുറത്തെ വരാന്തയുടെ മൂലയിലിട്ടിരുന്ന ബെഞ്ചിനരികിലേക്കു നടക്കുമ്പോൾ. സോമയ്യാ ആരോടോ മറാത്തിയിൽ പറയുന്നതു കേട്ടു.

"കണ്ടില്ലേ, ഈ മദ്രാസിക്കുട്ടികളൊക്കെ വല്ലാതെ മാറിപ്പോയി!""

വന്നവരും പോകുന്നവരുമൊക്കെ സംശയദൃഷ്ടിയോടെ നോക്കിക്കൊണ്ട് കുശുകുശുക്കുകയും കമന്റടിക്കുകയും ചെയ്യുന്നതു വകവെക്കാതെ, സൂപ്രണ്ടിന്റെ വരവിനായി എട്ടരമണിവരെ കാത്തിരിക്കും. പിന്നീട് നിരാശയോടെ റെയിൽവേ സ്റ്റേഷനിലേക്ക് തിരിച്ചുപോകും. ഫ്ളാറ്റ് സമുച്ചയത്തിനടുത്തെത്തുമ്പോൾ ആറാം നിലയിലെ ജനാലയ്ക്കരുകിൽ റോഡിലേക്കു കണ്ണുംനട്ടു നില്ക്കുന്ന അമ്മയെ കാണാൻ കഴിയും. വീട്ടിനകത്തു കടന്നു കഴിഞ്ഞാൽപ്പിന്നെ, അരമണിക്കൂർ അമ്മയുടെ ശകാരവർഷമായിരിക്കും.

ഇന്ന് ഓഫീസ് വിട്ടാൽ നേരംവീട്ടിലേക്കു പോകണം. 'അവിടെ'ച്ചെന്ന് സോമയ്യായോട് കേണപേക്ഷിക്കാനുള്ള ശക്തി ഇന്നില്ല. സ്വാധീനമുള്ള വരാരെങ്കിലുമുണ്ടോ എന്നന്വേഷിക്കണം. തനിക്ക് ആരെയും നേരിട്ടറിഞ്ഞുകൂടാ. വിവേകിന് അവിടത്തെ പ്രധാനികളെയെല്ലാം നല്ല പരിചയമാണ്. മുമ്പ് മന്ത്രിമാർവരെ വിവേകിന്റെ തോളത്തു കൈയിട്ട് പ്രാതലിനു ക്ഷണിച്ചിട്ടുള്ളതാണ്. പൊലീസുദ്യോഗസ്ഥർ സായാഹ്നവേളകളിൽ ഡ്രിങ്ക്സിന് ക്ഷണിക്കാറുണ്ടായിരുന്നു.

കമ്പ്യൂട്ടർ സ്ക്രീനിൽ ഡി ഐ ജി ഷിരോദ്കറിന്റെ മുഖം തെളിഞ്ഞു.

രഞ്ജിത് ഷിരോദ്കർ

മര്യാദക്കാർക്ക് നല്ലവനും ഭയങ്കരന്മാർക്കു ഭയങ്കരനുമാണ് താനെന്ന് പറയുന്ന ഷിരോദ്കറുടെ അധരങ്ങളിൽ എപ്പോഴും അഭിമാനം സ്ഫുരിക്കുന്ന പുഞ്ചിരി കളിയാടിയിരുന്നു. അയാളുടെ അംഗപ്രത്യംഗം ആത്മവിശ്വാസം നിറഞ്ഞുനിന്നു. ഒരിക്കൽ ഷിരോദ്കറെ കാണാൻ പോയ വിവേകിനൊപ്പം താനുമുണ്ടായിരുന്നു.

"ഞാനിന്ന് ഷിരോദ്കറെ കാണാൻ പോകുന്നുണ്ട്. എന്റെ കൂടെ പോന്നോളൂ." എന്നു പറഞ്ഞപ്പോൾ കൂടെപ്പോയതാണ്. വിവേക് തന്നെ ഷിരോദ്കറിനെ പരിചയപ്പെടുത്തിയപ്പോൾ അയാൾ പ്രത്യേകിച്ച് ഒരു താല്പര്യവും പ്രകടിപ്പിച്ചില്ല. ഒരു കുപ്രസിദ്ധ കടത്തൽ സംഘത്തെ പിടിച്ചിട്ട് കുറച്ചുനാളുകളേ ആയിരുന്നുള്ളൂ. അതുമായി ബന്ധപ്പെട്ട ചില വിവരങ്ങൾ അറിയാൻ വേണ്ടിയാണ് വിവേക് ഷിരോദ്ക്കറെ കാണാൻ പോയത്.

"വിവേക് കണ്ടോളൂ. ആറേ ആറുമാസത്തിനുള്ളിൽ ഞാൻ സകല റൗഡികളെയും പിടിച്ച് അകത്താക്കും. പക്ഷേ, ഇവരെക്കൊണ്ട് ഈ പണി ചെയ്യിക്കുന്നവർ പുറത്തെവിടെയോ ആണ്. ഇവന്മാരെ എത്ര ചതച്ചാലും ജീവൻ പോയാലും ഒരക്ഷരം പുറത്തുവിടില്ല."

താനുള്ളതുകൊണ്ട് വീരസ്യം പറയുകയാണെന്ന് അതുകേട്ടപ്പോൾ തോന്നിയില്ല.

സിനിമയിലൊക്കെ കാണുന്നതുപോലെ തല്ലുമോ? എന്ന് അറിയാതെ ചോദിച്ചുപോയി.

ഷിരോദ്ക്കർ അവളെ നോക്കിച്ചിരിച്ചു. സിനിമ എടുക്കുന്നവര് പൊലീസ് സ്റ്റേഷൻ കണ്ടിട്ടും കൂടിയുണ്ടാവില്ല. അടിക്കുന്നതിനും ചില രീതികളൊക്കെയുണ്ട്. അടിയും തൊഴിയുമൊക്കെ ഉള്ളതുതന്നെയാണ്. പിന്നേ! റൗഡിയോടെന്തിനാ മര്യാദ കാണിക്കുന്നത്? അന്നേരം രണ്ടു കോൺസ്റ്റബിൾമാർ രണ്ടു ചെറുപ്പക്കാരെ അകത്തേക്ക് ഉന്തിക്കൊണ്ടു വന്നു. ഷിരോദ്കറുടെ അടുത്തുവന്ന് കുനിഞ്ഞ് ചെവിയിൽ എന്തോ പറഞ്ഞു.

"അകത്ത് ദൂരെ മാറിക്കൊണ്ടുപോയി കൈകാര്യം ചെയ്യണം. ഓവറാകരുത്. ഇവിടെ ഒരു ലേഡി ഇരിപ്പുണ്ട് എന്നതു മറക്കണ്ട." ഷിരോദ്ക്കർ മറാത്തിയിൽ പറഞ്ഞു.

കോൺസ്റ്റബിൾമാർ അവരെ ജയിലറയുടെ മൂലയിലേക്ക് കൂട്ടിക്കൊണ്ടു ചെന്നു മർദ്ദനം തുടങ്ങി. അവൾ ചകിതയായി നോക്കിയിരിക്കവെ ഷിരോദ്ക്കർ വിവേകുമായി എന്തോ നാട്ടുവർത്തമാനം പറഞ്ഞിരിക്കുകയാണ്. യുവാക്കൾ നിശ്ശബ്ദരായി മർദ്ദനം ഏറ്റുവാങ്ങിക്കൊണ്ടിരുന്നു. പെട്ടെന്ന് പൊലീസുകാർ അവരെ വിവസ്ത്രരാക്കി, മർമ്മസ്ഥാനത്ത് ഷോക്കേല്പിച്ചു. അപ്പോഴാണ് അവർ ദീനമായി നിലവിളിച്ചത്.

അവൾ കണ്ണുകൾ പൂട്ടി ഉറക്കെ വിളിച്ചുപോയി. "ഓ! മൈ ഗോഡ്!"

"ഏയ് എന്തുപറ്റി?" എന്ന് ഷോഭ ചോദിച്ചപ്പോഴാണ് ചിന്തകളിൽ നിന്നു മുക്തയായി അരുണ സാധാരണ നിലയിലേക്കു വന്നത്.

"കണക്ക് തെറ്റിപ്പോയി."

"നിന്റെ മുഖം വല്ലാതിരിക്കുന്നല്ലോ."

"ഓ നോ അയാം ഫൈൻ."

"അരുണാ നമ്മൾ കൂട്ടുകാരികളല്ലേ?"

അരുണ കമ്പ്യൂട്ടറിൽ നിന്നു കണ്ണെടുത്ത് ഷോഭയെ നോക്കി ചിരിച്ചു.

"അതെന്താ ഇപ്പൊ അങ്ങനെയൊരു സംശയം തോന്നാൻ?"

തെല്ലൊരവധാനതയോടെ ഷോഭ പറഞ്ഞുതുടങ്ങി.

"ഇപ്പോഴൊക്കെ നിന്നോട് സംസാരിക്കാൻ പോലും എനിക്കു പേടിയാവുന്നു. അരുണാ ഞാൻ ഒരു കാര്യം പറഞ്ഞാൽ തെറ്റിദ്ധരിക്കരുത്. നീ ചെന്നൈ ബ്രാഞ്ചിലേക്ക് മാറ്റം വാങ്ങി പോവുകയാണ് നല്ലതെന്ന് ഇവിടെ പൊതുവെ ഒരഭിപ്രായമുണ്ട്."

അരുണ ഒന്നു നിവർന്നിരുന്നു.

"ആരുടെ അഭിപ്രായമാണ്?"

"പൊലീസിന്റെ ഭാഗത്തുനിന്ന്."

അരുണ ഞെട്ടിപ്പോയി.

"നിനക്കെങ്ങനെ അറിയാം?"

"അതെങ്ങനെയോ ആകട്ടെ. അത് നല്ല ഐഡിയ ആണെന്ന് എനിക്കും തോന്നി."

അരുണ മറുപടിയൊന്നും പറഞ്ഞില്ല. ഷോഭ പറയുന്നതു വാസ്തവമാണോ എന്നു മനസ്സിലാവുന്നില്ല. ഒരുപക്ഷേ, തന്റെ നന്മയെക്കരുതി അവളായിട്ട് അങ്ങനെ പറഞ്ഞതാവാനും മതി.

ഓഫീസ് സമയം കഴിഞ്ഞപ്പോൾ അവൾ നേരെ വീട്ടിലേക്കു തിരിച്ചു. റോഡിന്റെ മൂലയിലുള്ള മങ്കാറാമിന്റെ കടയിൽനിന്ന് അമ്മയ്ക്കു വേണ്ടി ഒരു ടിൻ ദൂധ് പേഡ വാങ്ങി.

അവളെ കണ്ടപ്പോൾ അമ്മ ആശ്ചര്യമൊന്നും പ്രകടിപ്പിച്ചില്ല.

"ങാ വന്നോ? ഭാഗ്യം!" എന്നേ പറഞ്ഞുള്ളൂ.

"ഇന്ന് ആരോ ഫോണിൽ വിളിച്ച് അരുണയുടെ അച്ഛന്റെ പേര് എന്താണെന്നു ചോദിച്ചു."

അരുണ ടിൻ തുറന്ന് ഒരു പേഡ അമ്മയുടെ നേർക്കു നീട്ടി.

"എന്നിട്ട്? പറഞ്ഞോ?"

"ഇല്ല." അമ്മ ഒന്നു മടിച്ചിട്ട് തുടർന്നു. "എനിക്ക് നിന്റച്ഛന്റെ പേര് ഓർമ്മ വന്നില്ല."

മൂന്ന്

പതിനഞ്ചു വർഷം മുമ്പ് ലക്ഷക്കണക്കിനാളുകളുടെ ഹൃദയം കവർന്ന സിനിമാതാരമാണ് തന്റെ മുന്നിലിരിക്കുന്നത് എന്നു വിശ്വസിക്കാൻ പ്രയാസം തോന്നി. അമ്പതു വയസ്സുവരെയും ചെറുപ്പക്കാരനായി അഭിനയിച്ചിട്ടുണ്ടാവണം. കഥാനായകന്റെ റോൾ കിട്ടാതായപ്പോൾ ആരാധകരുടെ മനസ്സിൽ എവർ ഗ്രീൻ ഹീറോ ആയി ലബ്ധപ്രതിഷ്ഠ നേടാൻ വേണ്ടി സിനിമയിൽനിന്നും വിരമിച്ചതാവും. മേക്കപ്പ് അഴിച്ചപ്പോൾ മുഖത്ത് പ്രായം തെളിഞ്ഞു കാണുന്നു. ചുളിവുകൾ വീണ മുഖം. തടിച്ച ദേഹം. തലമുടി മാത്രം ഡൈ ചെയ്തിരിക്കുന്നു. ആത്മവിശ്വാസം നഷ്ടപ്പെട്ട് വിഷാദവും സങ്കോചവും മുഖത്ത് തെളിഞ്ഞു നില്ക്കുന്നു.

"നിങ്ങളുടെ അച്ഛൻ രമേഷ് ഷിരോദ്കറുടെ കാലംതൊട്ടുതന്നെ എനിക്ക് നിങ്ങളുടെ കുടുംബവുമായി പരിചയമുണ്ട്. മോനേ. സാധാരണ പരിചയമൊന്നുമല്ല. അടുത്ത സൗഹൃദം തന്നെയായിരുന്നു."

ഇയാൾ വിളമ്പുന്ന അസംബന്ധം കേട്ടുകൊണ്ട് എത്രനേരം ഇങ്ങനെ ഇരിക്കേണ്ടി വരുമോ ആവോ എന്നു ചിന്തിക്കുകയായിരുന്നു രഞ്ജിത് ഷിരോദ്ക്കർ.

"നിനക്കോർമ്മയുണ്ടാവില്ല." മുൻതാരം.

"നല്ല ഓർമ്മയുണ്ട്. താങ്കളും മറ്റൊരു നടനുമായിരുന്നു എന്റെ അച്ഛൻ കടക്കെണിയിൽ വീഴാൻ കാരണമായത്."

മുൻതാരം ഒന്നു പതറി. എന്നിട്ട് ഉറക്കെച്ചിരിച്ചു. "നന്നായി തമാശ പറയാനറിയാം അല്ലേ?"

"താങ്കളെ അച്ഛൻ ഒരുപടത്തിനുവേണ്ടി ബുക്ക് ചെയ്തിരുന്നു. ഡേറ്റു നിശ്ചയിച്ച് കാൾ ഷീറ്റ് വാങ്ങിയതാണ്. സെറ്റ് റെഡിയാക്കി കാത്തിരുന്നതു മിച്ചം. സെറ്റിന് ഒരു ദിവസം ഒന്നരലക്ഷം രൂപ വെച്ച് നഷ്ടം വന്നു. താങ്കൾ വന്നതേയില്ല. ഫോൺ വിളിച്ചിട്ടും കിട്ടിയില്ല. പി എ യ്ക്കുപോലും താങ്കൾ എവിടെയാണെന്ന് അറിയില്ലായിരുന്നു. അതുപോലെ മറ്റൊരു

നടൻ; അയാൾ കാൾഷീറ്റു തന്നു കഴിഞ്ഞാൽ അക്കാര്യം തന്നെ മറന്നു പോകും. പെട്ടെന്നൊരു ദിവസം ഏതെങ്കിലുമൊരു സ്വാമിജിയെ ദർശിക്കാൻ പൊയ്ക്കളയും. എന്റച്ഛൻ സെറ്റിൽ കാത്തുകാത്തിരുന്ന് വഞ്ചിതനായി."

മുൻതാരം ഒന്നു നിവർന്നിരുന്നു.

"നിങ്ങൾ അന്നു കൊച്ചുപയ്യനാ. ആൾക്കാരെ അങ്ങോട്ടുമിങ്ങോട്ടും മാറിപ്പോയിട്ടുണ്ടാവും. ഈ സംഗതി ഞാനാദ്യമായിട്ടാ കേൾക്കുന്നത്. ഞാൻ ഒരു പ്രൊഡ്യൂസറെയും മനഃപൂർവ്വം കബളിപ്പിച്ചിട്ടില്ല. പോരെങ്കിൽ രമേഷ് ഷിരോദ്കർ വളരെ നല്ലവനായിരുന്നു. അങ്ങോരെ ഞാനെന്തിനാണു കളിപ്പിക്കുന്നത്? ചിലപ്പോ എനിക്കു സുഖമില്ലാതെ വന്നു കാണും."

മുമ്പിലിരിക്കുന്നയാളുടെ മുഖത്തു പ്രകടമായ ജാള്യതയും അതിനടിയിലൂടെ തെളിഞ്ഞു വന്ന ഭീതിയും രഞ്ജിത്തിന്റെ മനസ്സിൽ ഹീനമായ ഒരു തൃപ്തിയുണ്ടാക്കി.

"അന്നത്തേതൊക്കെ മനസ്സിൽവെച്ച്, എന്നെ ഇപ്പൊ സഹായിക്കുകയില്ലെന്നു പറയരുതേ." മുൻ താരത്തിന്റെ ശബ്ദം ദയനീയമായിരുന്നു.

"കാലം വല്ലാതെ മോശമാണെന്ന് അറിയാമല്ലോ. ഇന്നലെയും ഫോണിൽ വിളിച്ച് ഭീഷണിപ്പെടുത്തി. ആരാണെന്നു മനസ്സിലായില്ല. നാട്ടിൽ നടക്കുന്ന സംഗതികൾ കാണുമ്പോ ഒരേ ആളു തന്നെയാണ് പലയിടത്തും കൈവെക്കുന്നതെന്ന് തോന്നിപ്പോകുന്നു. അതുകൊണ്ട് തന്നെ മുംബൈയിൽ സിനിമാലോകത്തുള്ളവരെല്ലാം വല്ലാത്ത ഭീതിയുടെ നിഴലിലാണ്. ഞാൻ എന്റെ മകനോടും മകളോടും ചെന്നൈയിലേക്കു പോകാൻ പറഞ്ഞിരിക്കയാണ്. ഞാനെവിടെപ്പോകാനാണ്? ഇന്ത്യയിൽ മുംബൈ പൊലീസാണ് നമ്പർ വൺ എന്നു പറയുന്നു. സ്കോട്ട്ലൻഡ് യാഡ് കഴിഞ്ഞാൽ അടുത്തത് മുംബൈ പൊലീസാണെന്നത് അംഗീകരിക്കപ്പെട്ട കാര്യമാണ്. അങ്ങനെയിരിക്കെ ഇവിടെത്തന്നെ രക്ഷയില്ലെന്ന തോന്നൽ ഞങ്ങൾക്കുണ്ടാവാൻ പാടില്ലാത്തതല്ലേ?"

മുംബൈ പൊലീസിനെ പ്രശംസിച്ചു സംസാരിച്ചത് രഞ്ജിത്തിന്റെ മനസ്സിൽ ചെറിയൊരു ചലനമുണ്ടാക്കി.

"ശരി. ആകട്ടെ ഇന്നു രാത്രി മുതൽ മൂന്നുപേർ കാവലുണ്ടായിരിക്കും."

"പൊലീസാണെന്ന് മറ്റാരുമറിയരുത്."

"ഇല്ല."

താരം എഴുന്നേറ്റു. "വളരെ നന്ദിയുണ്ട് കുട്ടാ. എങ്ങനെയാണു നന്ദി പറയേണ്ടത്?"

"എന്നെ വന്നു കണ്ട സംഗതി ഒരാളോടും പ്രത്യേകിച്ച് സിനിമയുമായി ബന്ധമുള്ളവരോട് പറയരുത്."

"ശരി. പറയില്ല. മറ്റെന്തെങ്കിലും?"

നിങ്ങൾക്കു പോകാം. എന്ന മട്ടിൽ രഞ്ജിത് ഫയലുകൾ നോക്കാൻ തുടങ്ങി.

ഇപ്പോഴും താൻ ഹീറോപ്പാർട്ട് തന്നെ എന്ന മട്ടിൽ അയാൾ ഗാംഭീര്യത്തോടെ മടങ്ങി.

ഇവരെയൊക്കെ ഞാനെന്തിനു സഹായിക്കണം? അയാളുടെ മനസ്സിൽ കോപം പതഞ്ഞുപൊങ്ങി. ആ ദേഷ്യം മുഴുവനും സിനിമാലോകത്തോട് സ്വാഭാവികമായുണ്ടായ വെറുപ്പിൽ നിന്നു മുള പൊട്ടിയതാവാം. അച്ഛനെ കൊന്നത് ആ ലോകമാണ് യൗവനത്തിലെ പ്രതീക്ഷകളെയും സ്വപ്നങ്ങളെയും ഭസ്മമാക്കിയ ലോകം.

അന്ന് മുംബൈ സിനിമാ ലോകത്തിൽ പ്രമുഖനായിരുന്നു അച്ഛൻ. വീട്ടിൽ എപ്പോഴും അതിഥികൾ. കൂടെക്കൂടെയുള്ള വിരുന്നു സൽക്കാരത്തിനെത്തുന്ന പ്രശസ്തതാരങ്ങളെ ഒന്ന് കാണാൻ ഗേറ്റിനു പുറത്ത് സാധാരണജനം മണിക്കൂറുകളോളം കാത്തുനില്ക്കുമായിരുന്നു. ഷാമ്പെയ്നും, വോഡ്കയും വിസ്കിയും നുരഞ്ഞു തുളുമ്പും. എല്ലാം വെറും മായക്കാഴ്ചകളാണെന്ന് മനസ്സിലായത് പിന്നീടാണ്. അച്ഛന് അമിത വിശ്വാസമായിരുന്നു. മുൻനിര താരങ്ങളുടെ ഇമേജിന് അവരേക്കാൾ വലുപ്പം വെച്ചപ്പോൾ അവരുടെ സ്വഭാവം മാറുമെന്നു ചിന്തിക്കാതെ, അവർക്കുവേണ്ടി സെറ്റുകളിട്ട് കാത്തിരുന്ന അച്ഛൻ, കടം വാങ്ങിയാണ് സെറ്റ് നിർമ്മിക്കുന്നത്. അങ്ങനെ കാത്തിരുന്ന് പാതി വഴിയിൽ നിന്നുപോയത് രണ്ടു സിനിമാ പ്രോജക്ടുകളാണ്.

ഒരു ദിവസം രാത്രി.

അന്ന് പരീക്ഷയ്ക്കുള്ള തയ്യാറെടുപ്പിൽ കിടക്കാൻ വൈകി. ലൈറ്റണച്ച് കിടക്കാനൊരുങ്ങുമ്പോൾ അച്ഛൻ താഴെ പൂന്തോട്ടത്തിൽ ഉലാത്തുകയാണ്.

അയാൾ ആശ്ചര്യത്തോടെ താഴെയിറങ്ങിച്ചെന്നു.

"മണി രണ്ടായല്ലോ. അച്ഛനിതുവരെ ഉറങ്ങിയില്ലേ?"

"ഉറക്കം വരുന്നില്ല. മോനേ."

"എന്തേ?"

"അച്ഛന്റെ കണ്ണുകൾ അസ്വസ്ഥമായി അങ്ങുമിങ്ങും പരതി നടക്കുന്നത് ശ്രദ്ധയിൽപ്പെട്ടു.

"എങ്ങനെ ഉറക്കം വരാനാണ്? സെറ്റ് നിർമ്മിക്കലും അഴിച്ചെടുക്കലും തന്നെ പണി. അതുകാരണം ഓരോ ദിവസവും ലക്ഷക്കണക്കിനു രൂപയുടെ നഷ്ടമാണ്. അതും പോരാഞ്ഞ് കടം കൂടിക്കൂടി വരുന്നു. ഞാനെങ്ങനെ വീട്ടും?"

പകൽസമയത്ത് തലയെടുപ്പോടെ നടക്കുന്ന അച്ഛൻ ആ രാത്രിയിൽ ജീവസ്സറ്റ് തകർന്നു തരിപ്പണമായതുപോലെ കാണപ്പെട്ടു.

"ഈ സിനിമയുടെ പണി ഇനി വേണ്ടച്ഛാ." അയാൾ ആവേശപൂർവ്വം പറഞ്ഞു. "വേറെ എന്തെങ്കിലും ജോലി ചെയ്യാൻ ശ്രമിച്ചൂടെ?"

അദ്ദേഹം നിഷേധാർത്ഥത്തിൽ തല കുലുക്കി.

"എനിക്കു മറ്റൊരു പണിയും അറിഞ്ഞുകൂടാ. നീ ഏതായാലും ഇതിലേക്കു വരണ്ട. നല്ലോണം പഠിക്ക്."

അയാൾ മടിച്ചു നിന്നു. വിഷമിക്കണ്ട. ഞാൻ അച്ഛനെ രക്ഷിക്കാം എന്നു പറയണമെന്നുണ്ടായിരുന്നു പക്ഷേ, കഴിഞ്ഞില്ല.

“ഇതൊക്കെ ഞാൻ ശരിയാക്കിക്കൊള്ളാം പോ. നീ പോയി നന്നായി പഠിക്ക്.” അദ്ദേഹം അയാളെ പറഞ്ഞുവിട്ടു.

പരീക്ഷാഫലം വന്ന ദിവസം. ക്ലാസിൽ ഒന്നാമതായി ജയിച്ചതിന് അമ്മ വിരുന്നൊരുക്കുന്ന തിരക്കിലായിരുന്നു. ആ സമയത്ത് അച്ഛൻ കിടപ്പുമുറിയിൽ സ്വയം വെടിവെച്ച് ആത്മഹത്യ ചെയ്തു.

അന്ന് മുതൽ ആ യുവമനസ്സിൽ കനലെരിഞ്ഞു തുടങ്ങി. പ്രപഞ്ചത്തെയാകെ ഭസ്മമാക്കാൻ പോന്ന, വൈരാഗ്യത്തിന്റെ അഗ്നിഗോളം അതിൽ നിന്നുണ്ടായി. അയാൾക്ക് വലിയവലിയ ആഗ്രഹങ്ങളോ സ്വപ്നങ്ങളോ ഇല്ലായിരുന്നു. എന്നാൽ അനുദിനം ആ മനസ്സിൽ ചുരന്നുകൊണ്ടിരുന്ന വൈരാഗ്യം. അതിനെ ഒന്നും ചെയ്യാൻ അയാൾക്കു കഴിഞ്ഞില്ല. സമൂഹത്തെ ഏതുവിധേനയും ശിക്ഷിക്കണമെന്ന പൊറുതിമുട്ടൽ അയാളെ അസ്വസ്ഥനാക്കിക്കൊണ്ടിരുന്നു. അതിനുള്ള ഒരു വഴിയേ അയാൾ കണ്ടുള്ളൂ.

പൊലീസിൽ ചേരണം. എല്ലാ സാമൂഹ്യദ്രോഹികളെയും ചാട്ടവാറുകൊണ്ടടിക്കാനുള്ള അധികാരം നേടണം. ഭരണഘടനയുടെ അംഗീകാരത്തോടെ കിട്ടുന്ന അധികാരം. അനന്ത സാദ്ധ്യതകളുള്ളത്. ഐ പി എസ് പരീക്ഷ ഉയർന്ന റാങ്കോടെ പാസായശേഷം മുംബൈയിൽ പോസ്റ്റിങ് കിട്ടി. പദവിയേല്ക്കുമ്പോൾ മനസ്സിൽ വലിയ ലക്ഷ്യങ്ങളായിരുന്നു. ഭയങ്കരമായ അധോലോകങ്ങളുള്ള ദുഷ്പ്പേരിന്റെ കറവീണ മഹാനഗരം തന്റെ കൈകൾകൊണ്ടു പാവനമാക്കപ്പെടാൻ പോകുന്നതായി അയാൾ സ്വപ്നം കണ്ടു.

ഡിപ്പാർട്ടുമെന്റിൽ ചേർന്ന് ഒരു വർഷത്തിനുള്ളിൽത്തന്നെ ഒരു സംഗതി മനസ്സിലായി. മുംബൈയുടെ കളങ്കം പൊലീസ് വകുപ്പിന്റെ മുക്കിലും മൂലയിലും വരെ വ്യാപിച്ചിരിക്കുന്നു. ആദ്യം അതൊരു ഷോക്കായിരുന്നു. പിന്നീട്, ക്രമേണ അതു വിരക്തിയിലേക്കു വഴിമാറി. ഈ കൂട്ടർക്കിടയിൽ തനിച്ചു നില്ക്കാൻ കഴിയില്ലേ? സത്യസന്ധരായവർ ഇവിടെയും ഇല്ലാതില്ല. പക്ഷേ, ഭൂരിപക്ഷ സമ്മർദ്ദത്തിൽപ്പെട്ട് അവർ നിശ്ശബ്ദരായി. അല്ലെങ്കിൽ ആക്കപ്പെട്ടു.

അച്ചടക്കവും സത്യസന്ധതയും മുറുകെപ്പിടിക്കുന്നതിൽ അയാൾ പുലർത്തിയ തീവ്രത, മതമൗലികവാദികളുടേതിനു തുല്യമാണെന്ന് ചിലരെങ്കിലും മറഞ്ഞു നിന്ന് പരിഹസിച്ചു. വകുപ്പിലുള്ള എല്ലാ സീനിയർ ജൂനിയർ പെരുച്ചാഴികളെയും പറ്റിയുള്ള വിവരങ്ങൾ അയാൾക്കു നന്നായി അറിയാമായിരുന്നു. അധോലോക ദാദാമാരുടെയടുത്തു നിന്ന് ആര് എന്തൊക്കെ വാങ്ങിയെന്നും അറിയാം. പണം, വേശ്യ, വീട്, പിന്നെയും എന്തൊക്കെയോ... അവരെയെല്ലാം നിരത്തിനിർത്തി കാർക്കിച്ചുതുപ്പാൻ കഴിഞ്ഞിരുന്നെങ്കിൽ? ഇവരും രാഷ്ട്രീയക്കാരും അധോലോകനായകന്മാരും കൂടി അയാളുടെ മനോഹരമായ പ്രസരിപ്പാർന്ന മുംബൈയെ സർവ്വനാശം ചെയ്തു കളഞ്ഞു. അതിനെ വീണ്ടെടുക്കണമെങ്കിൽ തന്നെ

പ്പോലുള്ളവരുടെ ഒരു വലിയ അക്ഷൗഹിണി തന്നെ വേണ്ടിവരുമെന്നാലോചിച്ചപ്പോൾ അയാൾ ക്ഷീണിതനായി. പ്രതീക്ഷിക്കാത്തിടത്തുനിന്നെല്ലാം എതിർപ്പുകൾ പൊന്തി. സുഹൃത്തുക്കളാണെന്നും സാധു പ്രകൃതികളാണെന്നും കരുതിയിരുന്ന, വിശ്വസിച്ചിരുന്നവരൊക്കെ പുറ്റിൽ നിന്നും പുറത്തേക്കിഴഞ്ഞിറങ്ങി.

കഴിഞ്ഞ പതിനഞ്ചു നാളുകൾക്കിടെ നേരിടേണ്ടിവന്ന കമ്പനികളിൽനിന്ന് മുംബൈ നഗരം ഇനിയും മുക്തനായിട്ടില്ല. അല്ല, താൻപോലും നോർമ്മലായിട്ടില്ല, പിന്നല്ലേ? അക്രമത്തിൽ പങ്കെടുത്തെന്ന് സംശയിക്കപ്പെട്ടവരെയെല്ലാം അകത്താക്കിക്കൊണ്ടിരിക്കയാണ്. ദിവസവും ഏതെങ്കിലും ഒരു സീനിയർ ഓഫീസർ ഫോൺ ചെയ്യുന്നു. അയാളെ വിട്ടേക്ക് ഇന്നാരുടെ ബന്ധുവാണ് വെറുപ്പിക്കാൻ പാടില്ല. എത്രപണം വേണമെങ്കിലും തരും..

ഇതു കേട്ട് കേട്ട് സഹികെട്ടപ്പോൾ അയാളൊരിക്കൽ ഇങ്ങനെ പറഞ്ഞു.

"ദയവുചെയ്ത് എന്റെ ഡ്യൂട്ടി ചെയ്യാൻ എന്നെ അനുവദിക്കൂ. ഇല്ലെങ്കിൽ എനിക്കു നിങ്ങളെയും സംശയിക്കേണ്ടിവരും."

രാപ്പകലെന്യേ പൊലീസ് വകുപ്പിലെ മുഴുവൻ ആളുകളും പണിയെടുത്താൽപ്പോലും മതിയാവാത്ത വിഷമഘട്ടം. അയാൾ ജോലിചെയ്ത് വലഞ്ഞു. എന്നാൽ അങ്ങനെയൊരു കാര്യഗൗരവം മറ്റുള്ളവർക്കൊന്നും വേണ്ടത്രയില്ല എന്ന കണ്ടെത്തൽ അയാളിൽ ഞെട്ടലുണ്ടാക്കി.

മുറിക്കു പുറത്ത് കുറേപ്പേർ സംസാരിക്കുന്നതിന്റെ ആരവം കേൾക്കാനുണ്ട്.

രഞ്ജിത് ഷിരോദ്കർ ജാഗരൂകനായി. ഒരു കോൺസ്റ്റബിൾ അകത്തുവന്ന് സല്യൂട്ട് ചെയ്തു.

"എന്താ?"

"കള്ളനോട്ടുമായി മാരുതിവാനിൽ പോയിരുന്ന രണ്ടുപേരെ നവി മുംബൈ റോഡിൽ വെച്ചു ഞങ്ങൾ പിടികൂടി കൊണ്ടുവന്നിട്ടുണ്ട്."

"എത്രയുണ്ട്?"

"അഞ്ചുലക്ഷം."

"അവരെന്താ പറയുന്നത്?"

"ഒന്നും പറയുന്നില്ല."

"അകത്തേക്കു കൂട്ടിക്കൊണ്ടു വാ."

"ആഗതരെ കണ്ടിട്ട് വിദ്യാഭ്യാസമുള്ള പരിഷ്കൃതരായ ബിസിനസുകാരെപ്പോലെ തോന്നിച്ചു. പൊലീസുകാർ അവരെ കഴുത്തിനു പിടിച്ച് ഉന്തിക്കൊണ്ട് അകത്തേക്കു കൊണ്ടുവന്നു. സാബിന്റെ മുമ്പിൽവെച്ച് അവരെ എങ്ങനെ കൈകാര്യം ചെയ്യണമെന്ന് പൊലീസുകാർക്കറിയാം. തുടർച്ചയായി പ്രഹരിച്ചുകൊണ്ട് അവർ ശകാരിച്ചു.

"പറയിൻ സാബിനോടു പറയിൻ. ആരാ നിങ്ങൾക്കു പണം ഏല്പിച്ചുതന്നത്."

തല്ലു കൊണ്ടവർ. 'അറിയില്ലെ'ന്ന് പറഞ്ഞു കൊണ്ടിരുന്നു.

പൊടുന്നനെ താടിയിൽ ഒരു മുഷ്ടിപ്രഹരമുണ്ടായി. എന്നിട്ടും അറിയില്ലെന്ന ആവർത്തിക്കലും വീണ്ടും നിർത്താതെയുള്ള മർദ്ദനവും.

രഞ്ജിത് ഒരുതരം മടുപ്പോടെ അവരെ ശ്രദ്ധിച്ചുകൊണ്ടിരുന്നു. നല്ല ഇംഗ്ലീഷ് ഉച്ചാരണം. നല്ല വൃത്തിയായി വസ്ത്രധാരണം. ഇവർ ചെയ്യുന്ന ജോലിയെന്താണെന്ന് ഇവരുടെ അച്ഛനമ്മമാർക്ക് അറിവുണ്ടാവുമോ എന്നയാൾ സംശയിച്ചു. ഒരുപൊലീസുകാരൻ മേശപ്പുറത്തേക്ക് ഒരു സഞ്ചി കമഴ്ത്തി. കെട്ടുകെട്ടായി പുതുപുത്തൻ നോട്ടുകൾ. കള്ളനോട്ടിൽ മഹാത്മാഗാന്ധിയുടെ മുഖം, പല്ലില്ലാത്ത മോണ കാട്ടി ചിരിക്കുന്നു.

"ആരാ നിങ്ങൾക്കു പണം തന്നത്? സത്യം പറഞ്ഞാൽ ജീവൻ ബാക്കികിട്ടും. തനിക്കു സാബിനെക്കുറിച്ചറിയില്ല."

"ആരാണെന്നറിയില്ല. ഒരാൾ ഫോണിൽ വിളിച്ച് ഈ ബാഗെടുത്തോളാൻ പറഞ്ഞു."

രഞ്ജിത്തിന്റെ ക്ഷമ നശിച്ചു.

അവരുടെ വസ്ത്രങ്ങളൊക്കെ ഊരിയിട്ട്. അയാൾ തന്റെ സിൽബന്ധികളോട് ആജ്ഞാപിച്ചു.

"ഒരു മുൻപരിചയവുമില്ലാത്ത ഒരാള് അഞ്ചുലക്ഷം രൂപ എടുത്തോണ്ടു പൊയ്ക്കോളാൻ പറഞ്ഞു, അല്ലേ? ആരോടാ നീ പുളുവടിക്കുന്നത്?"

ബെൽറ്റുകൊണ്ടുള്ള മർദ്ദനമേറ്റപ്പോൾ, "ബാറിൽ കുടിച്ചുകൊണ്ടിരുന്നപ്പോ ഒരാൾ ഇതു കൊണ്ടുവന്നു തന്നു." എന്ന് ഒരുവൻ പറഞ്ഞു.

"അയാളുടെ പേരെന്താ?"

"അറിഞ്ഞുകൂടാ."

രഞ്ജിത് തന്റെ ആളുകളോട് അടുത്ത നടപടിക്രമത്തിലേക്കു കടക്കാൻ സംജ്ഞ നല്കി. എന്നിട്ട് അയാൾ ജനാലയ്ക്കരികിൽ ചെന്നു നിന്നു. ചാട്ടവാറും വൈദ്യുതക്കമ്പികളും ഉപയോഗിച്ച് അവർ പൊലീസ് മുറ പ്രയോഗിച്ചുകൊള്ളും. ദുർബ്ബലനാണെങ്കിൽ ഉടനെതന്നെ സത്യം പറയും. എന്നിട്ടും മെരുങ്ങിയില്ലെങ്കിൽ മറ്റുപ്രയോഗങ്ങൾ ആവശ്യമായി വരും.

- നിന്റെ അമ്മയെ ഇവിടെ കൊണ്ടുവന്ന് തല്ലും. നിന്റെ കുഞ്ഞിനെ മർദ്ദിക്കും. എന്നിങ്ങനെ ഒടുവിൽ ഈ ഭീഷണിക്കാണു മിക്കപ്പേരും വഴങ്ങുക.

അങ്ങുതാഴെ, മുംബൈയുടെ ലോകം പതിവുപോലെ തിരിയുന്നു. ഫുട്പാത്തിലെ കടകൾ ചുറുചുറുക്കോടെ പ്രവർത്തിക്കുന്നു. ഒരു ജ്യൂസ് കടയുടെ മുമ്പിൽ ജീൻസ് ധരിച്ച ഒരു സംഘം അവരുടെ ശ്രദ്ധയാകർഷിക്കാൻ ഭിക്ഷക്കാരനായ ഒരു ബാലൻ കൈനീട്ടിക്കൊണ്ട് നിരന്തരം ശ്രമിക്കുന്നു. ഇതിനിടെ അതിശീഘ്രം നടന്നു പോവുന്ന കാൽനടക്കാർ. ചീറിപ്പായുന്ന വാഹനങ്ങൾ എല്ലാം പതിവുപോലെ.

നഗ്നമായ ദേഹത്ത് വീഴുന്ന ചാട്ടവാറടിയുടെ ശബ്ദവും അതിനെത്തുടർന്ന് ദീനമായ നിലവിളികളും അന്തരീക്ഷത്തിൽ ഉയർന്നുകേട്ടു.

'എങ്കിലും, നിന്റെ കുഞ്ഞിനെ നിന്റെ മുന്നിലിട്ട് തല്ലും.' എന്ന അവസാനത്തെ പ്രയോഗത്തിലേ വിവരങ്ങൾ പുറത്തു വന്നുള്ളൂ.

അവരിൽ പ്രായക്കൂടുതൽ തോന്നിച്ചയാളുടെ സ്നേഹിതയായ ബാൾ ഡാൻസറാണ് ഈ ബിസിനസ് ഡീൽ ഏർപ്പാട് ചെയ്തത്. അഞ്ചു ലക്ഷം കള്ളനോട്ടിനു പകരം മൂന്നുലക്ഷം അസ്സൽ നോട്ട് കൊടുത്തുവത്രേ. വാങ്ങിയ ആൾ പാകിസ്ഥാൻ ഏജന്റാണെന്നു തോന്നുന്നതായി അയാൾ അറിയിച്ചു.

ഡാൻസറുടെ പേരും വിലാസവും കുറിച്ചെടുക്കപ്പെട്ടു. കള്ളനോട്ടു വ്യാപാരികളെ പൊലീസ് കൂട്ടിക്കൊണ്ടുപോയി. പ്രഹരമഴ പിന്നെയും തുടരും. 'ഇനിയും നീയെങ്ങനെ വെപ്പാട്ടീടെ കൂടെ കെടക്കും.' എന്നു ശകാരവർഷം ചൊരിഞ്ഞുകൊണ്ട് അവർ മർമ്മസ്ഥാനത്ത് പ്രഹരിക്കും.

കേസ് ചാർജ്ജുചെയ്ത് ജാമ്യത്തിലിറങ്ങിയാൽ വീണ്ടും കള്ളനോട്ട് ബിസിനസ് തന്നെ. പിടിക്കപ്പെടുന്നതുവരെ മാന്യന്മാരായി ജീവിക്കും. ഭംഗിയായ വേഷവിധാനങ്ങളോടെ സുന്ദരമായ ഇംഗ്ലീഷിൽ സംസാരിച്ചുകൊണ്ട് അങ്ങനെ. ഇവരുടെ പിന്നിൽ സുഹൃത്തായ വിദേശവലയം തന്നെയുണ്ടെന്നുള്ള കാര്യത്തിൽ രഞ്ജിത്തിനു സംശയമില്ല. ആ നൃത്തക്കാരിയെ പിടികൂടിയാൽ വേണ്ട വിവരങ്ങൾ കിട്ടും. സമീപകാലത്തുണ്ടായ തുടർച്ചയായ അക്രമങ്ങളുമായി ഇതിനു ബന്ധമുണ്ടാവാം. കാലത്ത്, മുൻസിനിമാ താരം പറഞ്ഞത് ഓർത്തുപോയി.

ഒരേ ആളുതന്നെയാണ് എല്ലായിടത്തും അതിക്രമം നടത്തുന്നതെന്നു തോന്നുന്നു.

അങ്ങേരുടെ ഊഹം ശരിതന്നെ. പക്ഷേ, അങ്ങേർ പറഞ്ഞ ആള് ഒറ്റയ്ക്കാവില്ല. പല സംഘങ്ങളായി, ഒരേ ലക്ഷ്യത്തിനുവേണ്ടി പോരാടുന്നവരാവാം. ഒരേസമയം പലയിടത്തും അക്രമം നടത്തുന്ന വ്യൂഹമാവാനും മതി. നോട്ടടിക്കുന്ന ഒരു സംഘമാണെങ്കിൽ അതു വ്യാപിക്കുന്നത് മറ്റൊരു സംഘമായിരിക്കും. ഉത്തരവാദബോധമില്ലാത്ത, സ്വാർത്ഥമതികളായ ആളുകൾ നിരവധിയുള്ളപ്പോൾ അത്തരക്കാർക്ക് ഒരുപ്രശ്നവുമില്ല. മുംബൈ മഹാനഗരം ആസൂത്രിതമായ കുറ്റകൃത്യങ്ങളുടെ വലയിൽ അകപ്പെട്ടിരിക്കുന്നതോർത്ത് അയാളുടെ രക്തം തിളച്ചു. പിടിക്കപ്പെടുന്നവർ വെറും ആജ്ഞാനുവർത്തികളാണ്. ഇവരെക്കൊണ്ടു കുറ്റം ചെയ്യിക്കുന്നവർ മറ്റെവിടെയോ ഉണ്ട്. അകലെ... ചിലപ്പോൾ കടലിനക്കരെ... താഴെത്തട്ടിലുള്ള ഇവരെ പിടികൂടുമ്പോൾ പകരം പുതിയവർ പ്രത്യക്ഷപ്പെടുന്നു. വെട്ടുന്തോറും തലമുളയ്ക്കുന്ന അസുരനെപ്പോലെ എന്നിരിക്കിലും. ഇവരെ പിടിക്കേണ്ടത് പ്രധാനം തന്നെ. പൂർണ്ണസ്വാതന്ത്ര്യമുണ്ടായിരുന്നെങ്കിൽ പിടിക്കപ്പെടുന്നവരെയൊക്കെ അയാൾ വെടിവച്ചു കൊന്നേനെ. അവരെ കാണുന്ന മാത്രയിൽത്തന്നെ അയാൾക്ക് ദേഷ്യം ഇരച്ചുകയറും. അത് അടക്കാൻ അയാൾ ശ്രമിക്കാറുമില്ല. ഇന്ത്യൻ പൗരന്മാരാണെന്നു പറഞ്ഞുകൊണ്ട് ഈ മണ്ണിൽ ജീവിക്കാൻ തന്നെ അർഹതയില്ലാത്തവരാണവർ. അയാളുടെ നിഘണ്ടുവിൽ ഇവർക്ക് മാപ്പ് എന്ന

വാക്കുപോലുമില്ല. വിദ്യാഭ്യാസമില്ലാത്ത ക്രിമിനലുകളേക്കാൾ അഭ്യസ്ത വിദ്യരും ഇംഗ്ലീഷിൽ നന്നായി സംസാരിക്കുന്ന ക്രിമിനലുകളാണ് അയാളെ കൂടുതൽ പ്രകോപിപ്പിക്കുന്നത്. അവരെ കൈയിൽ കിട്ടിയാൽ വിവസ്ത്രരായി തൊലിയുരിച്ചാലേ അയാളുടെ ദേഷ്യം അടങ്ങുകയുള്ളൂ. ഇത്തരം ക്രൂരമായ നടപടികൾ അയാളിൽ ഒരു അപകർഷതയുണ്ടാക്കാറില്ല. അയാൾ അണിയുന്ന യൂണിഫോം അതിനുള്ള ശക്തിപകരുന്നുണ്ട്.

"ആ ശക്തിയെ ഇയാൾ ദുപുയോഗപ്പെടുത്തുകയില്ലെന്ന് ഉറപ്പു പറയാൻ പറ്റുമോ?"

ഈ ചോദ്യമെറിഞ്ഞത് സരളമായി ആംഗലം സംസാരിക്കുന്ന ലീവൈസ് ജീൻസിട്ടു നടക്കുന്ന വിവേകാണ്. അന്ന് അയാൾക്കൊപ്പം ഒരു തമിഴ് പെൺകുട്ടിയുമുണ്ടായിരുന്നു.

"ഒരു റൗഡി കള്ളം പറയുമ്പോൾ അവനെ മർദ്ദിച്ചു ചോദ്യം ചെയ്യുന്നത് തെറ്റാണോ?"

"അതല്ല. ഞാൻ പറയുന്നത് ഇപ്പൊ തനിക്ക് ഒരാളോട് വിരോധം തോന്നുന്നുവെന്നുവെക്കുക. അയാളെ എങ്ങനെ ശിക്ഷിക്കാമെന്ന് താൻ ആലോചിക്കുന്നു. ഉടനെ ഒരു കേസുണ്ടാക്കി അയാളെ അകത്താക്കാൻ തനിക്കു കഴിയും. തന്നെ എതിർക്കാനുള്ള ശക്തി അയാൾക്കില്ലെന്നു വന്നാൽ അത് തനിക്കൊരു അസാമാന്യബലമാവുകില്ലേ?"

"വിഡ്ഢിത്തം പറയാതെ." അയാൾ ചിരിച്ചു.

"ഞാനങ്ങനെ കള്ളക്കേസുണ്ടാക്കുന്ന ആളല്ല."

അറസ്റ്റ് ചെയ്യാൻ ചെന്നപ്പോഴും വിവേക് ഏതാണ്ട് ഇതേ വാചകങ്ങളാണ് ആവർത്തിച്ചത്.

"എതിർക്കാനുള്ള ശക്തി എനിക്കില്ലെന്നുള്ള അഹന്തയാണു തനിക്ക്. ഒരു ദിവസം ഇതിനു നിങ്ങൾ ദൈവത്തിനോട് ഉത്തരംപറയേണ്ടിവരും. പറഞ്ഞേ പറ്റൂ."

രഞ്ജിത് ജനലിനടുത്തേക്കു നടന്നു. എല്ലാ ക്രിമിനലുകളും രക്ഷിക്കാൻ ആരുമില്ലാതെയാകുമ്പോഴാണ് ദൈവത്തെ ഓർമ്മിക്കുന്നത് എന്നത് തമാശയായി തോന്നുന്നു.

താഴെ ജ്യൂസ് കടയിലിപ്പോൾ മറ്റൊരു യുവസംഘമാണ്. ഭിക്ഷക്കാരൻ ബാലന്റെ കൈ ഇപ്പോഴും നീട്ടിയ പടിതന്നെ.

നാല്

അയാൾ ചുമരിനോട് ചെവി ചേർത്തുവെച്ചു നിന്നു. വളരെ അവ്യക്തമായി ഒരുപാട്ട് കേൾക്കുന്നുണ്ട്. വെന്റിലേറ്ററിലൂടെ ചിതറിയെത്തുന്ന വെളിച്ചത്തിൽനിന്ന് സമയം കൃത്യമായി കണ്ടുപിടിക്കാൻ കഴിയുന്നില്ല. വൈകുന്നേരം അഞ്ചു മുതൽ ഏഴുവരെ ഏതു സമയവുമാകാം. നാട്ടുവെളിച്ചം പോലെയാണ് തോന്നുന്നത്. ഇനിയും ഇരുട്ടിയിട്ടില്ല. പാട്ടിനോടൊപ്പം കൈകൊട്ടി താളം പിടിക്കുന്ന ശബ്ദവും കേൾക്കുന്നുണ്ട്.

ജയ് ജഗദീശഹരേ, സ്വാമി ജയ് ജഗദീശഹരേ!

ഭക്തജനോം കാ സങ്കട് തുമഹീ ദൂര് കരേ!

ഉള്ളിൽ വികാരങ്ങളുടെ കുത്തൊഴുക്കു തന്നെയുണ്ടായി. അയാൾക്ക് അതിൽപ്പെട്ടു ശ്വാസം മുട്ടി. ശൈശവകാലത്തു നിന്നു ആരോ മാടി വിളിക്കുന്നതുപോലെ. വീണ്ടും ചുമരിൽ ചെവിയമർത്തി. മനുഷ്യ ശബ്ദങ്ങളുമായി സംവദിക്കാൻ അയാൾ ശ്രമിച്ചു.

ചുമരിൽ താളം പിടിച്ചുകൊണ്ട് അയാൾ കുറച്ചുനേരം ആ വരികൾ കൂടെപ്പാടി.

ഭക്തജനോം കാ സങ്കട് തുമഹീ ദൂർകരേ... ഭക്തരുടെ വിഷമങ്ങൾ അങ്ങുതന്നെ തീർത്തു തരണം.

അകാരണമായി അയാൾ ഗദ്ഗദകണ്ഠനായി. കണ്ണുകൾ നിറഞ്ഞൊഴുകി. അതുകാണാൻ ആരുമില്ലെന്ന തിരിച്ചറിവിൽ അയാൾ കണ്ണീർ തുടയ്ക്കാതെ നിന്നു. അത് കവിളിലൂടെ ഒലിച്ചിറങ്ങി. അയാളുടെ പാട്ട് എട്ടടി മുറിയുടെ ചുമരുകളിൽ തട്ടി പ്രതിദ്ധ്വനിച്ച് അയാളെ വീണ്ടും വേദനിപ്പിച്ചു.

“മാതാപിതാ തുമഹീ ഗുരുചരണകമല...”

ശബ്ദമിടറി. ബാക്കി വരികൾ ഓർമ്മവരുന്നില്ല. പാട്ടും വ്യക്തമായി കേൾക്കുന്നില്ല. ശബ്ദങ്ങളടങ്ങി. മണിനാദം കേൾക്കായി.

എവിടെയോ പൂജ നടക്കുന്നു. ജയിലിനുള്ളിലാണോ പുറത്താണോ എന്നും മനസ്സിലായില്ല. ദിവസവും ഇതേനേരത്ത് പൂജാമണിയുടെ ഒച്ച കേൾക്കുമോ എന്ന് അറിയില്ല. ഇന്ന് യാദൃച്ഛികമായിട്ടാണ് ചുമരിൽ ചെവി ചേർത്തപ്പോൾ പാട്ട് കേട്ടത്.

മണിനാദവും പാട്ടും അയാളെ പല വർഷങ്ങൾ പിന്നിലേക്കു കൂട്ടിക്കൊണ്ടുപോയി.

ആറു വയസ്സുള്ളപ്പോഴാണ് അയാളെ അച്ഛൻ സ്വന്തം ഗ്രാമത്തിലേക്കു കൂട്ടിക്കൊണ്ടു പോവുന്നത്. മുത്തച്ഛനു സുഖമില്ലെന്നു ഗ്രാമത്തിൽ നിന്നു കത്തുണ്ടായിരുന്നു. അയാൾ അതിനുമുമ്പ് ഒരു ഗ്രാമവും കണ്ടിരുന്നില്ല. മുത്തച്ഛനെയും മുത്തശ്ശിയെയും കണ്ടിട്ടില്ലായിരുന്നു. ഉത്തർപ്രദേശിലെ, ട്രെയിൻ കടന്നുപോകാത്ത ആ സ്ഥലത്തേക്ക് അന്നു പോയതോർക്കുന്നു. മുംബൈയിൽനിന്ന് ഡൽഹിവരെ ട്രെയിനിൽ അതിനുശേഷം അവിടെനിന്നു ടാക്സിയിലാണു പോയത്. ട്രെയിനിൽ ഒന്നാം ക്ലാസ് കമ്പാർട്ടുമെന്റിലെ വീതിയുള്ള സീറ്റിൽ അച്ഛന്റെ കൂടെ കിടന്നതും കാർ യാത്രയ്ക്കിടെ അച്ഛന്റെ മടിയിൽ ഉറങ്ങിയതും ഇപ്പോഴും ഇന്നലെയെന്നപോലെ ഓർമ്മയുണ്ട്. അമ്മ അന്ന് സ്കൂളിൽ ടീച്ചറായിരുന്നു. ലീവില്ലാത്തതുകൊണ്ട് കൂടെ വരുന്നില്ല എന്നു പറഞ്ഞു.

വണ്ടി നിർത്തിയ തെരുവിൽ രണ്ടു മൂന്നു വീടുകളേ ഉണ്ടായിരുന്നുള്ളൂ. ജട്ടിമാത്രം ധരിച്ച കുറേ കുട്ടികൾ പമ്പരം കളിക്കുന്നു. കയർ ചുഴറ്റി, അവർ ലാഘവത്തോടെ പമ്പരം എറിയുന്നത് അന്ന് താൻ അതിശയത്തോടെ നോക്കി നിന്നു. പമ്പരം താഴെ കുത്തിവീണിടത്ത് ചെറുതായി പൂഴി പരത്തിക്കൊണ്ട് കുഴിയുണ്ടായി അതിൽനിന്ന് കറങ്ങുന്നു. കാർ

നിർത്തിയ ശബ്ദം കേട്ട് കുട്ടികൾ വലുതായി ആരവമുയർത്തിക്കൊണ്ട് അകത്തേക്കു പാഞ്ഞു. ഉടനെതന്നെ കുറേപ്പേർ പുറത്തുവന്നു. സ്ത്രീകളും പുരുഷന്മാരും കൗതുകമുണർത്തുന്ന രീതിയിൽ കടുത്ത നിറമുള്ള വസ്ത്രങ്ങൾ ധരിച്ചിരുന്നു. മുംബൈയിൽ ഈ രീതിയിൽ വസ്ത്രം ധരിക്കുന്നവരെ കണ്ടിട്ടില്ല. പുരുഷന്മാർ തറ്റുടുക്കുന്നതുപോലെ വസ്ത്രം മുട്ടുവരെ ഉയർത്തി ഉടുത്തിരിക്കുന്നു. സ്ത്രീകൾ ചുവപ്പും പച്ചയും നിറങ്ങളിൽ പരുത്തിസാരികളുടുത്ത് തലയിൽക്കൂടിയും ഇട്ടിട്ടുണ്ട്. അയാൾ ചെറിയൊരു സങ്കോചത്തോടെ അച്ഛന്റെ കൈയിൽ മുറുകെപ്പിടിച്ചുകൊണ്ട് അദ്ദേഹത്തിന്റെ പിന്നിലൊളിച്ചു നിന്നു.

വാ, വാ, പേടിക്കേണ്ടടാ, ഇതു നമ്മുടെ വീടാണ്. എന്ന് അച്ഛൻ പുഞ്ചിരിച്ചുകൊണ്ട് പറഞ്ഞു. എന്നിട്ട് എല്ലാവരെയും പരിചയപ്പെടുത്തിത്തന്നു. ചെറിയച്ഛന്മാർ, അപ്പച്ചിമാർ, അവരുടെ കുട്ടികൾ, ചെറിയമ്മമാർ എല്ലാവരെയും കടന്ന് അകത്തുചെന്നപ്പോൾ, തുറസ്സായ നടുമുറ്റത്തിന്റെ ഇറയത്ത്, ഒരു കട്ടിലിൽ മുത്തച്ഛൻ കിടക്കുന്നതു കണ്ടു. കട്ടിലിന്റെ അരികത്തിരിക്കുകയായിരുന്ന മുത്തശ്ശിയുടെ അടുത്തേക്കാണ് അച്ഛൻ നേരെ പോയത്. അവരുടെ കാൽ തൊട്ട് വന്ദിച്ച് "അമ്മയ്ക്കു സുഖമല്ലേ?" എന്നു ചോദിച്ചപ്പോൾ മുത്തശ്ശി വേഗം പിന്നാക്കം നീങ്ങി. അയാൾക്ക് അറിഞ്ഞുകൂടാത്ത ഭോജ്പുരി ഭാഷയിൽ ഉറക്കെ എന്തൊക്കെയോ പറഞ്ഞു. ചെറിയച്ഛന്മാരും ചെറിയമ്മമാരും അവരെ സാന്ത്വനിപ്പിച്ചു. താൻ ഭയം കൊണ്ടു വിറച്ചുപോയി.

അച്ഛൻ ഒന്നും മിണ്ടാതെ അവന്റെ കൈ പിടിച്ച വാറ് കട്ടിലിനടുത്തേക്കു നീങ്ങി. മുത്തച്ഛന്റെ കണ്ണുകൾ അടഞ്ഞിരുന്നു. ഏതോ ഹിന്ദി സിനിമയിൽ കണ്ട ജഡം ഓർമ്മയിലെത്തി. എല്ലും തോലുമായി ശുഷ്കിച്ചു പോയ കോലം. മുത്തച്ഛൻ മരിച്ചുപോയെന്നാണ് താൻ കരുതിയത്. എല്ലിൽനിന്നു തൂങ്ങിക്കിടക്കുന്ന തൊലിയുള്ള കൈ അച്ഛൻ എടുത്തുപിടിച്ചു. മരിച്ചുപോയെന്നു കരുതിയ മുത്തച്ഛൻ കണ്ണുതുറന്നു. അച്ഛൻ അദ്ദേഹത്തിന്റെ ചെവിക്കരുകിലേക്കു കുനിഞ്ഞ്, ഞാനാണ്, രാജു എന്നു പറഞ്ഞു.

മുത്തച്ഛൻ കണ്ണുചിമ്മിക്കൊണ്ട് അല്പനേരം നോക്കി. ആ കണ്ണുകളിൽ നിന്ന് അശ്രുക്കളൊഴുകി. അച്ഛൻ അദ്ദേഹത്തിന്റെ കൈപിടിച്ചവണ്ണം പൊട്ടിക്കരഞ്ഞു. അച്ഛൻ കരയുന്നത് അന്നേവരെ താൻ കണ്ടിട്ടില്ലായിരുന്നു. താനും കൂടെക്കരഞ്ഞു.

ഒരു ചെറിയമ്മയും ചെറിയച്ഛനും കൂടി തന്നെ വീടിന്റെ പിൻഭാഗത്തേക്കു കൂട്ടിക്കൊണ്ടുപോയി. കാലും മുഖവും കഴുകിച്ചു. നുരയുന്ന പാലും ചൂടുള്ള പറാത്തയും കഴിക്കാൻ തന്നു. പറമ്പിലെ എരുമകളെയും നോക്കിയിരുന്നുകൊണ്ട് ഭക്ഷണം കഴിച്ചതോർമ്മയുണ്ട്. അച്ഛനും മുത്തശ്ശിയും പിന്നീട് ശണ്ഠ കൂടിയോ എന്നറിയില്ല. അപ്പച്ചിയുടെ മക്കളായ ഛോട്ടുവും ചിണ്ടുവും തന്നെ പമ്പരം കളിക്കാൻ കൂട്ടിക്കൊണ്ടുപോയി.

വൈകുന്നേരം മുറ്റത്തിന്റെ നടുക്ക് ജമുക്കാളം വിരിച്ച് എല്ലാവരും അവിടെയിരുന്ന് ജയജഗദീശഹരേ പാടി. അച്ഛനും അവരുടെ കൂടെപ്പാടി.

തന്നോടും പാടാൻ പറഞ്ഞു. എല്ലാവരും കണ്ണുകളടച്ച് പാട്ടിൽ ലയിച്ചിരുന്ന കാഴ്ചതന്നെ ഏതോ വ്യത്യസ്തമായ അനുഭൂതിയിലേക്ക് നയിച്ചു. മുത്തശ്ശിയുടെ മുഖം ഇപ്പോൾ എത്ര ശാന്തം! വിളക്കിന്റെ മങ്ങിയ പ്രഭയിൽ അവിടെ ഐശ്വര്യം കുടികൊള്ളുന്നത് കാണായി.

രാവിലെ കോപാക്രാന്തയായി ഒച്ചവെച്ച മുത്തശ്ശി ഇപ്പോൾ എത്ര മധുരമായി പാടുന്നു! മുത്തശ്ശി ഒരു വരിപാടുമ്പോൾ മറ്റുള്ളവർ അതേറ്റു പാടും. മുത്തശ്ശിയുടെ ശബ്ദമാധുരിയിലാകൃഷ്ടനായി താൻ അച്ഛന്റെയടുത്തുനിന്നു നിരങ്ങിനീങ്ങി അവരുടെ തൊട്ടടുത്തു ചെന്നിരുന്നു. ഇടയ്ക്ക് അവർ കണ്ണുതുറന്നു നോക്കി. തന്നോട് പുഞ്ചിരിച്ചു. എന്നിട്ട് സ്നേഹപൂർവ്വം തന്നെ ചേർത്തുപിടിച്ചു. ചെറിയച്ഛൻ മണികിലുക്കിയപ്പോൾ മുത്തശ്ശി എഴുന്നേറ്റ് ദൈവങ്ങളുടെ ചിത്രങ്ങൾക്കുമുന്നിൽ ആരതിയുഴിഞ്ഞു. അവരുടെ കണ്ണുകൾ നിറഞ്ഞൊഴുകുന്നത് താൻ കണ്ടു.

അന്നു രാത്രിതന്നെ മടക്കയാത്രയ്ക്കൊരുങ്ങിയത് തന്നെ നിരാശനാക്കി. മുത്തശ്ശി അവസാനംവരെയും അച്ഛനോടു മിണ്ടിയില്ല. ചെറിയച്ഛന്മാർ മാത്രം കാറിനടുത്തു വന്ന് അച്ഛനെ ആശ്വസിപ്പിക്കുന്നതുപോലെ സംസാരിക്കുന്നുണ്ടായിരുന്നു.

മടക്കയാത്രയിലുടനീളം അച്ഛൻ തന്റെ സ്വകാര്യദുഃഖത്തിലോ ചിന്തയിലോ മറ്റോ മുഴുകിയിരിക്കുകയായിരുന്നു. ദില്ലിയിൽ ചെന്ന് ട്രെയിനിൽ കയറിക്കഴിഞ്ഞ് അടുത്താരുമില്ലെന്നു ബോദ്ധ്യമായപ്പോൾ അയാൾ ചോദിച്ചു.

"മുത്തശ്ശി എന്തിനാ അച്ഛനോടു ദേഷ്യപ്പെട്ടത്?"

അദ്ദേഹം അല്പനേരത്തെ മൗനത്തിനുശേഷം ദീർഘനിശ്വാസമുതിർത്തു. എന്നിട്ട് ഒരു വിളറിയ ചിരിയോടെ മറുപടി പറഞ്ഞു.

"ഞാൻ നിന്റെ അമ്മയെ കല്യാണം കഴിച്ചത് അവർക്കാർക്കും ഇഷ്ടപ്പെട്ടില്ല."

"അതെന്താ?"

"ഞാൻ ഹിന്ദുവായി ജനിച്ചു. നിന്റെ അമ്മ ഹിന്ദുവല്ല. മുസ്ലീമാണ്."

"മുസ്ലീമാവുന്നത് തെറ്റാണോ?"

"തെറ്റല്ല തന്നെ. പക്ഷേ, വേറെ മതത്തിലുള്ളവരെ കല്യാണം കഴിക്കാൻ പാടില്ലെന്നാ കുടുംബത്തിലെ മുതിർന്നവരൊക്കെ വിചാരിക്കുന്നത്."

"അമ്മ വളരെ നല്ലതാണെന്ന് അച്ഛനെന്താ പറയാഞ്ഞെ?"

അച്ഛൻ അതിനുത്തരം പറഞ്ഞില്ല. ചിരിച്ചുകൊണ്ട് അവനെ ആശ്ലേഷിച്ചതേയുള്ളൂ.

"അതിരിക്കട്ടെ ആ പാട്ട് നിനക്കോർമ്മയുണ്ടോന്നു നോക്കട്ടെ?" അദ്ദേഹം വിഷയം മാറ്റി താളം പിടിച്ചുപാടാൻ തുടങ്ങി.

"ജയ് ജഗദീശ ഹരേ!"

ടക്... ടക്... ടക്...

"ടോ തടവുകാരാ! ജീവനോടെയൊണ്ടോ? അതോ ചത്തോ?"

അയാൾ വർത്തമാനകാലത്തിലേക്ക് തിരിച്ചു വന്നു. സെല്ലിനകത്ത് നല്ല ഇരുട്ടായിരിക്കുന്നു. തപ്പിത്തടഞ്ഞ് സ്വിച്ചിടാൻ നോക്കുമ്പോഴേക്കും

പുറത്തു നിന്നയാൾ പുറത്തുള്ള സ്വിച്ചിട്ടു. മങ്ങിയ വെളിച്ചം അകത്തു പരന്നു. അയാൾ കതകല്പം തുറന്നു രാത്രിഭക്ഷണം അകത്തേക്കു നീക്കി വെച്ചു. നൈറ്റ് ഡ്യൂട്ടിക്കാരൻ തോമസ് എത്തിനോക്കി. "ഉറക്കമായോ?" എന്നു ചോദിച്ചിട്ട് കതകുപൂട്ടി.

"തോമസേ മരിക്കാൻ ഒരു വഴി പറഞ്ഞുതരുമോ?"

"എടോ, ഞാനിങ്ങനെ സ്വസ്ഥനായിട്ടിരിക്കുന്നതു തനിക്കു പിടിക്കുന്നില്ല, അല്ലേ?"

"ഞാനിങ്ങനെ വിഷമിക്കുമ്പോ താൻ സ്വസ്ഥമായിക്കഴിയുകയോ?"

"ടോ! ചെയ്യാനൊള്ളതൊക്കെ ചെയ്തുവെച്ചിട്ട് എന്നെ എന്തിനാ പ്രാവുന്നത്?"

"തോമസ്! എന്നെ വിശ്വസിക്ക്. ഞാൻ ഒരു തെറ്റും ചെയ്തിട്ടില്ല. തെറ്റു ചെയ്യുന്നയാൾ പുറത്തുണ്ട്."

"ടോ! മിണ്ടാതെ കിടന്നോ. എല്ലാ തടവുകാരും ഇതുതന്നെയാ പറയുന്നത്. താനിപ്പോ പുതിയതായിട്ട് ഒന്നുംപറഞ്ഞില്ല."

"ഞാൻ പറയുന്നത് സത്യമാണു തോമസ്!"

"എന്നോടു പറഞ്ഞിട്ടെന്താ ഗുണം? കോടതിയിൽ കേസെടുക്കുമ്പോ അവിടെ പറഞ്ഞാൽ മതി."

"അതിനു മുമ്പേ ഞാൻ മരിച്ചുപോവും."

"ദേ, ഇങ്ങോട്ടു നോക്കിയേ! ഞാൻ ഒരു മാസത്തിനകം റിട്ടയർ ചെയ്യും. അതുവരെ ഒന്നും ചെയ്തേക്കരുത്. കസ്റ്റഡി മരണമെന്നും പറഞ്ഞ് കുടുക്കിക്കളയും, അവന്മാർ. പിന്നെ കിട്ടാനുള്ള പെൻഷനും കൂടി ഇല്ലാതാവും!"

തോമസ് റിട്ടയർ ചെയ്യുന്നു എന്ന കാര്യം അയാളെ നിരാശനാക്കി. ചീത്ത പറയുംപോലെ സംസാരിക്കുമെങ്കിലും സോമയ്യായുടെ പോക്രിത്തരമൊന്നും ഇയാൾക്കില്ല.

"കഴിക്കുന്നേ!" വയറു കാഞ്ഞിരിക്കുമ്പഴാ ഇതുപോലെ കുരുട്ടുബുദ്ധിയൊക്കെ തോന്നുന്നത്."

അഴിവാതിലിനപ്പുറത്ത് തോമസ് അനങ്ങാതെ നില്പാണ്. അയാളെ ഭക്ഷണം കഴിക്കാൻ നിർബ്ബന്ധിക്കുന്നതുപോലെ. അയാൾ എണീറ്റു കൈ കഴുകി, കിണ്ണം എടുത്തുകൊണ്ട് കല്ലുബെഞ്ചിലിരുന്നു. ഉണക്കച്ചപ്പാത്തി കീറിക്കീറിയെടുത്ത് വെള്ളംപോലെ നേർത്തിരുന്ന പരിപ്പുകറിയിൽ മുക്കി വായിലിട്ടു. ചപ്പാത്തി ഇറങ്ങുന്നില്ല. ഉരുളക്കിഴങ്ങു ഭാജി ഇന്നു തരക്കേടില്ല.

"എത്ര നേരമാ ചവയ്ക്കുന്നത്?" തോമസിനു ക്ഷമ കെട്ടു.

"നിങ്ങളീ ഭക്ഷണം ഒന്നുവേഗം കഴിച്ചു കാണിച്ചു തന്നേ!"

"ഇതാ തനിക്കൊള്ള കുഴപ്പം. എട്ടടി സെല്ലിനകത്തിരുന്നോണ്ട് സൗകര്യങ്ങളൊക്കെ വേണമെന്നു പറഞ്ഞാ കിട്ടുമോ? എന്തുകൊണ്ടാ ഇങ്ങനെ സംഭവിച്ചതെന്നു തന്നത്താൻ ചോദിച്ചുനോക്ക്."

അയാൾ കുറച്ചുനേരത്തേക്ക് മൗനമായിരുന്നു ഭക്ഷണം കഴിച്ചു. എന്നിട്ട് ഗൗരവത്തിൽ പറഞ്ഞു.

"അതൊഴിച്ച് മറ്റെന്താണ് എനിക്കു ചിന്തിക്കാനുള്ളത്? മുംബൈയിൽ നടക്കുന്ന കുഴപ്പങ്ങളിൽ ഞാനും പെട്ടുപോയിരിക്കുന്നതു കണ്ടില്ലേ, അതു തന്നെയാണ് ഏറ്റവും ഭയങ്കരമായ അതിശയം."

"ശരി... ശരി... പോയിക്കിടന്നുറങ്ങ്. ഞങ്ങൾക്ക് ഒരു തടവുകാരനോടും സംസാരിച്ചു നിന്നൂടാ. പെട്ടതുകൊണ്ടല്ലേ ഇവിടെ എത്തിയത്? പ്രാർത്ഥിക്ക്. ചെലപ്പോ ദൈവം തന്നെ സഹായിക്കാനും മതി. പക്ഷേ, ഇക്കാലത്ത് അതു ക്രിമിനലുകളുടെ കൂടെയാണെന്നാ തോന്നുന്നെ.

"അതെ. ദൈവം എന്റെ ഭാഗത്തു നില്ക്കില്ല. കാരണം, ഞാൻ ക്രിമിനലല്ല."

"എല്ലാം കോടതിയിൽ പറഞ്ഞോ. ഇപ്പൊ ഉറങ്ങ്. ഇന്നെന്താ വർത്തമാനം കൂടുതലാണല്ലോ! ഇവിടെയുള്ള എല്ലാ മുസ്ലീം തടവുകാരും അഞ്ചു തവണ നിസ്കരിക്കും. ഇയാള് ഒരു പ്രാവശ്യം പോലും നിസ്കാരം ചെയ്യുന്നത് ഞാൻ കണ്ടിട്ടില്ല."

"ഞാൻ മുസൽമാനല്ല."

"അല്ലേ." തോമസ് അതിശയിച്ചു ആരാണ്ടു പറഞ്ഞു. ഇയാളു മുസ്ലീമാണെന്ന്. ഇങ്ങനെ പിടിക്കപ്പെടുന്നവരെല്ലാം മുസ്ലീങ്ങളാ."

അയാൾ മറുപടിയൊന്നും പറഞ്ഞില്ല. എണീറ്റു കൈ കഴുകി കിണ്ണം വൃത്തിയാക്കി ഒരിടത്തു ചാരി വെച്ചു. എന്നിട്ട് ബെഞ്ചിൽ വന്നിരിക്കുമ്പോൾ തോമസ് അവിടെയില്ല.

അയാൾ ബെഞ്ചിൽ കാലുനീട്ടിക്കിടന്ന് കണ്ണടച്ചു. തോമസിനോട് വെറുതെ ആവശ്യമില്ലാതെ സംസാരിക്കുന്നത് വിഡ്ഢിത്തമാണെന്നു തോന്നി. അതിൽനിന്ന് ഒന്നും വെളിപ്പെട്ടുകിട്ടാൻ പോകുന്നില്ല. മറിച്ച്, ഉള്ളിലുള്ള മുറിവുകൾ വിരിഞ്ഞ് പുറത്തേക്കു വരികയാണു ചെയ്യുക. എങ്കിലും, ദിവസം മുഴുവനും മനുഷ്യശബ്ദം കേൾക്കാതെ, ഒന്നും മിണ്ടാതെ, വായിക്കാൻ ഒന്നുമില്ലാതെ സമയം അയാളെ ഇരവിലേക്കു നിരക്കിയിറക്കിവിടുമ്പോൾ തലയ്ക്കകത്ത് വണ്ടുകൾ മുരളുന്നതുപോലെ, ബുദ്ധി പിടിവിട്ടുപോകുമ്പോലെ, മനുഷ്യരെ കാണുമ്പോൾ അവരുടെ ചുമലുകളിൽ പിടിച്ചു കുലുക്കാൻ തോന്നുന്നു. പക്ഷേ, തോമസിന്റെ ചുമലുകളിൽ പിടിച്ചു കുലുക്കാൻ കഴിയില്ല. വെറുതെ സംസാരിക്കാനേ പറ്റൂ. സോമയ്യനോടാണെങ്കിൽ മിണ്ടുന്നതു പോലുമില്ല. തോമസിനോടും കൂടി സംസാരിക്കാതെയിരുന്നാൽ ഭാഷ കൂടി മറന്നുപോകും. ഇംഗ്ലീഷ് മറന്നുപോകാതിരിക്കാൻ അയാൾ പെരുച്ചാഴിയോടും കുരുവികളോടും എറുമ്പുകളോടുമൊക്കെ ഇംഗ്ലീഷിലാണു സംസാരിക്കുക. അരുണയോടു പോലും പറയാത്ത കാര്യങ്ങൾ അവറ്റയോടു പറയും. അങ്ങനെ ചെയ്യുമ്പോൾ ഒരു സൗകര്യമുണ്ട്.

മിണ്ടാതിരിക്ക്. ഒരു ക്രിമിനലിന് എന്തിനാ സൗകര്യങ്ങള്? എന്നൊന്നും അവറ്റ പറയില്ല.

രഞ്ജിത് ഷിരോദ്കറും അന്ന് അരുണയോട് അതാണു പറഞ്ഞത്. റൗഡിക്കെന്തു മര്യാദയാ? അടിയും തൊഴിയും കിട്ടും. അതുറപ്പ്." അയാളുടെ ആൾക്കാർ കഴുത്തിനുപിടിച്ച് കൊണ്ടുവരുന്ന എല്ലാപേരും അയാൾക്കു റൗഡികൾ തന്നെ.

അടിയും തൊഴിയും കിട്ടും.

അതു വെറും അടിയല്ല എന്ന് അരുണ പേർത്തും പേർത്തും അന്ന് പുലമ്പിക്കൊണ്ടിരുന്നു.

"എത്ര ഈസിയായിട്ടാണ് അയാളതു പറയുന്നത്? അതിന്റെ പിന്നിൽ മെനഞ്ഞെടുക്കപ്പെട്ട ഒരു ഭയങ്കരതന്ത്രം ഒളിഞ്ഞിരിക്കുന്നുണ്ട്. ഒരു സഹമനുജനെ നിസ്സാരനാക്കുന്ന, തകർത്തുകളയുന്ന മർദ്ദനമാണ ത്. ഈ വിധം അപമാനിക്കാൻ ഇവർക്കെന്തധികാരമാണുള്ളത്?"

അയാൾ മലർന്നുകിടന്ന് സീലിങ്ങിലേക്കു നോക്കി. അന്ന് അവൾ ആവശ്യമില്ലാതെ വികാരാധീനയാവുകയാണെന്ന് അയാൾക്കു തോന്നി യിരുന്നു. വിധിയുടെ ക്രൂരമായ വഴിത്തിരിവിൽ താനും അകപ്പെടുമെന്ന് സ്വപ്നേപി പ്രതീക്ഷിക്കാത്ത നാളുകളായിരുന്നു അക്കാലം.

"അകപ്പെട്ടതുകൊണ്ടല്ലേ ഇവിടെ എത്തിയത്? പ്രാർത്ഥിക്ക്. ചിലപ്പോ ദൈവം തന്നെ സഹായിക്കാനും മതി!"

അയാളുടെ ദേഹമാസകലം ഒരു വിറയൽ പടർന്നുകയറി. എന്തി നെന്നുവെച്ചാണ് പ്രാർത്ഥിക്കുക? ഒരു ഹിന്ദുവായിരുന്ന അച്ഛൻ പ്രാർത്ഥി ക്കുന്നത് കണ്ടിട്ടില്ല. അമ്മ തന്നെ മുസ്ലീമായി വളർത്താത്തതിനാൽ നിസ്കരിക്കാനും അറിഞ്ഞുകൂട! നിന്റെ അപേക്ഷാഫാറം ശരിയല്ല എന്നു പറഞ്ഞ് ദൈവം അയാളുടെ അപേക്ഷ നിരാകരിച്ചാലും അതിശയിക്കാ നില്ല.

പൊലീസ് ഇതുവരെയും ആരുടെയും മുമ്പിൽ വെച്ച് അടിക്കുകയോ തൊഴിക്കുകയോ ചെയ്ത് അയാളെ അപമാനിക്കുകയുണ്ടായില്ല. പൊലീസ് വിചാരണയുടെ സമയത്ത് പ്രത്യേകമായിട്ടായിരിക്കും അയാളെ കൈകാര്യം ചെയ്യുക എന്ന് സോമയ്യ ഒരുദിവസം പറഞ്ഞിരുന്നു. മനു ഷ്യന് തീർത്തും യഥാർത്ഥമായ ഭയം മരണഭയമാണെന്നാണ് അയാൾ മുമ്പു വിചാരിച്ചിരുന്നത്. പൊലീസിൽനിന്ന് നായെത്തല്ലുന്നതിലും മോശ മായി തല്ലു വാങ്ങുന്നതാണ് ഏറ്റവും ഭീതിദം എന്ന് ഇപ്പോൾ തോന്നു ന്നു. അതിൽനിന്നു രക്ഷപ്പെടാൻ ഒരു മാർഗ്ഗവുമില്ലെന്ന നിരാശ്രയത്വ ബോധം അയാളെ ഭയപ്പെടുത്തി. ആ ഭയം ഭാവിയെക്കുറിച്ചുള്ള എല്ലാ ചോദ്യങ്ങളെയും ആഴത്തിൽ കുഴിച്ചുമൂടി. കേസ് തുടങ്ങുന്നതിനു മുമ്പേ തന്നെ, വിധിക്കപ്പെട്ടവനോടെന്നപോലെയാണ് സോമയ്യയും തോമസും പെരുമാറുന്നത്. ഒറ്റ ദിവസംകൊണ്ട് ഇരുപതു വയസ്സുകൂടിയതുപോലെ അച്ഛന്റെ തളർന്നമുഖം. 'ഇനി എനിക്കൊന്നും ചെയ്യാൻ കഴിയില്ല.' എന്ന ക്ഷീണിതമായ വാക്കുകൾ.

ഗ്രാമത്തിലെ വീട്ടുമുറ്റത്ത് കട്ടിലിൽ ചേതനയറ്റപോലെ കിടന്നിരുന്ന മുത്തച്ഛന്റെ മുഖച്ഛായയായിരുന്നു. അന്നേരം അച്ഛന്.

പ്രതീക്ഷകളറ്റ്, കനവുകൾ നഷ്ടപ്പെട്ട് ഘോരാന്ധകാരത്തിൽ കണ്ണുകെട്ടിക്കൊണ്ട് അലയുന്നതുപോലെ തോന്നിയ നിമിഷങ്ങൾ. എന്തു കൊണ്ട് ഇങ്ങനെയൊക്കെ സംഭവിച്ചു എന്ന് നീ നിന്നോടു തന്നെ ചോദി ച്ചുകൊള്ളുക.

അയാൾ ആ ഇരുട്ടിൽ തപ്പി. ഉത്തരം കിട്ടാതെ ആ ചോദ്യം എട്ടടി ചതുരത്തിന്റെ ചുമരുകളിൽ തട്ടിത്തടഞ്ഞു.

"എന്തുകൊണ്ട്? എന്തുകൊണ്ട്? എന്തുകൊണ്ട്?"

ചോദ്യങ്ങൾ പ്രതിദ്ധ്വനിച്ചുകൊണ്ടേയിരുന്നു.

"മുംബൈ അധോലോകത്തെക്കുറിച്ച് നിങ്ങൾ ഒരു ഫീച്ചറെഴുതണം. പത്രാധിപരുടെ നിർദ്ദേശമാണ്. എത്രസമയമെടുത്താലും വേണ്ടില്ല. പക്ഷേ, തക്കതായ തെളിവുകളുടെ പിൻബലം വേണം. അത് മുംബൈയുടെ മനസ്സിനെ, ആത്മാവിനെ പിടിച്ചു കുലുക്കുന്നതാവണം."

ഷിരോദ്കർ സഹായിക്കാമെന്നേറ്റു.

"അധോലോകത്തെപ്പറ്റി എന്നോടു ചോദിക്കൂ. ഞാൻ പറഞ്ഞു തരാം."

അധോലോകത്തിന്റെ നിഴലേല്ക്കാത്ത ഒരു പ്രദേശംപോലും മുംബൈയിലില്ലെന്നതായിരുന്നു ആദ്യത്തെ അതിശയം. രണ്ടാമത്തേത് നിങ്ങൾക്ക് എന്തു പ്രശ്നമുണ്ടെങ്കിലും പറഞ്ഞോളൂ എന്ന് ടെലിഫോണിലൂടെ നീളുന്ന മുഖപരിചയം പോലുമില്ലാത്ത സ്നേഹഹസ്തങ്ങൾ. നിഴലിനകത്തെ നിഴലുകൾ. വലയ്ക്കുള്ളിലെ വലകൾ... പടരുന്ന വിദ്വേഷങ്ങൾ.. ഹിന്ദുത്വ തീവ്രവാദികൾ... മുസ്ലീം തീവ്രവാദികൾ... അതിന്റെ നടുവിലേക്ക് അയാൾ... ഇയാൾ ഹിന്ദുവോ മുസൽമാനോ?

"അറിയില്ല. രണ്ടുമല്ല."

"അറിയില്ല."

"അറിയില്ല."

"ഇയാൾ സത്യം പറയില്ല. അയാളുടെ ഉടുപ്പൊക്കെ ഊരിമാറ്റ്. കൊണ്ടുവാടോ ഇലക്ട്രിക് കമ്പിയും ലെതർ ചാട്ടയും."

പാന്റ്സും അടിവസ്ത്രവും നിലത്തുവീണു. അരുണയുടെ മുമ്പിൽ വെച്ചാണ്.

പളേ, പളേന്ന് ജീവിതരേഖയിൽ തീപിടിക്കുന്നു. സകല നാഡിഞരമ്പുകളിലും ആ തീ പടർന്ന് ഉച്ചിവരെ...

"അയ്യോ! അയ്യോ! വേണ്ടാ.... വേണ്ടാ.."

തോമസ് ഓടിവന്നു നോക്കുമ്പോൾ അയാൾ ജയിലഴികളിൽ ആവേശത്തോടെ തുടരെത്തുടരെ തലയിട്ടടിക്കുകയാണ്. നെറ്റിയിൽനിന്ന് രക്തം കുടുകുടെ ഒഴുകിക്കൊണ്ടിരുന്നു.

അഞ്ച്

സ്ത്രീകളുടെ ഫസ്റ്റ് കമ്പാർട്ടുമെന്റിൽ ജനാലയുടെ അരികത്തുള്ള സീറ്റിൽ ഇരിക്കുകയാണ് അരുണ. ഇനി രണ്ടുപേർ കൂടി കേറിയാൽ കമ്പാർട്ടുമെന്റ് കവിഞ്ഞ് ആളുകൾ പ്ലാറ്റ്ഫോമിലേക്കു വീഴുമെന്നു തോന്നി. എന്നിട്ടുപോലും. ഏതോ അത്ഭുതശക്തിയുടെ പ്രേരണകൊണ്ടെന്നപോലെ, ട്രെയിൻ നില്ക്കുന്ന ഓരോ സ്റ്റേഷനിൽനിന്നും വീണ്ടും

ഈരണ്ടു സ്ത്രീകളെങ്കിലും തിക്കിത്തിരക്കി കയറിക്കൊണ്ടിരുന്നു. കയറിയവർക്ക് അകത്തു നില്ക്കുന്നവർ പരസ്പരാനുകമ്പ കൊണ്ട് ഞെരുങ്ങിനിന്നു സ്ഥലമുണ്ടാക്കിക്കൊടുത്തു. അടുത്ത ട്രെയിനിൽ കേറിക്കോളൂ. എന്നാരും പറഞ്ഞില്ല. ഇത്രയ്ക്കും അയ്യഞ്ചു മിനിറ്റിന് ഒരു ട്രെയിൻ ഓടുന്നുണ്ട്. നെറ്റിയിൽനിന്ന് വിയർപ്പ് ഇറ്റു വീഴുന്നതുപോലുമറിയാതെ നില്ക്കുന്ന ഗർഭിണികൾക്ക് അവർ ആവശ്യപ്പെടാതെ തന്നെ സീറ്റിൽ ഇരിക്കുന്ന സ്ത്രീകൾ എഴുന്നേറ്റു സീറ്റു കൊടുത്തു.

ഇവിടെ ഈ ട്രെയിനുകളിൽ യാത്ര ചെയ്യുന്ന സ്ത്രീകളെ, അലിഖിതമായ ഒരു നിയമം ഭരിക്കുന്നുണ്ട് എന്ന് അരുണ വിചാരിച്ചു. ഒരു സ്ത്രീയും തന്റെ പ്രശ്നങ്ങളെക്കുറിച്ച് മറ്റൊരു സ്ത്രീയോടു പ്രസ്താവിച്ച് സഹതാപം യാചിക്കേണ്ടതായിട്ടില്ല. അതിന്റെ ആവശ്യമില്ല. എന്തുകൊണ്ടെന്നാൽ എല്ലാവരുടെയും പ്രശ്നങ്ങൾ ഒരേപോലെയായിരുന്നു. ഒരേതരം വഴക്കുകൾ, പിണക്കങ്ങൾ, മോഹങ്ങൾ, സല്ലാപങ്ങൾ, പ്രയാസങ്ങൾ... മടുപ്പുകൾ പോലും ഒരേമാതിരി. കരിമണിത്താലി സാരി പുറത്തേക്കിട്ടുകൊണ്ട് യാത്രചെയ്യുന്ന മറാത്തി, ഗുജറാത്തി സ്ത്രീകൾ, ഗൗൺ അണിഞ്ഞു നടക്കുന്ന പാഴ്സികൾ, ആംഗ്ലോ ഇന്ത്യൻ യുവതികൾ, താലിച്ചരടിൽ മഞ്ഞൾപുരട്ടി, നെറ്റിയിൽ ഭസ്മക്കുറിയുമായി ഒതുങ്ങി നീങ്ങിയിരിക്കുന്ന തമിഴ്നാട്ടിൽ നിന്നു വന്നിട്ടുള്ള തമിഴ് പുതുമുഖങ്ങൾ. ഭാഷയറിയില്ലെങ്കിലും പരസ്പരം ഒരു വാക്കുപോലും സംസാരിച്ചില്ലെങ്കിലും ഒരാൾക്ക് മറ്റേയാളുടെ ചരിത്രം കാണാപ്പാഠംപോലെയാകുന്നു.

അരുണ കണ്ണടച്ചിരുന്നു. കമ്പാർട്ടുമെന്റുകൾ നീങ്ങുന്നതുപോലെ നീങ്ങുന്ന മുഖങ്ങൾ. ഒരേ അച്ചിൽ വാർത്തവ. നീങ്ങുന്തോറും അവ വെറും ബാഹ്യരേഖകളാകുന്നു. തുടർന്ന് അവയും മായുന്നു. പിന്നെ വെറും തുണിക്കെട്ടുകൾ മാത്രമാകുന്നു. പച്ചയും നീലയും ചുവപ്പും നിറങ്ങൾ പേറുന്ന രണ്ടും പൊലീസ് തലകൾ അവയെ ലാത്തികൊണ്ട് വകഞ്ഞുമാറ്റി അവളുടെ അടുത്തേക്കു വരുന്നു. അരുണ പരിഭ്രമത്തോടെ കണ്ണുതുറന്നു. കമ്പാർട്ടുമെന്റിന്റെ വാതില്ക്കൽ ഇപ്പോൾ തിരക്കു കുറഞ്ഞിട്ടുണ്ട്. നേരെ മുമ്പിലിരിക്കുന്ന മറാത്തി സ്ത്രീ പിന്നാക്കം ചാഞ്ഞ്, വായ തുറന്നു പിടിച്ച് ഉറങ്ങുന്നു. നാലുമണിക്കെഴുന്നേറ്റ്, ഭക്ഷണം തയ്യാറാക്കി ഭർത്താവിനും കുട്ടികൾക്കുമുള്ളത് ഡപ്പകളിലാക്കി വെച്ചിട്ടായിരിക്കും പാവം വന്നിട്ടുള്ളത്. ഈ ട്രെയിൻ യാത്ര അവരുടെ മടുപ്പു തീർത്തുകൊള്ളും. കൈയിൽ കിട്ടുന്ന രണ്ടായിരമോ മൂവായിരമോ ഈ മടുപ്പിനു പകരം വെക്കാൻ പറ്റില്ല എന്ന് മനസ്സിലാകാതെ തന്നെ ഈ സഹോദരിയുടെയും കുടുംബത്തിന്റെയും ജീവിതം അവസാനിച്ചേക്കാം. എതിർവശത്തും അതിനപ്പുറത്തുമൊക്കെ ഇരിക്കുന്ന സ്ത്രീകളും മിക്കവാറും ഉറക്കം തന്നെ. ഇറങ്ങേണ്ട സ്റ്റേഷൻ കഴിഞ്ഞു പോകുമോ എന്ന ആശങ്ക ആർക്കുമില്ല. കൃത്യസമയത്തുതന്നെ സ്വിച്ചിട്ടതുപോലെ കണ്ണുകൾ മിഴിയും. ഉറക്കം പോലും ഈ ഡിജിറ്റൽ ലോകവുമായി പൊരുത്തപ്പെട്ടു കഴിഞ്ഞ മാതിരി.

ബാന്ദ്രാ സ്റ്റേഷനിലെത്തിയപ്പോൾ അരുണ ഇറങ്ങി. അതിശീഘ്രം പുറത്തേക്കുള്ള വഴിയിലേക്കു നടക്കവെ, വീണ്ടും അതേ തോന്നൽ. ആരോ തന്നെ പിന്തുടരുന്നതുപോലെ. അവൾ പരിഭ്രമിച്ച് നാലുപുറവും നോക്കി. ആ ജനസഞ്ചയത്തിനു നടുവിൽ ആരെങ്കിലും അവളെ ശ്രദ്ധിച്ചതായി തോന്നിയില്ല. എന്തുകൊണ്ടാണ് ഇങ്ങനെയൊരു വിഭ്രാന്തിയുണ്ടാവുന്നത് എന്നു മനസ്സിലാവുന്നില്ല. എന്നാൽ ഇത് വെറും തോന്നലല്ലെന്ന് ഉറപ്പിക്കാനും കഴിയുന്നില്ല.

അരുണ മദ്രാസിലേക്കു സ്ഥലംമാറ്റം വാങ്ങിപ്പോവുകയാണു നല്ലതെന്നാ എല്ലാരും പറയുന്നത്.

അത് പൊലീസിൽ നിന്നു തനിക്കു കിട്ടിയ വിവരമാണെന്ന് ഷോഭാ ഗോഖലെ പറഞ്ഞു. പൊലീസുകാര് മെനക്കെട്ട് അവളുടെയടുത്തു ചെന്നു പറഞ്ഞതാണെന്നു തോന്നും പറയുന്നതു കേട്ടാൽ. ഒരുപക്ഷേ, അവൾക്ക് ഏതെങ്കിലും പൊലീസ് ഓഫീസർമാരെ പരിചയമുണ്ടായിരിക്കും. കൂട്ടുകാരിയെപ്പോലെ അടുത്തുപെരുമാറിയിരുന്നവളാണ്. കുബുദ്ധിയാണെന്നു തോന്നിയിട്ടില്ല.

“.......... കേസിൽ ഒരാളെ അറസ്റ്റു ചെയ്തല്ലോ? അയാളുടെ ഗേൾ ഫ്രണ്ട് എന്റെ ഓഫീസിലാണു വർക്കുചെയ്യുന്നത്. മദ്രാസിയാണ്!”

“അതെയോ? മദ്രാസിപ്പെണ്ണ് എങ്ങനെയാ അയാളുമായി സ്നേഹത്തിലായത്?”

“ഈ മുംബൈയിൽ അത്ര അസാദ്ധ്യമായ സംഗതിയൊന്നുമല്ലല്ലോ.”

“അതെ. ശരിയാണ്. ഇപ്പോഴൊക്കെ മദ്രാസിപ്പെൺകുട്ടികള് വല്ലാതെ മാറിപ്പോയി. ബാറിൽച്ചെന്ന് കുടിക്കുന്ന ചില പെമ്പിള്ളേരെ എനിക്കറിയാം. പേരെന്താണെന്നാ പറഞ്ഞത്?”

“അരുണാ. അരുണാ ത്യാഗരാജൻ.”

“എവിടെയാ താമസിക്കുന്നതെന്നറിയാമോ?”

“ഉവ്വ്. ചർച്ച് ഗേറ്റിലാണ്.”

“അഡ്രെസ് അറിയാമെങ്കിൽ പറഞ്ഞുതരൂ.”

“അയ്യോ പാവം! അവളെ ഞാൻ ചൂണ്ടിക്കാണിച്ചുതന്നതുപോലെ ആയാലോ! അവളൊരു സാധുവാണ്.”

“കാഴ്ചയിൽ എല്ലാരും അങ്ങനെ തന്നെയാ. മുഖം കണ്ടിട്ട് ഒന്നും പറയാൻ പറ്റില്ല.”

“അല്ലല്ല. ഇവളെ എനിക്കു നന്നായിട്ടറിയാം. പാവം. അച്ഛനോ കൂടപ്പിറപ്പുകളോ ഇല്ലാത്ത കുട്ടിയാണ്. എങ്ങനെയോ അയാളുമായി അടുത്തുപോയി. ഞാനന്നേ പറഞ്ഞതാണ്.”

“എന്തു പറഞ്ഞു.”

“അയാള് ഒരുപാടു വല്യവീട്ടിലെ പയ്യനാണ്. മുംബൈയില് ഇതുപോലത്തെ ആൾക്കാരോട് വളരെ സൂക്ഷിച്ചുപെരുമാറണം എന്ന്. ഇപ്പോ അവൾ സങ്കടപ്പെടുന്നതു കാണുമ്പോ സഹതാപം തോന്നുന്നു. അവൾക്ക് ഈ കേസുമായി ബന്ധമുണ്ടാവാൻ വഴിയില്ല.”

"അയാളുമായി ബന്ധമുള്ള ഓരോരുത്തരും ഞങ്ങളുടെ സംശയത്തിന്റെ നിഴലിലായിരിക്കും. ചോദ്യം ചെയ്തു നോക്കിയാൽ എന്തെങ്കിലും അറിയാൻ കഴിഞ്ഞേക്കും. ഏതായാലും വിവരം തന്നതിന് നന്ദി."

"പ്ലീസ് അവളെ ഒന്നും.."

ഷോഭയും പൊലീസ് ഓഫീസറും തമ്മിൽ നടന്നിരിക്കാവുന്ന സംഭാഷണത്തെക്കുറിച്ച് ഭാവന ചെയ്യുക അത്ര പ്രയാസമുള്ള കാര്യമല്ല. അല്ലെങ്കിൽ അതു സത്യം തന്നെയുമാവാം. ലിഫ്റ്റിൽ കയറുന്നേരം യാദൃച്ഛികമായി കേട്ടതായിക്കൂട?"

ഒരു നിഴൽകൂത്തിലെന്നപോലെ അവൾ കൺമുമ്പിൽ അവരെ കാണുന്നു. കഞ്ഞിപ്പശയിട്ട യൂണിഫോമിൽ ചുളിവു വീഴാതെ പോക്കറ്റിൽനിന്ന് ഓഫീസർ ഒരു കൊച്ചുനോട്ടുബുക്ക് എടുത്ത് ഷോഭ പറയുന്നത് വേഗത്തിൽ കുറിച്ചെടുക്കുന്നു.

"ചർച്ച് ഗേറ്റ് സ്റ്റേഷന്റെയടുത്ത്" എന്നു പറഞ്ഞതും അങ്ങോർ എഴുതിയെടുക്കുന്നു. ടെലിഫോൺ നമ്പർ ചോദിച്ചപ്പോൾ അവൾ അതും പറയുന്നു. അദ്ദേഹം അതും എഴുതിയെടുക്കുന്നു. നമ്പർ മറന്നു പോകുന്നതിനുമുമ്പേ തന്റെ ഓഫീസിലെത്തിയ ഉടനെ കുറിച്ചുവെച്ചതു നോക്കാതെ തന്നെ ഫോൺ ഡയൽ ചെയ്യുന്നു.

"അരുണയുണ്ടോ?"

"ഇല്ലല്ലോ!" അമ്മ.

"എനിക്ക് ഒരു കാര്യം അറിയണമായിരുന്നു. അരുണയുടെ അച്ഛന്റെ പേരെന്താണ്?"

ലിഫ്റ്റ് ഓഫീസുള്ള തളത്തിൽ ഒരു കുലുക്കത്തോടെ നിന്നു. അഴിവാതിൽ സ്വർഗ്ഗത്തിലേക്കെന്നപോലെ തുറന്നു. ഓഫീസിൽ കുറച്ചുപേരെ വന്നിട്ടുള്ളൂ. അവൾ തന്റെ ക്യൂബിക്കിളിൽ കടന്ന് ബാഗ് വെക്കുന്നതിനു മുമ്പേ തന്നെ കമ്പ്യൂട്ടർ ഓൺ ചെയ്തു. എന്നിട്ട് ബാത്ത്റൂമിൽ പോയി. വാഷ്ബേസിന്റെ മുകളിലുള്ള കണ്ണാടിയിൽ നോക്കി. മുഖം വല്ലാതെയിരിക്കുന്നു. തലേന്ന് ഉറങ്ങാത്തതിനാൽ ഉറക്കം കണ്ണുകളുടെ താഴെ സ്ഥലം പിടിച്ചിരിക്കുന്നു. എന്തുകൊണ്ടാണ് ഇന്നലെ തനിക്ക് ഒട്ടുമേ ഉറക്കം വരാതിരുന്നത്? അതിനെക്കുറിച്ച് ആലോചിക്കാൻ പോലും വയ്യാത്തത്ര ക്ഷീണം തോന്നുന്നു. ശരിക്കൊന്നുറങ്ങിയിട്ട് ഒരു മാസത്തോളമായി അത്യന്തം ക്ഷീണമുണ്ടായിട്ടുകൂടി. എങ്ങനെയെങ്കിലും ഒന്നുറങ്ങിക്കിട്ടിയാൽ മതി എന്നുള്ള അവസ്ഥയിൽ കിടക്കയിലേക്കു വീണാലും കണ്ണടച്ചാലുടൻ മനസ്സ് ചിറകു മുളച്ചതുപോലെ ജനാലയിൽക്കൂടി പറന്നുപോകുന്നു. അവളുടെ നിയന്ത്രണത്തിൽ നിന്നുവിട്ട് അത് അത്യാവേശത്തോടെ ബോംബെയുടെ മുക്കിലും മൂലയിലും അലഞ്ഞു തിരിച്ചറിയാൻ കഴിയാത്ത ഒരു ഭൂതത്തിന്റെ കൈയിൽച്ചെന്നുപെട്ടതുപോലെ. തന്റെ നിയന്ത്രണത്തിലല്ലാത്ത ആ ബാഹ്യശക്തിയുടെ ഗുരുത്വബലത്തിൽനിന്നു കുടഞ്ഞുപുറത്തുവരിക അസാദ്ധ്യമായിരുന്നു. രാത്രി മുഴുവനും അവളെ ശല്യപ്പെടുത്തിയിട്ട് ഉത്തരം കിട്ടാതെ ആ രാപ്പിശാച് നേരം വെളുക്കുമ്പോഴേക്കും ഒഴിഞ്ഞുപോയി.

ഇന്നലെ ഒരേ ഒരു ചോദ്യവും കൈയിൽപ്പിടിച്ചാണ് അത് അലഞ്ഞു തിരിഞ്ഞത്.

“നിന്റച്ഛന്റെ പേര് എനിക്കോർമ്മ വന്നില്ല.”

ആദ്യം അവളതു കേട്ടു ചിരിച്ചു. ഫോണിൽക്കൂടെ ശല്യം ചെയ്തയാളെ അമ്മ സമർത്ഥമായി കൈകാര്യം ചെയ്തതാണെന്നേ തോന്നിയുള്ളൂ.

“അല്ല മോളേ! പെട്ടെന്ന് എനിക്കു നിന്റച്ഛന്റെ പേര് ഓർമ്മയിൽ വന്നില്ല.”

അതിന്റെ വിഷമത്തേക്കാളുപരി അമ്മയെ ഒരുതരം കുറ്റബോധം അസ്വസ്ഥമാക്കുന്നുണ്ടെന്നു തോന്നി. ഇരുപത്തിയാറു വർഷം ഒന്നിച്ച് ഉണ്ടും ഉറങ്ങിയും ജീവിച്ച് ഭർത്താവിനു വേണ്ടി കഷ്ടതകൾ പലതും സഹിച്ച് കണ്ണീരൊഴുക്കി പരിചരിച്ചവൾക്ക് ഭർത്താവു മരിച്ചു രണ്ടുവർഷം കഴിയുമ്പോഴേക്കും പേരു മറന്നു പോയാൽ അതിനെ അസാധാരണ സംഗതിയെന്നല്ല, മാന്യതയ്ക്കു നിരക്കാത്തത് എന്നാണു വിശേഷിപ്പിക്കേണ്ടത്. എത്രതന്നെ അച്ഛനോടു വെറുപ്പോ വിദ്വേഷമോ ഉണ്ടായാൽപ്പോലും.

അവൾ ചിന്താമഗ്നനായി അമ്മയുടെ നേർക്കു നോക്കി. ആ മുഖത്തു പ്രതിഫലിച്ചു കണ്ട മനഃപ്രയാസം അവളിൽ ആയാസമുണ്ടാക്കി. “അതു ചിലപ്പോൾ അമ്മ അച്ഛനെ പേരു വിളിച്ചു ശീലിക്കാത്തതുകൊണ്ട് പെട്ടെന്നു മറന്നു പോയതാവും. എന്റെ പേര് മറന്നുപോയാലേ എനിക്കു സങ്കടമുള്ളൂ.” അവൾ ലാഘവത്തോടെ പറഞ്ഞു. “ങാ! അതുപോട്ടെ. ആരാ ഫോൺ ചെയ്തത്?”

“അറിഞ്ഞൂട. അതു പറഞ്ഞില്ല.”

“രാപ്പിശാച് എല്ലാ പ്രശ്നങ്ങളും അവളുടെ പുറത്ത് എടുത്തുവെച്ചിട്ട് താനും കയറിയിരുന്നു. എന്നിട്ടു തെരുവുകൾതോറും അലയാൻ തുടങ്ങി. അച്ഛന്റെ പേര് എങ്ങനെയാ മറന്നു പോയത്? അമ്മേടെ മറവി ക്രൂരമായ ഒരു പ്രതികാരത്തിന്റെ ബഹിർസ്ഫുരണമായിരിക്കുമോ? ആരായിരിക്കും ഫോൺ ചെയ്തത്?”

സീറ്റിലേക്കു മടങ്ങിയെത്തുമ്പോൾ കമ്പ്യൂട്ടർ നന്നായി കൺമിഴിച്ചിരിക്കുന്നു. അന്നുതന്നെ ചെയ്തുതീർക്കേണ്ടതായ ജോലികളെക്കുറിച്ച് ഒരു മെയിൽ വന്നിട്ടുണ്ട്. അവൾ കാപ്പിക്ക് ഫോണിലൂടെ ഓർഡർ കൊടുത്തിട്ട് ജോലി തുടങ്ങി. അടുത്ത ക്യുബിക്കിളിൽ ഷോഭയുടെ സീറ്റ് ഒഴിഞ്ഞു കിടന്നു. മുമ്പൊക്കെ കൃത്യമായിപ്പറഞ്ഞാൽ, ഒരു മാസം മുമ്പു വരെ ലീവുള്ള ദിവസം കാലത്തുതന്നെ ഷോഭ ഫോൺ ചെയ്തു പറയുമായിരുന്നു. ആ പതിവ് ഇപ്പോൾ നിലച്ചിരിക്കുന്നു.

കുറ്റം ആരോപിക്കപ്പെട്ടയാളുടെ ഉറ്റവർ ആരായിരുന്നാലും ഞങ്ങൾ സംശയിക്കുക തന്നെ ചെയ്യും.

അതെ. അവൾ സംശയത്തിന്റെ നിഴലിലാണ് അവളുടെ ഫോൺ ചോർത്തുന്നുണ്ടാവാം. അവളുമായി ബന്ധപ്പെടുന്നവരെല്ലാം സംശയത്തിനു പാത്രമാവാം. വിവേക് കണ്ണുതുറന്നുവെച്ചുകൊണ്ട് നടന്നു കയ

റിയ ചക്രവ്യൂഹമാണിത്. അയാൾ മാത്രമല്ല, ഒപ്പം അവളും ഇനി അതിൽ നിന്നു രക്ഷപ്പെടുക അസാദ്ധ്യമാണ്. കാരണം അയാളുമായി സ്ഥാപിച്ചു കഴിഞ്ഞ ബന്ധം ഇല്ലാതാവുക എന്നത് അസാദ്ധ്യമാണെന്നതു തന്നെ.

അഭിമന്യൂ ഉള്ളിൽക്കടന്ന ചക്രവ്യൂഹം. പുറത്തു കടക്കാനുള്ള മാർഗ്ഗം അറിഞ്ഞുകൂടാത്ത അഭിമന്യൂവിനെ രക്ഷിക്കാൻ പരാക്രമത്തിനു പുകൾപെറ്റ അച്ഛൻ അർജ്ജുനനുപോലും കഴിഞ്ഞില്ല, വിവേകിന്റെ അച്ഛനു കഴിയാത്തതുപോലെ. എന്തെന്നാൽ ചക്രവ്യൂഹമെന്നു പറയുന്നതുതന്നെ രാഷ്ട്രീയത്തിലെ കൂട്ടുചേർന്നുള്ള ചതിയാണ്. അതിൽ അകപ്പെട്ടു പോയവന് ഒരുരക്ഷയുമില്ല. ജനാധിപത്യത്തിൽപ്പോലും.

അപ്പുറത്തെവിടെയോ ഫോൺ തുടർച്ചയായി ശബ്ദിച്ചുകൊണ്ടിരുന്നു. ഒടുവിൽ അവളുടെ ഇന്റർകോമിലേക്ക് അതു പകർന്നു. അവൾ ഫോണെടുത്തു.

"ഈസിറ്റ് അരുണാ ത്യാഗരാജൻ?"

ശബ്ദം കേട്ട മാത്രയിൽത്തന്നെ ആരാണെന്നു മനസ്സിലായി. പേടി കൊണ്ട് തൊണ്ട വരണ്ടുപോയി.

"ഞാനാണ് രഞ്ജിത്. രഞ്ജിത് ഷിരോദ്കർ. എന്നെ ഓർമ്മയുണ്ടോ?"

"ഉവ്വ്."

"നിങ്ങളോട് അല്പം സംസാരിക്കാനുണ്ട്. ഇന്ന് എന്റെ ഓഫീസിലേക്ക് വരാൻ പറ്റുമോ?"

"എനിക്ക് അഞ്ചുമണി കഴിഞ്ഞേ ഇവിടെ നിന്നിറങ്ങുവാൻകഴിയൂ."

"മതി. ആറു മണിക്കു വന്നാൽ മതി."

അയാൾ അതുവരെ തന്നെ വിളിക്കാതിരുന്നതാണ് അതിശയം എന്നവൾ വിചാരിച്ചു. എന്തായിരിക്കും അയാൾ ചോദിക്കുക? അറിയില്ലെന്ന് താൻ ആവർത്തിച്ചു മറുപടി പറയുമ്പോൾ അയാൾ എന്താവും ചെയ്യുക? പാന്റ്സൊക്കെ ഊരി ആണുങ്ങളെ തല്ലുന്നതുപോലെ തന്നെയും മാനഭംഗപ്പെടുത്തുമോ?

"പേടിക്കേണ്ട. റുട്ടീൻ വിഷയം സംസാരിക്കാനാണ് വിളിക്കുന്നത്. നിങ്ങളുടെ സഹകരണം ആവശ്യമുണ്ട്. ആറുമണിക്ക് നിങ്ങളെ പ്രതീക്ഷിക്കുന്നു."

കേട്ടിട്ട് ആജ്ഞപോലെ തോന്നിച്ചു.

"വിവേകിനെ കാണാൻ പെർമിഷൻ ചോദിച്ചുകൊണ്ട് ഒരപേക്ഷ ഞാൻ കൊടുത്തിരുന്നു."

"ങാ. കിട്ടിയിട്ടുണ്ട്."

"പെർമിഷൻ കിട്ടുമോ?"

"കിട്ടും. നിങ്ങൾ ഇന്നു വരുമ്പോ പെർമിഷൻ ലെറ്റർ വാങ്ങിക്കൊണ്ടുപോകാം."

അവൾക്കു വിശ്വസിക്കാൻ കഴിഞ്ഞില്ല. നിമിഷനേരത്തേക്ക് ശ്വാസം നിലച്ചതുപോലെ മനസ്സിൽ നന്ദി നിറഞ്ഞു കവിഞ്ഞു.

"താങ്ക്സ് മി ഷിരോദ്കർ."

"നോ പ്രോബ്ലം അത് എന്റെ ഡ്യൂട്ടിയാണ്." അവളുടെ ചുണ്ടുകളിൽ മെല്ലെ ഒരു പുഞ്ചിരി വിരിഞ്ഞു. പ്രതീക്ഷിക്കാതെ ചോദിച്ച വരം കിട്ടിയതുപോലെ മനസ്സ് ആഹ്ലാദിച്ചു. താൻ വിചാരിച്ചതുപോലെ മോശക്കാരല്ല സോമയ്യയും ഷിരോദ്കറും എന്നവൾക്ക് വിശ്വാസമായി. അന്ന് ജോലി കഴിയുമ്പോൾ അഞ്ചരമണിയായി. അതുകൊണ്ട് ട്രെയിനിനു നില്ക്കാതെ അവൾ ടാക്സി പിടിച്ചു. വണ്ടി നീങ്ങിത്തുടങ്ങിയപ്പോൾ, കണ്ണടച്ച് സീറ്റിൽ ചായവേ ഇതുവരെയുള്ള അലച്ചിലിന് ഇതാദ്യമായി ഫലം കിട്ടിയതുപോലെ. അയാളെ കണ്ട് എന്തെങ്കിലും ഒന്നും സംസാരിക്കാൻ കഴിഞ്ഞാൽ മതിയായിരുന്നു.

നിന്റെ വിഷമം എനിക്കു മനസ്സിലാവുന്നു. നിന്റെ വേദന, നിസ്സഹായത, അപമാനം, ദേഷ്യം ഒക്കെ ഞാനും അനുഭവിക്കുന്നുണ്ട്. എന്തു ചെയ്യാൻ കഴിയും നമുക്ക്. ഇതിൽനിന്ന് എങ്ങനെ രക്ഷപ്പെടും. എന്നിങ്ങനെ. ആ കൈകളിൽ മുഖം പൂഴ്ത്തി കരയാൻ കഴിഞ്ഞിരുന്നെങ്കിൽ.

വണ്ടി നിർത്തിയിരിക്കുകയാണ്. അവൾ കണ്ണു തുറന്ന് കവിളിലൂടെ ഒലിച്ചിറങ്ങിയ കണ്ണുനീർ തുടച്ചു. ട്രാഫിക് സിഗ്നൽ ചുവപ്പിലാണ്. പെട്ടെന്ന് അവളുടെ മുഖം വിടർന്നു. ഫുട്പാത്തിലെ ഒരു കടയുടെ മുന്നിൽ വിവേകിന്റെ സുഹൃത്ത് അജയ് ആരോടോ സംസാരിച്ചുകൊണ്ട് നില്ക്കുന്നു. രണ്ടുപേരുടെയും കണ്ണുകൾ പരസ്പരം കൂട്ടിമുട്ടിയതിന്റെ ബലത്തിൽ അവൾ വിശാലമായി പുഞ്ചിരിച്ചുകൊണ്ട് കൈവീശിക്കാണിച്ചു. അയാളുടെ മുഖത്ത് ഒരു ഭാവഭേദവുമില്ല. തന്നെ അയാൾ കണ്ടു എന്നതിൽ സംശയമേതുമില്ല. ആളെ മനസ്സിലായിട്ടുണ്ടാവില്ലെന്നു കരുതി അവൾ അജയ് എന്നുറക്കെ വിളിച്ചു. അയാൾക്കു മനസ്സിലായില്ലെന്നു മാത്രമല്ല വിളിച്ചതു കേൾക്കാതെ സംഭാഷണം നിർത്തി. ജനസഞ്ചയത്തിനിടയിലേക്ക് നടന്നു മറഞ്ഞു.

അവൾ ഷിരോദ്കറിന്റെ മുറിയുടെ മുന്നിലെത്തി. പേരു പറഞ്ഞപ്പോൾ പുറത്തു കാവൽ നിന്നിരുന്നയാൾ അകത്ത് ചെന്ന് വിവരം പറഞ്ഞു. ഷിരോദ്കറിന്റെ ശബ്ദം ഉറക്കെ കേട്ടു.

"അകത്തു വരണം മിസ് അരുണാ."

അകത്ത് കടന്ന് അയാൾക്കഭിമുഖമായുള്ള കസേരയിൽ ഇരിക്കുന്നതിനകം അയാളുടെ മൂർച്ചയുള്ള കണ്ണുകൾ തന്നിലൂടെ തുളച്ചുകയറുന്നത് അവളറിഞ്ഞു. മുറിയിൽ മറ്റാരുമില്ലെന്നത് അവൾ ശ്രദ്ധിച്ചു. അത് അവളെ തെല്ലു പരിഭ്രമിച്ചു.

"എന്താ കുടിക്കാൻ? കാപ്പി ഓർ ടീ? മദ്രാസി ആയതുകൊണ്ട് കാപ്പിയായിരിക്കും ഇഷ്ടം എന്നു കരുതുന്നു." അയാൾ ഗൗരവം വിടാതെ ചിരിച്ചു.

ആ ഗൗരവം അയാളുടെ കൂടപ്പിറപ്പാവാം. അല്ലെങ്കിൽ ആ വേഷം നല്കിയിട്ടുള്ള കവചമാവാം. തന്റെ ദുഷ്ച്ചെയ്തികളെ ന്യായീകരിക്കാനുതകുന്ന കവചം. ആരോടുള്ള പക തീർക്കാനാണ് എന്റെ കൂട്ടുകാരനെ അകത്തു പിടിച്ചിട്ടത്? മനസ്സിനുള്ളിൽ അവൾ അയാളുടെ ചുമലുകളിൽ പിടിച്ച് കുലുക്കി.

"എനിക്ക് ടീയാണു പതിവ്."

"അതെയോ?" അയാൾ മേശയ്ക്കടിയിലെ ബസ്സർ അമർത്തി ചായ കൊണ്ടുവരാൻ പറഞ്ഞു.

"നിങ്ങൾ ചെന്നൈയിൽനിന്ന് ഇവിടെ താമസമാക്കിയിട്ട് എത്ര വർഷമായി?"

"അത് എന്റെ അപ്പൂപ്പനോടു ചോദിച്ചാലേ അറിയൂ. അദ്ദേഹം ജീവിച്ചിരിപ്പില്ല. എന്റെ അച്ഛനും ഇവിടെ ജനിച്ചുവളർന്നതാണ്. ഞാൻ ഒരു മുംബൈകർ ആണെന്നാണ് എന്റെ വിചാരം."

അയാൾ അവളെപ്പറ്റി അവളുടെ കുടുംബത്തെപ്പറ്റി ജോലിയെപ്പറ്റിയുമെല്ലാം വളരെ സാധാരണമട്ടിൽ ചോദിച്ചു മനസ്സിലാക്കി. പെർമിഷൻ ലെറ്ററിന്റെ കാര്യം മാത്രം മിണ്ടിയില്ല. വിവേകിനെക്കുറിച്ച് ഇയാളോടു ഏതു വിധത്തിലാണ് പറഞ്ഞു തുടങ്ങുക എന്നാലോചിച്ചുകൊണ്ടിരിക്കെ അയാൾ മേശപ്പുറത്തു വച്ചിരുന്ന ഗ്ലാസ് പേപ്പർ വെയ്റ്റ് കൈയിലെടുത്ത് ഉരുട്ടിക്കൊണ്ടിരുന്നു.

"അതിശയമായിരിക്കുന്നു. നിങ്ങളെപ്പോലെ ഡീസന്റായ ഒരു പെൺകുട്ടിക്ക് വിവേകിനെപ്പോലൊരാളുമായി സൗഹൃദമുണ്ടായതെങ്ങനെയാണ്? നിങ്ങളെ അവൻ എങ്ങനെ വളച്ചെടുത്തു?"

അവളുടെ മുഖം ചുവന്നു. സ്വയം നിയന്ത്രിക്കാൻ കഴിയാതെ അവൾ പെട്ടെന്ന് പ്രതികരിച്ചു. "നിങ്ങളുടെ ചോദ്യം മാന്യമായതല്ല, മി. ഷിരോദ്കർ."

അയാൾ തെല്ലും കൂസിയില്ല. "സോറി ക്രിമിനലുകൾക്ക് പല മുഖങ്ങൾ വേണ്ടിവരും പിന്നിലൊളിക്കാനായി. വിവേകിനെ സംബന്ധിച്ച് നിങ്ങൾ അത്തരത്തിലൊരു മുഖമാണെന്ന കാര്യത്തിൽ എനിക്കു സംശയമില്ല."

അയാൾ ഉരുട്ടിക്കൊണ്ടിരുന്ന പേപ്പർ വെയ്റ്റിനുള്ളിൽ മഞ്ഞു പെയ്തുകൊണ്ടിരുന്നു. അതിന്റെ നടുക്ക് നഗ്നമായ ഒരു സ്ത്രീരൂപം. ഇയാൾ തന്നെ വെറുമൊരു അന്വേഷണത്തിന്റെ ഭാഗമായി വിളിപ്പിച്ചതല്ല എന്നവൾക്കു മനസ്സിലായി.

ആറ്

നേപ്പിയർ സീ റോഡിനോട് ചേർന്നുള്ള ആ മുറിയിൽ അറബിക്കടലിൽനിന്നുള്ള തണുത്ത കാറ്റ് ജനാലയിലൂടെ അകത്തേക്കു വീശിയെത്തി. അതുകൊണ്ടാണ് പ്രമോഷൻ കിട്ടി വന്ന ഷിരോദ്കർ മുറിയിൽ എ സി വേണ്ടെന്നു പറഞ്ഞത്. അന്ന് ഡിപ്പാർട്ടുമെന്റ് ഒന്നടങ്കം അയാളെ ഒരു വിചിത്രജീവിയെ എന്നപോലെ കണ്ടു. കുളിർമ്മ യന്ത്രം പദവിയുടെ അന്തസ്സു വർദ്ധിപ്പിക്കാനുതകുമെന്നും മറ്റുമുള്ള അഭിപ്രായങ്ങൾക്ക് മറുപടി പറയാൻ അയാൾ മെനക്കെട്ടില്ല. അവർക്ക് പ്രകൃതി നമുക്കുതരുന്ന സൗകര്യങ്ങളെക്കുറിച്ച് അറിയില്ല. വാതിലുകളും ജനാലകളും ബന്ധി

ച്ചിട്ട് മുറിക്കുള്ളിലിരുന്നാൽ പുറം ലോകത്തിൽനിന്ന് അന്യവല്ക്കരിക്കപ്പെട്ടതുപോലെ തോന്നും. അയാൾക്കു മാത്രമല്ല, അയാളെ കാണാൻ വരുന്നവർക്കും അങ്ങനെ തോന്നും.

കാറ്റത്ത് മേശപ്പുറത്തിരുന്ന ചില കടലാസുകൾ പറന്നു പോകാൻ തുടങ്ങി. അയാൾ കൈയിൽവെച്ച് ഉരുട്ടിക്കൊണ്ടിരുന്ന പേപ്പർ വെയ്റ്റ് അവയുടെ മീതെ വെക്കുന്നതിനുമുമ്പ് നേരെ മുന്നിലിരിക്കുന്ന അരുണയെ ശ്രദ്ധിച്ചു. തണുത്ത കാറ്റടിച്ചിട്ടും അവളുടെ നെറ്റിയിൽ വിയർപ്പു പൊടിഞ്ഞിരിക്കുന്നു. നിമിഷനേരത്തേക്ക് അവളോടു സഹതാപം തോന്നി. കാഴ്ചയിൽ തികച്ചും ലാളിത്യം നിറഞ്ഞ ഒരു പാവം. പക്ഷേ, ആ കണ്ണുകൾക്കു നല്ല മൂർച്ചയുണ്ട്. വിവേക് വിഹരിക്കുന്ന പുതുമണ്ണിൽ ഇവൾ എത്ര കണ്ട് ആഴത്തിൽ കാലുകൾ പൂഴ്ത്തിയിട്ടുണ്ടെന്ന് അറിഞ്ഞുകൂട. വിവേക് സ്വയം ഒളിക്കാൻ കണ്ടുപിടിച്ച ഒരു മുഖം മാത്രമാണോ ഇത്? അവളെന്തോ പറയാൻ ശ്രമിക്കവേ കതകിൽ മെല്ലെ മുട്ടിയിട്ട് ഒരു കോൺസ്റ്റബിൾ ചായക്കോപ്പകളുമായി അകത്തു വന്നു. പറയാനോങ്ങിയത് പറയാതെ അവൾ കാത്തിരുന്നു. രഞ്ജിത് ഒരു കപ്പ് അവളുടെ അടുത്തേക്കു നീക്കിവെച്ചു. "ആദ്യം ഇതു കുടിക്കൂ." അയാൾ തികച്ചും സ്വാഭാവികമായി പറഞ്ഞു.

അതിനിഷ്ടപ്പെടാത്തതുപോലെ അവൾ മൗനം കാത്തു. വീണ്ടും അവളെ ചായ കുടിക്കാൻ നിർബ്ബന്ധിച്ചിട്ട് അയാൾ ചായ കുടിക്കാൻ തുടങ്ങി. അപ്പോൾ അവളും ചായ എടുത്തു കുടിക്കാൻ ശ്രമിച്ചു. അവളുടെ വിരലുകൾ വിറകൊള്ളുന്നത് അയാളുടെ ശ്രദ്ധയിൽപ്പെട്ടു.

ഒരിറക്ക് കുടിച്ചുകഴിഞ്ഞ് കോൺസ്റ്റബിൾ പുറത്തുപോയെന്നുറപ്പായപ്പോൾ വിറയ്ക്കുന്ന ചുണ്ടുകളോടെ അവൾ സംസാരിക്കാൻ തുടങ്ങി.

"താങ്കൾ അവനെ സംശയത്തിന്റെ പേരിലാണ് അറസ്റ്റുചെയ്തിട്ടുള്ളത്. ആ സംശയം എന്തെങ്കിലും തെറ്റിദ്ധാരണ കൊണ്ടുണ്ടായതാവാം. അറസ്റ്റു ചെയ്യപ്പെട്ടതുകൊണ്ട് ഒരാൾ ക്രിമിനലാണെന്നു പറയുന്നതിൽ അർത്ഥമില്ലല്ലോ. കോടതി എന്നൊന്നുണ്ട്. അവർ അവനെ വിചാരണ ചെയ്ത് കുറ്റവാളിയാണെന്നു തെളിയിക്കുന്നതുവരെ അവൻ നിരപരാധിയാണ്. അപ്പൊ അവനൊരു ക്രിമിനലാണെന്നു തീരുമാനിക്കാൻ താങ്കൾക്കു കഴിയുമോ?"

രഞ്ജിത് ഒരു മൃദുഹാസത്തോടെ അവളെ നിരീക്ഷിച്ചു. ശുദ്ധമായ ഇംഗ്ലീഷിലാണ് അവൾ സംസാരിച്ചത്.

താൻ വലിയ ബുദ്ധിമതിയാണെന്നു സ്വയം കരുതുന്ന ഒരധികപ്രസംഗിയാണിവൾ. അയാൾക്ക് ഈർഷ്യ തോന്നി. അവളുടെ പരിഭ്രമം തീരാൻ സാവകാശം കൊടുത്ത് അയാൾ അല്പനേരം കാത്തിരുന്നു. എന്നിട്ട് പറഞ്ഞു.

"ഞാനൊരു മഠയനാണെന്ന് നിങ്ങളങ്ങു തീരുമാനിച്ചു കളഞ്ഞല്ലോ. ഞാൻ മഠയനല്ല. തന്റേടിയുമല്ല. മനസ്സിലാക്കിക്കൊള്ളൂ. പതിനഞ്ചു വർഷങ്ങളായി എനിക്കു മുംബൈയിലെ ക്രിമിനലുകളെ പരിചയമുണ്ട്. ഏതു പുറ്റിൽ എത്തരം പാമ്പുണ്ട് എന്ന് എനിക്കു നന്നായറിയാം. പക്ഷേ, പ്രതീ

ക്ഷയ്ക്കു വിപരീതമായി എന്നെപ്പോലും പരാജയപ്പെടുത്തിക്കൊണ്ട് എവിടുന്നൊക്കെയോ പുതിയ പുറ്റുകൾ പൊന്തി വരുന്നു. ഒട്ടും പ്രതീക്ഷിക്കാത്ത മുഖങ്ങളൊക്കെ പാമ്പുകളായി ചീറ്റിക്കൊണ്ടു വരുന്നു.

"താങ്കൾ വിചാരിക്കുന്നതുപോലെ വിവേക് ഒരു പാമ്പല്ല."

അയാൾക്കു വല്ലാതെ ദേഷ്യം വന്നു. "ഇതാണ് എനിക്കു നിങ്ങളുടെയടുത്ത് ഇഷ്ടമില്ലാത്ത സംഗതി." അയാൾ മനഃപൂർവ്വം ശബ്ദമുയർത്തിയാണ് സംസാരിച്ചത്.

"നിങ്ങൾക്ക് എന്നേക്കാൾ പരിചയസമ്പത്തുണ്ടോ? നമുക്കു ചുറ്റും എങ്ങനെയൊക്കെയുള്ള ഭീകര കൃത്യങ്ങളാണ് നടന്നുകൊണ്ടിരിക്കുന്നതെന്ന് നിങ്ങൾക്കറിയാമോ? ഈ ഭീകരതയിൽനിന്ന് മുംബൈയെ എങ്ങനെ രക്ഷിക്കാമെന്നാലോചിച്ചാലോചിച്ച് രാവും പകലും എനിക്കുറക്കം കിട്ടുന്നില്ല എന്നുപറഞ്ഞാൽ നിങ്ങൾക്കു മനസ്സിലാകുമോ? നിങ്ങൾക്ക് ഒരാളെക്കുറിച്ചുള്ള വേവലാതി. അതും ശരിയല്ലാത്ത ആളിനെച്ചൊല്ലി. എനിക്കാണെങ്കിൽ ഒന്നേകാൽ കോടി വരുന്നവരെക്കുറിച്ചാണ് ചിന്ത. ഒന്നുമറിയാത്ത ഒന്നേകാൽ കോടിപ്പേരെക്കുറിച്ച് ആർക്കാണ് ഉത്തരവാദിത്വം? നിങ്ങൾക്കോ? എനിക്കോ?"

അയാളുടെ ആവേശം കണ്ടു സ്തബ്ധയായി വിടർന്ന കണ്ണുകളോടെ അവൾ നോക്കിയിരുന്നതു കണ്ട് അയാൾ തൃപ്തനായി.

"ഇതാ നോക്കൂ. മിസ് അരുണാ." അയാൾ ഇരുകൈകൾ കൊണ്ടും കസേരയിൽ തട്ടിയിട്ട് ഇങ്ങനെ തുടർന്നു. "ഈ സീറ്റ് എനിക്കു അച്ഛന്റെ വീട്ടിൽ നിന്നു കിട്ടിയതൊന്നുമല്ല. എന്റെ പഠിപ്പും കഴിവും കൊണ്ടു നേടിയതാണ്. ഈ യൂണിഫോം എന്റെ കടമയെക്കുറിച്ച് ഓർമ്മിപ്പിച്ചുകൊണ്ടിരിക്കുന്നു. ഞാൻ വെറും കാവൽക്കാരനാണ്. ജനങ്ങളുടെ മാത്രമല്ല രാജ്യത്തിന്റെയും. ഞാനൊരിക്കലും ഒരു കുറ്റകൃത്യത്തെക്കുറിച്ച് നിഷേധാത്മകമായ രീതിയിൽ ചിന്തിക്കാറില്ല. പക്ഷേ, രാജ്യദ്രോഹം എനിക്കു ക്ഷമിക്കാൻ പറ്റില്ല."

അവൾ വീണ്ടും എന്തോ പറയാനൊരുങ്ങി. അയാൾ ദേഷ്യത്തോടെ കൈയുയർത്തി ആ ശ്രമം തടഞ്ഞു.

"വേണ്ട നിങ്ങൾ ഒന്നും പറയാൻ ശ്രമിക്കണ്ട. കാരണം ഞാൻ പ്രതീക്ഷിക്കുന്ന എന്തെങ്കിലും വിവരം നിങ്ങളുടെ പക്കലുണ്ടെന്നു തോന്നുന്നില്ല. സുഹൃത്ത് ഒരു പത്രപ്രവർത്തകനാണെന്നല്ലാതെ നിങ്ങൾക്കെന്തറിയാം?"

ചായ അകത്തുചെന്നപ്പോൾ കിട്ടിയ ധൈര്യം കൊണ്ടാവണം ലേശം ധാർഷ്ട്യത്തോടെ അവൾ അതിനുത്തരം നല്കി.

"അയാൾ ക്രിമിനല്ല എന്നറിയാം."

രഞ്ജിത് ഉറക്കെച്ചിരിച്ചു.

"പിന്നെ? പിന്നെ എന്തറിയാം?"

"തെറ്റിദ്ധാരണമൂലമാണ് കേസിൽപ്പെട്ടത് എന്നറിയാം. അവന്റെ ഭാവി താങ്കളുടെ കൈകളിലാണ് എന്നുമറിയാം!"

അവൾ പെട്ടെന്ന് തകർന്നുപോയവളെപ്പോലെ കൈകൾ കൊണ്ടു മുഖം പൊത്തി ഏങ്ങലടിച്ചു കരഞ്ഞു. അവളുടെ ദുർബ്ബലമായ തോളുകൾ തേങ്ങൽമൂലം ചലിക്കുന്നത് രഞ്ജിത് അനങ്ങാതെ നോക്കിയിരുന്നു. വീമ്പു പറയുന്നവരൊക്കെയും ക്ഷണനേരംകൊണ്ട് ഇങ്ങനെ തകർന്നു പോവുന്നത് അയാൾ എത്രയോ കണ്ടിരിക്കുന്നു. അയാൾക്ക് ഇത് പുത്തരിയല്ല. വീമ്പുപറച്ചിൽ ഒരു കവചമാണ്. അയാൾക്കതറിയാം. അയാൾ എഴുന്നേറ്റ് ജനാലയുടെ അടുത്തു ചെന്നുനിന്ന് ആലോചനയിൽ മുഴുകി റോഡിലേക്കു നോക്കി. ജ്യൂസ് വില്ക്കുന്ന കടയിൽ പലനിറത്തിലുള്ള പാനീയങ്ങൾ ഗ്ലാസുകളിലേന്തി ചെറുപ്പക്കാരായ ജോഡികൾ ചിരിച്ചും സംസാരിച്ചും നില്ക്കുന്നുണ്ട്. മുമ്പ് ഇവളും അവരിൽ ഒരുവളായിരുന്നിരിക്കാം. വിവേകിന്റെ സുഹൃദ് വലയത്തെക്കുറിച്ച് ഇവൾക്ക് അല്പമെങ്കിലും അറിവില്ലാതെ വരാൻ തരമില്ല. ഇവളെ വിരട്ടാൻ ഒരു പായം കണ്ടെത്തണം. തിരിഞ്ഞു നോക്കുമ്പോൾ, പോകാനൊരുങ്ങി അവൾ എഴുന്നേറ്റു നില്ക്കുകയാണ്. അയാൾ സ്വസ്ഥാനത്തേക്കു മടങ്ങിവന്നു.,

"നിങ്ങൾക്കു പോകാമെന്ന് ഞാൻ പറഞ്ഞില്ലല്ലോ."

അവളുടെ മുഖം ചുവന്നിരുന്നു. കണ്ണുകൾ ഇപ്പോഴും നന്നായി കലങ്ങിയിരിക്കുന്നു.

"വിവേകിനെ കാണാൻ അനുവദിച്ച് തരാമെന്ന് താങ്കൾ പറഞ്ഞിരുന്നു. അതുവിശ്വസിച്ചാണ് ഞാനിവിടെ വന്നത്. എന്നെ പേടിപ്പിക്കാനാണു വിളിച്ചതെന്ന് ഇപ്പോൾ മനസ്സിലാവുന്നു!"

അയാൾ ചിരിച്ചു.

"പേടിപ്പിക്കുകയോ! അതു നല്ല തമാശ! പൊലീസിന്റെ വിരട്ടൽ എങ്ങനെയാണെന്ന് നിങ്ങൾക്കറിഞ്ഞുകൂടാ. ആവശ്യമാണെന്നു കണ്ടാൽ അതും ചെയ്യും. പക്ഷേ, ഞാനിന്ന് പതിവുള്ള ചോദ്യം ചെയ്യൽപോലും ചെയ്തിട്ടില്ല."

"നിങ്ങൾക്കു വിദ്യാഭ്യാസമുണ്ട്. ഞാൻ പറയുന്നതു മനസ്സിലാക്കി. സഹകരിച്ചാൽ നിങ്ങൾക്കു മാത്രമല്ല എല്ലാവർക്കും അതാണു നല്ലത്."

അവൾ സംശയപൂർവ്വം അയാളെ നോക്കിനിന്നു അതു ശ്രദ്ധിക്കാത്ത മട്ടിൽ അയാൾ തുടർന്നു: "അനുവദിച്ച് തരാം. ആഴ്ചയിൽ ഒരു ദിവസം കാണാം. അരമണിക്കൂർ സമയം."

അവളുടെ മുഖം അല്പമൊന്നു വികസിച്ചു. അധരങ്ങളിൽ ഒരു മൈക്രോ പുഞ്ചിരിവിടർന്നു. അവൾ നന്ദി പറഞ്ഞു.

"താങ്ക്സ്!"

മര്യാദക്കാരിയാണ് എന്ന് അയാൾ മനസ്സിൽ കുറിച്ചു.

"മിസ് അരുണാ! നിങ്ങൾ അയാളുമായി സംസാരിക്കണം. ഇതുവരെ ചോദിച്ചിട്ടില്ലാത്ത കാര്യങ്ങൾ ചോദിക്കണം. അയാൾ എന്തു പറയുന്നു എന്നു നന്നായി ശ്രദ്ധിക്കുക. എന്നിട്ടു നിങ്ങൾ തന്നെ അയാളെക്കുറിച്ച് ഒരു തീരുമാനമെടുക്കുക."

അവൾ ഒന്നും മിണ്ടിയില്ല.

അയാൾ മേശവലിപ്പുതുറന്ന് ഒരു കവറെടുത്ത് അവളുടെ നേരെ നീട്ടി. അവൾ വീണ്ടും താങ്ക്സ് പറഞ്ഞു. കവർ തുറന്ന് കടലാസെടുത്ത് സശ്രദ്ധം വായിച്ചു നോക്കി.

ശനിയാഴ്ചയേ കാണാനൊക്കൂ. ഇന്ന് വ്യാഴം അവൾ ഉറക്കെ ആത്മ ഗതം ചെയ്തു.

"ഇപ്പോൾ നിങ്ങൾക്കു പോകാം. പക്ഷേ, ആവശ്യം വന്നാൽ എന്നോടു സഹകരിക്കണം."

വീണ്ടും അവളുടെ കണ്ണുകളിലെ സംശയം വായിച്ചെടുത്തപ്പോൾ രഞ്ജിത്തിന് അരിശം വന്നു.

"ഇതു ഞാൻ നിങ്ങളിൽനിന്നും പ്രതീക്ഷിക്കുന്നത് തെറ്റാണെന്നു കരുതുന്നുണ്ടോ?"

"ഇല്ല. ഇല്ല." എന്നുപറഞ്ഞുകൊണ്ട് അവൾ വേഗം സാരിത്തലപ്പെ ടുത്തു പുതച്ചപ്പോൾ അയാൾക്ക് അപമാനം തോന്നി.

"നിങ്ങൾക്കു പോകാം."

അവൾ വേഗം എഴുന്നേറ്റു.

"സൂക്ഷിക്കണം. കേട്ടോ."

ഒരു മാത്ര മടിച്ചുനിന്ന് അവൾ അയാൾക്കു നന്ദി പറഞ്ഞു.

അയാളും കസേരയിൽ നിന്നെഴുന്നേറ്റു. അവൾ കതകിനടുത്തെ ത്തുന്നതുവരെ കാത്തു. എന്നിട്ട് സാവധാനം ഇങ്ങനെ പറഞ്ഞു.

"മിസ് അരുണാ? വിവേക് പിടിക്കപ്പെട്ടതിൽ നിങ്ങൾക്കു തോന്നു ന്നത്ര തന്നെ ആശ്ചര്യം എനിക്കുമുണ്ട്."

അവൾ തിരിഞ്ഞ് അല്പനേരം അയാളെ നോക്കി. പിന്നീട് ഒന്നുംപ റയാതെ വേഗം ലിഫ്റ്റിനടുത്തേക്കു നടന്നു.

അയാൾ വീണ്ടും ജനാലയുടെ അടുത്തു ചെന്നു നിന്നു. റോഡരി കിലെ കടകളിൽനിന്നുള്ള നിയോൺ വിളക്കുകളുടെ പ്രകാശം രജനിയെ വശ്യസുന്ദരമാക്കിയിരിക്കുന്നു. തന്റെ ഉള്ളിലെ രഹസ്യങ്ങളൊക്കെയും ആകാശത്തോടൊപ്പം മറച്ചുപിടിച്ചിരിക്കയാണവൾ. അധോലോകം സാധാ രണലോകത്തിലേക്ക് വ്യാപകമായി നൂണുകയറിക്കൊണ്ടിരിക്കുന്നു എന്ന സംഗതി തന്നെമാത്രം ഇത്രയധികം ഭയവിവശമാക്കുന്നത് എന്തുകൊ ണ്ടാണെന്ന് ആലോചിക്കവെ, അരുണ റോഡു മുറിച്ചുകടന്നു പോവു ന്നതു കണ്ടു. മഫ്തിയിൽ രണ്ടു പൊലീസുകാർ അവളെ പിന്തുടരുന്നതു കണ്ടു തൃപ്തനായി. രഞ്ജിത് സീറ്റിലേക്കു തിരിച്ചു ചെന്നു.

മേശപ്പുറത്തെ ഗ്ലാസിനടിയിൽ മുംബൈയുടെ ഭൂപടം വെച്ചിട്ടുണ്ട് മുംബൈ നഗരത്തിന്റെ മുക്കും മൂലയും അറിയാമായിരുന്നിട്ടും, തുടർച്ച യായ ബോംബുസ്ഫോടനങ്ങൾക്കുശേഷം മേശപ്പുറത്ത് ഇതു വെക്കേ ണ്ടിവന്നു. ഈ ഭൂപടത്തിന്റെ സഹായത്തോടെമാത്രമേ ഓഫീസർമാർക്ക് ഡ്യൂട്ടി ഏല്പിച്ചുകൊടുക്കാൻ കഴിഞ്ഞുള്ളൂ. ഒരേ ദിവസംതന്നെ നഗര ത്തിന്റെ പലഭാഗങ്ങളിലായി മുന്നൂറ്റിപ്പതിനേഴുപേർ മരിക്കാനിടയായ സംഭ വത്തിന്റെ പശ്ചാത്തലത്തിൽ യുദ്ധകാലാടിസ്ഥാനത്തിൽ നടപടികളെ

ടുക്കേണ്ടിവന്നതും സ്ഫോടനത്തിനു പിന്നിൽ പ്രവർത്തിച്ചവരെ വളഞ്ഞു പിടിക്കാൻ പൊലീസിനെ സംഘങ്ങളാക്കി മാറ്റി വ്യൂഹം ചമയ്ക്കേണ്ടി വന്നതുമൊന്നും സാമാന്യം എന്നു പറയാൻ പറ്റിയ ജോലികളല്ലായിരുന്നു. കഴിഞ്ഞ ഒരു മാസത്തിൽ ഓരോ ദിവസവും നടന്ന സംഭവങ്ങൾ മന സ്സിൽ വല്ലാതെ പതിഞ്ഞുപോയിരുന്നു. ഉണർന്നിരിക്കുന്ന ഓരോ നിമി ഷത്തെയും അവ ആക്രമിച്ചുകൊണ്ടിരുന്നു. സ്വന്തം ജീവിതവും ഇഴയ ടുപ്പമുള്ള ബന്ധങ്ങളുമൊക്കെ ചിത്രത്തിൽ അമ്ലരസം വീണാലെന്നപോ ലെ, മാഞ്ഞുപോയി. അത്തരമൊരു ജീവിതാവസ്ഥയിലേക്ക് നയിക്കപ്പെട്ട അയാളെ, അയാളുടെ ചെയ്തികളെ സംശയദൃഷ്ട്യാ നോക്കിക്കാണുന്ന വരെ അയാൾക്ക് ഒട്ടും സഹിക്കാനാവുമായിരുന്നില്ല.

വിവേകിനെക്കുറിച്ച് ഉപരിപ്ലവമായിമാത്രമേ അവൾക്ക് മനസ്സിലായി ട്ടുള്ളൂ. അതുകൊണ്ടുതന്നെ അവളുടെ സംസാരത്തിൽ ധൈര്യമല്ല. മറിച്ച് അഹങ്കാരമാണ് പ്രതിഫലിച്ചത്. വിവേകിനും ഇതേ ഡംഭു തന്നെയായി രുന്നു. അവളിലൂടെ പ്രകടമായതും അതാണെന്നതിൽ സംശയമില്ല.

പത്രപ്രവർത്തകനാണെന്ന അഹങ്കാരമാണവന്. കൈയിൽ ഒരു പേയുള്ളത് എ കെ 47 നു തുല്യമാണെന്നു വിചാരിക്കുന്നവൻ. അവന്റെ വിശദീകരണവും അപ്രകാരമായിരുന്നു. എൻകൗണ്ടറിൽ ഒരു ക്രിമിന ലിനെ വെടിവെച്ചു വീഴ്ത്തുമ്പോൾ അതു കൊലപാതകമാണെന്നോ ലോകം എന്തു പറയുമെന്നോ നിങ്ങൾ ആലോചിക്കാറുണ്ടോ? അതേ പോലെ എഴുതുമ്പോഴും ഒരു ഭയവും തോന്നാറില്ല.

അപകീർത്തികരമായ റിപ്പോർട്ടിങ്ങിനെക്കുറിച്ച് വിശദീകരണം ആരാ ഞ്ഞപ്പോൾ ചിരിച്ചുകൊണ്ടാണവൻ അങ്ങനെ പറഞ്ഞത്, ഒരുതരം ഗർവ്വോ ടെ.

“നോക്കൂ രഞ്ജിത് എനിക്ക് അതു തെറ്റാണെന്നു തോന്നി. അതേ എഴുതിയുള്ളൂ.”

“നീ ഒരു മഠയനാണെന്ന് എനിക്കറിയില്ലായിരുന്നു, നിനക്ക് അതേ പ്പറ്റി വിവരം തന്നത് തെറ്റായിപ്പോയി.”

“താനിങ്ങനെ ഒരു തൊട്ടാവാടിയാണെന്ന് ഞാൻ കരുതിയില്ല.”

“വിഡ്ഢി! വിഡ്ഢി! ഞാനതു കാര്യമാക്കുന്നില്ല. പക്ഷേ, വർത്ത മാനകാലം എത്ര ജീർണ്ണിച്ചിരിക്കുന്നുവെന്ന് നിനക്കു മനസ്സിലായിട്ടില്ല.”

അതുകേട്ട് ആ മഠയൻ കുലുങ്ങിച്ചിരിച്ചു.

“ഞാൻ കണ്ടതേ എഴുതിയുള്ളൂ. അതും വർത്തമാനകാലത്തിനു സംഭവിച്ചതുകൊണ്ടിരിക്കുന്ന ജീർണ്ണതയുടെ തോത് വെളിപ്പെടുത്തുന്ന താണെന്ന് ഞാൻ കരുതുന്നു.”

“വിഡ്ഢി”

“നിനക്ക് എഴുതിയാൽ മതിയല്ലോ. എന്തുത്തരവാദിത്വമാണ് നിന ക്കുള്ളത്? വലിയൊരു യോഗ്യന്റെ വേഷം നിനക്കണിയിച്ചു തന്ന നിന്റെ പേന എത്രത്തോളം സുരക്ഷ പ്രദാനം ചെയ്യുമെന്ന് എനിക്കിപ്പോൾ കാണാൻ കഴിയുന്നുണ്ട്. നീ എങ്ങനെയുള്ളവനാണെന്ന് ഇനി നിന്റെ കാമുകിക്കും മനസ്സിലാവും.”

പെട്ടെന്ന് അച്ഛന്റെ ഓർമ്മകൾ മനസ്സിലേക്കോടിയെത്തി.

തന്നെക്കുറിച്ച് അപകീർത്തികരമായ വാർത്തകളെഴുതിയ പത്രങ്ങളെ അദ്ദേഹം പാടെ വെറുത്തു. കടബാദ്ധ്യതകളെക്കാളേറെ, അപകീർത്തിയായിരിക്കുമോ അദ്ദേഹത്തിന്റെ മരണത്തിനു കാരണമായതെന്ന് അടുത്തിടെയാണ് ചിന്തിക്കാൻ തോന്നിയത്. അപൂർവ്വമായി മാത്രം കരഗതമാവാറുള്ള ഒരു സ്വകാര്യവേളയിൽ ഈ തോന്നൽ ഭാര്യയോടു വെളിപ്പെടുത്തിയപ്പോൾ രൂക്ഷമായ ഒരു നോട്ടംകൊണ്ടാണ് അവൾ തന്നെ നേരിട്ടത്.

"രഞ്ജിത്! ഞാൻ പറയുന്നതു കേൾക്കൂ. ഈ പൊലീസ് ജോലി ഉപേക്ഷിച്ചേക്കൂ." പരസ്പരബന്ധമില്ലാത്തതുപോലെ അവൾ പറഞ്ഞു തുടങ്ങി. വേറെ എന്തെങ്കിലും ജോലി ചെയ്തു ജീവിക്കാം. നമുക്ക് എനിക്കും ടീച്ചർ ജോലി കിട്ടും.

അയാൾക്ക് പതിവുപോലെ ദേഷ്യം വന്നു,

"ഞാനെന്തു പറഞ്ഞാലും നീ ഇതുതന്നെ പറഞ്ഞോ ഛെ! നിന്നോട് മിണ്ടാൻ വന്ന എന്നെ വേണം പറയാൻ."

"അതെ." അവളും ആവേശം കൊണ്ടു. "തന്റെയീ ദേഷ്യം. സംശയം ഭയം ഒക്കെ അവസാനം അച്ഛന്റെ മരണവുമായി താൻ ബന്ധപ്പെടുത്തുകയാണ്. എന്നിട്ട് വാശി വളർത്തിക്കൊണ്ടു വരികയാണ്. ഈ യൂണിഫോം അതിനുള്ള ലൈസൻസ് തന്നിട്ടുണ്ടെന്നു കരുതുന്നതുപോലെ. ഏതോ ഒരു റിപ്പോർട്ടർ ഏതോ ഒരു പത്രത്തിൽ എന്തെങ്കിലും എഴുതിയെന്നു വെച്ച് തനിക്കെന്താ? എന്തിനാ എല്ലാം നെഗറ്റീവായിട്ടെടുക്കുന്നത്?"

അല്ലെങ്കിലും സുശീല ഒരിക്കലും തനിക്കനുകൂലമായി സംസാരിച്ചിട്ടില്ല.

വിവേക് അറസ്റ്റിലായ അന്നു രാത്രി അവൾ തന്നെ നോക്കിയ നോട്ടം ഇന്നും ഓർമ്മയുണ്ട്.

അയാൾ ഒരു ക്രിമിനലാണെന്നുള്ളതിന് എന്റെ പക്കൽ ശക്തമായ തെളിവുകളുണ്ട് എന്നുറപ്പിച്ചു പറഞ്ഞിട്ടും അവൾ തന്നെ വിശ്വസിക്കുന്നില്ലെന്നു മനസ്സിലായി.

"നീ വിശ്വസിച്ചില്ലെങ്കിൽ വേണ്ട! I don't care to hell with you!"

അവൾ നീട്ടിയ ചായക്കോപ്പ അയാൾ തട്ടിക്കളഞ്ഞു.

അരുണയും അതു വിശ്വസിക്കുന്നില്ല. അയാൾക്കു ദേഷ്യം വന്നു.

"To hell with you all?"

അയാൾ കൈകളിൽ തലയും താങ്ങിയിരുന്നു. തനിക്കും ബുദ്ധിഭ്രമം പിടിപെട്ടേക്കുമെന്നാണ് സുശീല പറയാതെ പറയുന്നത്. തനിക്കു തോന്നുന്നത് മുംബൈ നഗരത്തിനാണ് സ്കിസോഫ്രീനിയ പിടിപെട്ടിരിക്കുന്നത് എന്നാണ്. ബഹമുഖ സ്വാധീനമുള്ള ഒരു കുഴപ്പമാണത്. അല്പം മുമ്പ് ആ മദ്രാസിയോട് ദേശദ്രോഹം മാത്രം ഞാൻ സഹിക്കുകയില്ല എന്നുപറഞ്ഞത് ഓർമ്മയിലെത്തി. ആ ദ്രോഹം എവിടെനിന്നാണു തുടങ്ങുന്നതെന്നാലോചിച്ച് അയാളുടെ ചിന്തകൾ കുഴങ്ങി.

മുംബൈയുടെ വടക്ക് നൂറുകണക്കിനു മൈലുകൾക്കപ്പുറത്ത് അയോദ്ധ്യയിൽ ഒരു കൂട്ടം വെറിയന്മാർ ഒരു പള്ളി പൊളിച്ചതിന്റെ ഫലമായി മുംബൈ മഹാനഗരത്തിലെ ഹിന്ദുക്കൾക്കും മുസ്ലീങ്ങൾക്കുമിടയിൽ മതിലുകളുയർന്നു. അന്നുമുതൽ ഈ നഗരം തന്നോടു തന്നെ യുദ്ധം പ്രഖ്യാപിച്ചിരിക്കയാണ്. അതിന്റെ അനർത്ഥം മനസ്സിലാക്കാത്ത വിഡ്ഢികളാണ് അധികാരത്തിലിരിക്കുന്നത്. സർക്കാരിലും പൊലീസിലും മൂന്നു മാസങ്ങൾക്കു മുമ്പുവരെ ഇരുകൂട്ടരും സൗഹാർദ്ദത്തിലാണു കഴിഞ്ഞിരുന്നത്. എവിടെയോ ഒരു പള്ളി പൊളിച്ചപ്പോഴേക്കും അങ്ങു രാധാഭായ് തെരുവിൽ അക്രമം പൊട്ടിപ്പുറപ്പെട്ടു. ഒരു ഹിന്ദുകുടുംബത്തെ അഗ്നിക്കിരയാക്കിയെന്ന വാർത്ത കാറ്റിലൂടെ ഒഴുകി. മുംബൈ നഗരം മുഴുവൻ തീപിടിക്കാൻ തുടങ്ങി. തീവെച്ചവർ ദേശാഭിമാനികളാണത്രേ. ദേശദ്രോഹികളെ ഒരു പാഠംപഠിപ്പിക്കുകയായിരുന്നു പോൽ. മുംബൈവാസികൾ രണ്ടുതരം വിസിറ്റിങ് കാർഡുകൾ കൊണ്ടു നടന്ന സമയമാണത്. ഒന്നിൽ ഹിന്ദു പേരും മറ്റേതിൽ മുസ്ലീം പേരും. ആരുടെ പക്കലകപ്പെടുന്നുവോ അതനുസരിച്ച് പേരു മാറും. സ്കിസോഫ്രീനിയ ഒരു തല്ക്കാല സുരക്ഷാ ഉപാധിയായി.

കലാപം അമർച്ച ചെയ്യാൻ രാപകലില്ലാതെ മുംബൈയുടെ വീഥികളിൽ അലഞ്ഞപ്പോൾ അതിനു പിന്നിലുള്ള വമ്പൻ തലങ്ങളെ ഒന്നും ചെയ്യാൻ കഴിയാതെ വന്നപ്പോൾ അന്നുരാത്രി തികച്ചും ശ്മശാനനിശ്ശബ്ദതയിലാണ്ട് ഇരുളടഞ്ഞു കിടന്ന ഒരുതെരുവോരത്തിലിരുന്ന് പുലമ്പിയ വാക്കുകൾ അവ ഇത്രവേഗം ഫലിക്കുമെന്നു വിചാരിച്ചില്ല – വിഡ്ഢികളാണ് ഒക്കെ വിഡ്ഢികളാണ്. മുംബൈ ഒരു ദേശീയ ചിഹ്നമാണ്. അതിനെ തൊട്ടുകളിച്ചാൽ, അതിനെ നശിപ്പിക്കാൻ ചില ദുർശക്തികൾ കാത്തിരിക്കുന്നുണ്ട്. വിഡ്ഢികളേ നിങ്ങൾ നിങ്ങളെത്തന്നെയാണ് നശിപ്പിക്കുന്നത്.

ടെലിഫോൺ ശബ്ദിച്ചു.

ജയിൽ സൂപ്രണ്ട് വാഡേക്കറാണ്.

“അയാൾക്ക് എങ്ങനെയുണ്ട്?” രഞ്ജിത് അന്വേഷിച്ചു.

“ഇപ്പോ വലിയ കുഴപ്പമില്ല. പന്ത്രണ്ടു തുന്നലിടേണ്ടി വന്നു, സാർ. ഭാഗ്യത്തിന് മരിച്ചില്ല. അയാളെ അതേ സെല്ലിൽത്തന്നെയിടട്ടോ സാർ?’

“വേണ്ട. പിന്നെയും അയാൾ ഇതുപോലെ വല്ലതും ചെയ്തു കളയും. ഒരു കാര്യം ചെയ്യൂ. പഞ്ചാബ് തീവ്രവാദികളെ പാർപ്പിച്ചിട്ടുള്ള സെല്ലിലേക്ക് മാറ്റ്. പിന്നെ, വാഡേക്കർ ശനിയാഴ്ച അരുണാ എന്നു പേരുള്ള ഒരു ചെറുപ്പക്കാരി അയാളെ കാണാൻ വരും. കാണിച്ചുകൊടുത്തേക്ക്.”

ഇരുപതു ക്രിമിനലുകളെ പാർപ്പിച്ചിരിക്കുന്ന തടവറയാണ്. വർഷങ്ങളായി മോചനമില്ലാതെ കഴിയുന്നവർ. മോചനത്തെക്കുറിച്ചുള്ള വിശ്വാസംപോലും നഷ്ടപ്പെട്ടവർ

അവൾ മിടുക്കിയാണ്.

അവൾക്കു മനസ്സിലാവും.

ഏഴ്

മുമ്പൊരിക്കൽ വായിച്ചിട്ടുള്ള ഒരു നോവലിനകത്തേക്കു പ്രവേശിച്ചതുപോലെ തോന്നി. അയാൾക്ക് ലവ്‌ലി ബോൺസിന്റെ മരിച്ചുപോയ കഥാനായിക സൂസി സാൽമണെപ്പോലെ അയാളും ആകാശത്തെ പഞ്ഞിക്കെട്ടുകൾക്കു മീതെയിരുന്ന് യാത്ര ചെയ്യുകയാണ്. ചക്രങ്ങളില്ലാത്ത വാഹനത്തിലെ യാത്ര സുഖകരമായിരുന്നു. അദൃശ്യയായ ഒരു ദേവത തന്നെ അനായാസം കൂട്ടിക്കൊണ്ടു പോവുകയാണ്. വഴിനീളെ പല മുഖങ്ങൾ. നോവലിൽ വായിച്ചതുപോലെ എല്ലാം മരിച്ചുപോയവരുടെ മുഖങ്ങളാണ്. അവയ്ക്കിടയിൽ, ഉത്തർപ്രദേശിലെ മരിച്ചുപോയ അപ്പൂപ്പനും ഉണ്ടായിരുന്നു. അച്ഛനോടു സംസാരിക്കാൻ കൂട്ടാക്കാതിരുന്ന അമ്മൂമ്മയുടെ മുഖവുമുണ്ട്. യാത്രയ്ക്കൊടുവിൽ അമ്മയെ കാണാമെന്ന പ്രതീക്ഷയിൽ അയാൾ പഞ്ഞിപോലെ പൊങ്ങിക്കിടന്ന് നീങ്ങിക്കൊണ്ടിരുന്നു.

സ്കൂൾപഠനം പൂർത്തിയാകുംമുമ്പേ, പെട്ടെന്ന് യാത്രയായ തന്റെ അമ്മ. ഇതേപോലെ, പഞ്ഞിമഴപോലെ— മഞ്ഞുപെയ്ത രാത്രിയിലാണ് അമ്മ പോയത്. ന്യൂയോർക്ക് ആശുപത്രിയുടെ സ്ഫടികംപോലെ തിളങ്ങുന്ന ഇടനാഴിയിലെ ബെഞ്ചിലിരുന്ന് അച്ഛൻ ആവർത്തിച്ചുകൊണ്ടിരുന്നു.

"നിന്റെയമ്മ നമ്മെ വിട്ടുപോയി."

"എവിടെപ്പോയി? എവിടെയാണ്?" എന്നു ചോദിച്ചുകൊണ്ട് അച്ഛന്റെ ചുമലുകൾ പിടിച്ചുകുലുക്കി മറുപടി പറയാതിരുന്നപ്പോൾ അയാൾ ആസ്പത്രിയുടെ പുറത്തേക്ക് ഓടി.

"അമ്മേ! അമ്മേ!" എന്ന് അലറിക്കരഞ്ഞു. അപ്പോൾ മഞ്ഞുമഴ പെയ്യുന്നുണ്ടായിരുന്നു. അമ്മ മായയായി മറഞ്ഞുവെന്നു തോന്നി. തനിക്കു വിശന്നാൽ സഹിക്കാത്ത അമ്മ... തനിക്കു നൊന്താൽ സഹിക്കാത്ത അമ്മ. കൂട്ടുകാർ ആരുമില്ലാത്ത ആ അന്യദേശത്ത് തന്നെ മഞ്ഞുമഴയിൽ കരയാൻ വിട്ടിട്ട് അമ്മ പൊയ്ക്കളഞ്ഞു. ജീവിതത്തിൽ അമ്മയോളം തന്നെ കബളിപ്പിച്ചവർ ആരുമില്ലെന്നു തോന്നുന്നു. അമ്മയെ കാണുകയാണെങ്കിൽ പ്രധാനമായും അതുതന്നെ വേണം ചോദിക്കാൻ. എന്തിനാണ് എന്നെ പറ്റിച്ചത്?

അമ്മ തുടങ്ങിവെച്ച കബളിപ്പിക്കൽ ഒരു ശാപംപോലെ ഇപ്പോഴും എന്നെ പിന്തുടരുന്നതു കണ്ടില്ലേ?

അയാൾ വേഗം നീങ്ങി, അമ്മയുടെ മുഖമന്വേഷിച്ച് അമ്മ ഉപയോഗിക്കുന്ന ക്രിസ്ത്യൻ തിയോയുടെ നറുമണം മേഘപ്പൊതികളിൽ കലർന്നിരുന്നു. അമ്മയ്ക്കിഷ്ടമുള്ള മിസ്തിയോ സെന്റ്. അരുണയും അതുതന്നെയാണ് ഉപയോഗിക്കുന്നത്. താൻ അവൾക്കു സമ്മാനിച്ചതാണ്. അമ്മയുടെ ഗന്ധത്തോടെ പ്രേമത്തിന്റെ ഭാഷയിൽ സംസാരിക്കുന്ന അരുണ. അയാൾക്കു സങ്കടം തോന്നി. തനിക്കും സൂസി സാൽമണിന്റെ അവസ്ഥയാണിപ്പോഴെന്ന് പാവം അവൾക്കറിയില്ല.

സൂസിയുടെ തീവ്രരഹസ്യങ്ങൾ പുറംലോകം അറിയുംമുമ്പേ, അതിനുള്ള സന്ദർഭം പോലുമുണ്ടാവാതെ അവൾ മരിച്ചുപോയി.

തന്നെക്കുറിച്ചുള്ള സത്യാവസ്ഥ വെളിപ്പെടുംമുമ്പേ അയാൾ ജീവിതം സ്വയം ഒടുക്കിക്കളഞ്ഞു. വിഡ്ഢി. ഇനി ആർക്കും അതറിയാനും കഴിയില്ല. അമ്മയോടു മാത്രമേ അതു പറയാൻ പറ്റൂ. അതെ മരിച്ചുപോയ അമ്മയോട് മരിച്ചുപോയവർ മാത്രമേ എന്നെ വിശ്വസിക്കുകയുള്ളൂ.

അമ്മേ എന്നെ വിശ്വസിക്കൂ. എനിക്കറിവുള്ളത് ഈ പേന മാത്രമാണ്.

പേനയോ! തന്റെ കൈയിലുള്ളത് എ കെ 47നാണ്.

അല്ല! അതു കള്ളമാണ്. രഞ്ജിത് ഷിരോദ്കർ! ഞാൻ അമ്മയോടു സംസാരിക്കട്ടെ. എനിക്കൊന്നുമറിഞ്ഞുകൂടാ.

അറിഞ്ഞുകൂടാ. അല്ലേ?

അറിയില്ല. ഓ! നോ! പ്ലീസ് ഡോൺട്! അമ്മേ!

ആരോ തന്റെ നെറ്റി തുടയ്ക്കുന്നു. വിവേക് കണ്ണു തുറന്നു. രണ്ടുമൂന്നു മുഖങ്ങൾ കാണുന്നുണ്ട്. തന്റെ നേരെ കുനിഞ്ഞ് അവ പുഞ്ചിരിക്കുന്നുണ്ടോ? അയാൾ കണ്ണുകളടച്ചു.

ഓ! മരിച്ചിട്ടില്ല!

മനസ്സിനുള്ളിൽ ഒരുതരം അവ്യക്തത ചിലന്തിവലകളായി രൂപപ്പെട്ടു. കുറച്ചുനേരത്തേക്ക് താൻ എവിടെയാണെന്നുപോലും മനസ്സിലായില്ല. പിന്നീട് മെല്ലെ ഓരോന്നും ചങ്ങലക്കണ്ണികളായി ഓർമ്മയിലെത്തവേ, വല്ലാത്തൊരായാസം അവളെ ആവേശിച്ചു. ഇല്ല ഇതു സ്വപ്നമാണ്. തോമസും സോമയ്യായുമല്ലാതെ മറ്റൊരു സഹജീവിയും ഇവിടെ ഉണ്ടാവാനിടയില്ല. അതും, പുഞ്ചിരിക്കുന്ന സഹജീവികൾ. ആരോ വീണ്ടും നെറ്റിത്തടം മൃദുവായി തുടച്ചു.

"അയാൾ വിശ്രമിക്കട്ടെ. ശല്യപ്പെടുത്തണ്ട" എന്നാരോ പഞ്ചാബിയിൽ പറയുന്നതു കേട്ടു. കണ്ണുതുറന്നയുടനെ ഒരു ഗ്ലാസ് ചൂടുചായ കുടിച്ചാൽ കുറച്ചുഭേദം കിട്ടും. അമർസിങ് ചായ കൂട്ടുന്നുണ്ട്.

ആ ശബ്ദങ്ങളിൽ ധ്വനിച്ച സ്നേഹവായ്പ് അയാളുടെ നിനവുകളിൽനിന്നും ഊർന്നുപോയ ഒന്നായിരുന്നു. പരിചയമില്ലാത്തത് എന്നുവേണമെങ്കിൽ പറയാം. നിജമെന്ന പോലത്തെ കിനാവ്. ഒരുപക്ഷേ, അവിശ്വസനീയമായ ഒന്ന്. നാളിതുവരെയായി പെരുച്ചാഴിയും അടയ്ക്കാക്കുരുവികളും ഉറുമ്പുകളും മാത്രമേ ആ എട്ടടിച്ചതുരത്തിനകത്ത് അയാളോടു സ്നേഹം പ്രകടിപ്പിച്ചുള്ളൂ. സൂര്യപ്രകാശംപോലും ഉള്ളിൽ അസ്വസ്ഥതയാണു നിറച്ചത്. ഇമകൾക്കുള്ളിലൂടെ പുറത്തെ പ്രകാശം അറിയാൻ കഴിയുന്നുണ്ട്. തടവറയിലെ അന്ധകാരം തന്നെ ചൂഴ്ന്നില്ല എന്നത് അയാളുടെ സർവ്വ ഇന്ദ്രിയങ്ങളിലും ആഘ്ലാതമുണ്ടാക്കി.

അയാൾ മെല്ലെ കണ്ണുതുറന്നു നോക്കി. ഇത് താൻ മുമ്പു കിടന്നിരുന്ന മുറിയല്ല. ആദ്യത്തെ വ്യത്യാസം പ്രകാശമായിരുന്നു. ഇരവുപകലുകൾ തമ്മിലുള്ള വ്യത്യാസം അറിയിച്ചുതരുന്ന പ്രകാശം. കൂടുതൽപേർ ഉള്ള മുറിയാണെന്ന് സംഭാഷണം കേൾക്കുമ്പോൾ മനസ്സിലാ

വുന്നു. പഞ്ചാബിയിലാണ് സംസാരിക്കുന്നത്. സിഖുകാരായ കൂട്ടുകാരിൽ നിന്നാണ് ആ ഭാഷ പഠിച്ചത്. തല വല്ലാതെ വേദനിക്കുന്നു. ഒപ്പമുള്ളവർ പൊലീസുകാരല്ല എന്നു മനസ്സിലായപ്പോൾ ചെറിയൊരു സന്തോഷം. കല്ലുകൊണ്ടുള്ള ബെഞ്ചിലല്ല തന്റെ കിടപ്പ്. ജമക്കാളത്തിന്മേലാണ്. ഇത് ആസ്പത്രിവാർഡോ മറ്റോ ആയിരിക്കുമോ? അയാൾ ഒരു കൈകൊണ്ട് തല താങ്ങി, പതുക്കെ എഴുന്നേറ്റിരുന്നു. ശരീരത്തിന്റെ ഓരോ സന്ധുവിലും കാർന്നുതിന്നുന്ന വേദന.

ഉടനെ തന്നെ നാലഞ്ചുപേർ ഒന്നിച്ച് അടുത്തേക്കു ചെന്നു. എല്ലാവരും താടിയും മുടിയും വളർത്തിയ സർദാർജിമാർ.

"മെല്ലെ. മെല്ലെ..." ഒരാൾ ഹിന്ദിയിൽ പറഞ്ഞു. "എങ്ങനെയുണ്ട്?"

അതിനു മറുപടി പറയാൻ തുടങ്ങുന്നതിനു മുമ്പേ മറ്റൊരാൾ ഇടയ്ക്കു കയറി.

"രണ്ടു ദിവസം കഴിഞ്ഞ് നിങ്ങൾ ഇപ്പോഴാണ് കണ്ണു തുറക്കുന്നത്. 'ബോധം വന്നോ, കണ്ണു തുറന്നോ? എന്ന് ആ നാശംപിടിച്ച സൂപ്രണ്ട് വാഡേക്കർ അന്വേഷിച്ചോണ്ടേയിരിക്കുന്നു. എങ്ങാനും ചത്തുപോയാ അയാടെ പ്രമോഷൻ ഗോപി!"

"ഇത് ആസ്പത്രിയല്ലേ?" അയാൾ ചുറ്റും നോക്കിക്കൊണ്ട് ആരാഞ്ഞു. അടച്ചിട്ട നീണ്ട ഇടനാഴിപോലെ ഒരിടം. അതുകേട്ട് ഒരാൾ ചിരിച്ചു.

"ആസ്പത്രിയോ! അതൊക്കെ വി ഐ പി കൾക്കല്ലേ. ജാമ്യം കിട്ടാൻ വഴിയില്ലാത്ത നമ്മളെപ്പോലുള്ളവർക്കല്ല. കേട്ടോ. നമുക്കൊക്കെ ജയിൽ ഡോക്ടർ തന്നെ ശരണം. പക്ഷേ, ഇയാളെങ്ങാൻ മരിച്ചുപോയാലോന്നു പേടിച്ച് കുറച്ചു ജാഗ്രതയായിട്ടു നോക്കിയെന്നാ കേട്ടത്. തലയിൽ തുന്നലിട്ടിട്ടുണ്ട്, റെയിൽപ്പാളം പോലെ, കെട്ടഴിച്ച് ഡ്രസ്സു ചെയ്യുമ്പോ ഞങ്ങളു നോക്കി. ഇയാളെ തനിയെ പാർപ്പിച്ചാൽ വീണ്ടും എന്തെങ്കിലും പ്രശ്നമുണ്ടാക്കിയാലോ എന്നു കരുതി ഇങ്ങോട്ടു കൊണ്ടു വന്നതാണ്. മിനിഞ്ഞാന്നു രാത്രിയിൽ."

അയാൾക്ക് എല്ലാം ക്ഷണത്തിൽ ഓർമ്മയിലെത്തി. ക്ഷീണം തോന്നി. ഒരുതരം മടുപ്പോടെ ഇങ്ങനെ പറഞ്ഞു.

"ഞാൻ മരിക്കണമായിരുന്നു."

ബാക്കിയുള്ളവർ അയാളുടെ വികാരത്തെ ഉൾക്കൊണ്ടതുപോലെ തലയനക്കി.

"ഇവിടെ എല്ലാവർക്കും എപ്പോഴെങ്കിലുമൊരിക്കൽ അങ്ങനെ തോന്നിയിട്ടുണ്ട്. മുമ്പ് രണ്ടുപേർ രക്ഷപ്പെടാൻ ശ്രമം നടത്തി. അവരെ പൊലീസ് പിടിച്ചു. സൂപ്രണ്ടിന്റെ തല്ലുകൊണ്ടാണ് അവർ മരിച്ചത്. അതു ഞങ്ങൾക്കറിയാം. ജയിലിനകത്തുണ്ടായ സംഘർഷത്തിൽ മരിച്ചതാണെന്നു വരുത്തി. ശ്മശാനത്തിലേക്കു കൊണ്ടു പോവുകയാണു ചെയ്തത്. ഡോക്ടറും അതിനു പറ്റിയതുപോലെ സർട്ടിഫിക്കറ്റ് കൊടുക്കുകയായിരുന്നു."

ഒരു തമാശ കേട്ടതു പോലെ ചിലർ ചിരിച്ചു. അയാൾക്കു പറയാൻ വയ്യാത്തൊരാന്തൽ ഉള്ളിലുണ്ടായി.

"അങ്ങനെ തല്ലുകൊണ്ടു ചാവുന്നതിനേക്കാൾ നല്ലത് ആത്മഹത്യ ചെയ്യുകയാണ്."

കൂട്ടത്തിൽ മുതിർന്നൊരാൾ അയാളുടെ തോളത്ത് സ്നേഹപൂർവ്വം തട്ടി.

"അപ്പനേ! അതത്ര എളുപ്പമുള്ള കാര്യമല്ല. രോഷം, മാനം എന്നിവയ്ക്കൊന്നും ഇതിനുള്ളിൽ ഒരർത്ഥവുമില്ല. നാമും ഈ ശരീരവും തമ്മിൽ യാതൊരു ബന്ധവുമില്ലെന്നു ചിന്തിക്കാൻ ഞങ്ങൾ പരിശീലിച്ചു കഴിഞ്ഞു."

ഒരാൾ ചിരിച്ചു.

"അതെ, യോഗിമാരെപ്പോലെ!" മറ്റുള്ളവർ തലകുലുക്കി അതു ശരിവെച്ചു.

മുതിർന്നയാൾ തുടർന്നു. "നീ ഞങ്ങളുടെ കൂട്ടത്തിൽ എത്തിക്കഴിഞ്ഞില്ലേ. ഇനി ഒറ്റയ്ക്കിരുന്നു വിഷമിക്കണ്ട. ഞങ്ങൾ നിന്നെ നോക്കിക്കൊള്ളാം. പോരെങ്കിൽ നീ സൗകര്യമായിട്ടൊക്കെ ജീവിച്ചവനല്ലേ?"

അയാളുടെ ഹൃദയം ആർദ്രമായി.

"എന്നെപ്പറ്റി എങ്ങനെ മനസ്സിലായി?

"ജയിൽ ഒരു കൊച്ചുലോകമാണ്. നീ രാജേഷ് ശ്രീവാസ്തവയുടെ മകനാണെന്ന് ഞങ്ങൾക്കറിയാം."

ഇനിയും എന്തൊക്കെ അറിയാം എന്നു ചോദിക്കാൻ അയാൾക്കു സങ്കോചം തോന്നി. അദ്ദേഹത്തിന്റെ മകനായി പിറന്ന നീ എങ്ങനെ ഇവിടെയെത്തിയെന്ന് ഞങ്ങൾക്കറിയാം എന്നുപറഞ്ഞ് കളിയാക്കിയാലോ?

"ഇതാ നല്ല ചൂടു മസാലച്ചായ കുടിക്ക്."

അയാൾ അത്ഭുതത്തോടെ ഗ്ലാസ് വാങ്ങി നിറയെ പാലൊഴിച്ച് ഏലയ്ക്കാ ചേർത്ത സുഗന്ധമുള്ള ചായ.

"എങ്ങനെ കിട്ടി?"

"ഞങ്ങൾ തന്നെ ഉണ്ടാക്കുന്നതാണ്! ചായ കൊടുത്തയാൾ ചിരിച്ചു. ചായപ്പൊടി പാൽപ്പൊടി ഒക്കെ ഉണ്ട് ഇവിടെ. എല്ലാത്തരം മസാലയും സ്റ്റോക്ക് ചെയ്തിട്ടുണ്ട്. അവര് തരുന്ന ഭക്ഷണത്തിന്റെ രുചി ഞങ്ങൾ പാടേ മാറ്റിയെടുക്കും!"

ഒരു മൂലയിൽ കല്ലുകൂട്ടി അടുപ്പുണ്ടാക്കിയിരിക്കുന്നു. അതിനടുത്ത് കൊച്ചുകൊച്ചു പൊതികളുള്ള ഒരു പ്ലാസ്റ്റിക് സഞ്ചി.

അയാൾ ചിരിച്ചു. ചൂടുചായ ആസ്വദിച്ചുകഴിച്ചപ്പോൾ ഒന്നരമാസക്കാലമായി അയാളെ അലട്ടിയിരുന്നു ഏകാന്തത വിട്ടുകടന്നു. മുറിയിൽ പതിനഞ്ചോ ഇരുപതോ പേരുണ്ടാവുമെന്നു തോന്നി. അവരെല്ലാവരും സർദാർജിമാരല്ല എന്നത് അയാളുടെ ശ്രദ്ധയിൽപ്പെട്ടു. തന്റെ സമപ്രായക്കാരും തന്നേക്കാൾ മൂത്തവരും ഇളയവരുമുണ്ട്. എല്ലാവരും ക്രിമിനൽ എന്ന വിശേഷണപദം പേറുന്നവർ. ഇവർ പ്രകടിപ്പിക്കുന്ന സൗഹൃദം കാണുമ്പോൾ ഇവർ ക്രിമിനലുകളാണെന്നു വിശ്വസിക്കാൻ കഴിയുന്നില്ല. എഴുന്നേറ്റു മുഖം കഴുകാനും വസ്ത്രം മാറാനുമൊക്കെ അവർ സഹായിച്ചു. ഭക്ഷണം കൊണ്ടുവന്നപ്പോൾ എന്തു മായാജാലമാണ് പ്രയോഗി

ച്ചതെന്നറിയില്ല. അവർ അതിനെ അതീവരുചികരമാക്കി മാറ്റിയെടുത്തു. പെട്ടെന്ന് അയാൾക്ക് അമിതമായ വിശപ്പു തോന്നി. ഇതാദ്യമായി ജയിൽ ഭക്ഷണത്തിനോട് രുചി തോന്നി. അവിടെയുണ്ടായിരുന്ന ഇരുപതോളം പേരും അയാൾ നേരാംവണ്ണം ഭക്ഷണം കഴിക്കുന്നുണ്ടോ എന്നു ശ്രദ്ധി ച്ചത് അയാൾക്കു തമാശയായി തോന്നി.

ഭക്ഷണം കഴിഞ്ഞതും ചിലർ കാലും നീട്ടി കിടന്നു. ചിലർ പുകവ ലിച്ചുകൊണ്ട് ചീട്ടുകളിക്കാൻ തുടങ്ങി. അവർ അയാൾക്കും ഒരു ബീഡി കൊടുത്തു. ചായ നല്കിയ സർദാർജി അതിനു തീ കൊടുത്തിട്ട് അടുത്തു ചെന്നിരുന്നു.

ബീഡിക്ക് നന്ദി പറഞ്ഞ്, ഒരുപുക അകത്തേക്കെടുത്തിട്ട് വിവേക് അയാളുടെ നേരെ പുഞ്ചിരിച്ചു.

"ഇന്നാണ് ഞാനൊരു മനുഷ്യനാണെന്ന ഓർമ്മ വന്നത്. ഇത്രയും നാൾ ഞാനൊരു പെരുച്ചാഴിയോ കുരുവിയോ അതല്ലെങ്കിൽ ഒരെറുമ്പോ ആണെന്നാണു കരുതിയിരുന്നത്."

അമർസിങ് തീരെ മോശമായ ചീത്ത വാക്കുകളുപയോഗിച്ച് പൊലീ സിനെ പുലഭ്യം പറഞ്ഞു.

"വട്ടുപിടിക്കണമെന്ന ഉദ്ദേശ്യത്തിലാണ് മഹാപാപികള് ഇങ്ങനെ പ്രത്യേകം സെല്ലിലടയ്ക്കുന്നത്. എന്തിനാ പ്രത്യേകം സെല്ല് എന്നുചോ ദിച്ചാല് അയാള് വല്ലാത്ത ഡെയ്ഞ്ചറസ് ആളാണെന്നു പറയും. കോടതി വിധി വരുന്നതിനു മുമ്പ് തന്നെ ഇവരുടെ ശിക്ഷാക്രമങ്ങളിൽപ്പെട്ട് ആയുസ്സു തീരും."

"നിങ്ങളൊക്കെ വന്നിട്ട് എത്രമാസമായി?"

പന്ത്രണ്ടു വർഷമായി.

വിവേക് ഞെട്ടിപ്പോയി "വാസ്തവമാണോ ഇപ്പറയുന്നത്?"

"അതെ. ജാമ്യമില്ലാത്ത കേസാണെന്നും പറഞ്ഞ് അകത്തു പിടിച്ചു. ഇതുവരെയും കേസ് തുടങ്ങിയിട്ടു പോലുമില്ല. എന്റെ കൂടെ അകത്തായ മറ്റ് ഇരുപതുപേർ ഈ ജയിലിൽത്തന്നെയുണ്ട്."

അതുകേട്ട് വിവേക് തരിച്ചിരുന്നു.

"ഇതെന്ത് അക്രമമാണ്?"

"അക്രമം തന്നെ. എന്നേക്കാളും കഷ്ടമായ കേസുകളുണ്ട്. ഞാൻ പിന്നെ കുറ്റം ചെയ്തതാണെന്നു വെക്കാം. നാലഞ്ചു നിരപരാധികൾ പതിനഞ്ചു വർഷമായി ഇതിനുള്ളിലാണ്. എന്തിനെന്നറിയാതെ."

തന്റെ പരിഭ്രമം മറച്ചുപിടിക്കാനായി വിവേക് ചോദിച്ചു. "നിങ്ങൾ എങ്ങനെയാണ്. അകത്തായത്?"

"ആ? ഇതാണ് ശരിക്കുള്ള ചോദ്യം!" അമർസിങ് കൈകൊണ്ടു തുടയിലടിച്ച് ചിരിച്ചു. "അകത്താകുന്നവരൊക്കെ വിഡ്ഢിത്തം കൊണ്ടാണ് അകത്താവുന്നത്! നമ്മുടെ പിന്നിലുള്ളവർ അങ്ങു ലണ്ട നിലും കാനഡായിലുമൊക്കെയാ! മിടുക്കന്മാർ."

എന്തു കുറ്റം ചെയ്തിട്ടാണ് ജയിലിലായത് എന്നു ചോദിക്കാൻ വിവേ കിനു സങ്കോചം തോന്നി.

പക്ഷേ, അമർസിങ്ങിന് ഒരുചോദ്യത്തിന്റെ ആവശ്യമുണ്ടായിരുന്നില്ല.

"ഞങ്ങൾ ഖാലിസ്ഥാൻവാദികളാണ്." അതൊന്നും മറച്ചുപിടിക്കേണ്ട വസ്തുതയല്ലെന്ന മട്ടിൽ അയാൾ പറഞ്ഞുതുടങ്ങി. "കാനഡയിലുള്ള നേതാവ് പറഞ്ഞതുപോലെയൊക്കെ ഞങ്ങൾ ചെയ്തു. കൊള്ളയും കൊലയും മതത്തിനുവേണ്ടിയാണെന്നു വിശ്വസിച്ചാണു ചെയ്തത്?"

"നിങ്ങളുടെ കുടുംബം?"

"പഞ്ചാബിലുണ്ട്. അവർക്കുജീവിക്കാൻ ആവശ്യമുള്ള പണം പുറത്തുനിന്നും എത്തുന്നുണ്ട്. അതിനുവേണ്ടിയെങ്കിലും എനിക്കിവിടെ കഴിഞ്ഞേ പറ്റൂ."

വിചിത്രമായൊരു പ്രശ്നമാണിതെന്ന് വിവേകിനു തോന്നി. പന്ത്രണ്ടുവർഷങ്ങളായി ഇവിടെ കഴിയുന്നൊരാൾക്ക് എങ്ങനെ ഇത്രയും ഉത്സാഹവാനായിരിക്കാൻ സാധിക്കുന്നു? അതിശയം തന്നെ.

"കുട്ടികളുണ്ടോ?"

"കല്യാണം കഴിക്കാനിരുന്ന സമയത്താണ് പിടിക്കപ്പെട്ടത്. തികച്ചും നിർവ്വികാരതയോടെ അയാൾ പറഞ്ഞു. പിടിക്കപ്പെടുമ്പോൾ എനിക്ക് അമ്മയെയല്ല, കാമുകിയായ രൂപാലിയെ ആണ് ഓർമ്മവന്നത്."

അമർസിങ് പുഞ്ചിരിച്ച വാറ് ദൂരത്തുകണ്ണും നട്ടിരുന്ന് പുകവലിച്ചുകൊണ്ടിരുന്നു.

"മൂപ്പെത്താത്ത ചോളത്തിന്റെ പുറത്തെ ഇതളുകൾ അടർത്തിനോക്കിയിട്ടുണ്ടോ, നിങ്ങൾ? പാലു വരും. ദന്തം കണക്കെ തിളങ്ങും. രൂപാലിക്ക് ആ നിറമാണ്. ചിരിക്കുമ്പോൾ മുല്ലമൊട്ടുകൾപോലെയുള്ള പല്ലുകളാണു കാണുക. ഇമ പൂട്ടിയാൽ അവളെപ്പറ്റിയുള്ള സ്വപ്നങ്ങളാണ്. ചോളവയലുകൾക്കിടയിൽ പരസ്പരം ഇഴുകിയൊന്നാവുന്നത് പോലെയുള്ള സ്വപ്നം."

പെട്ടെന്ന് അമർസിങ് പൊട്ടിച്ചിരിച്ചു. "സ്വപ്നത്തിൽ ഞാൻ അവളുമായി ബന്ധപ്പെട്ടിട്ടുള്ളതുവെച്ചു നോക്കിയാൽ അവൾ ഒരു ഡസൻ പിള്ളേരെയെങ്കിലും പ്രസവിക്കേണ്ടതാണ്!"

"രൂപാലി ഇപ്പോഴും കാത്തിരിക്കുന്നുണ്ടോ?"

"കാത്തിരിക്കുകയോ? അതൊക്കെ സിനിമയിലേ നടക്കൂ." അമർസിങ് പുഞ്ചിരിക്കാൻ ശ്രമിച്ചു.

"ഇപ്പോഴൊന്നും ഉറക്കത്തിൽ സ്വപ്നങ്ങളുണ്ടാവാറില്ല. സ്വപ്നങ്ങളില്ലാത്ത ഉറക്കമാണ്. ഇനി ആശിക്കാനോ പ്രതീക്ഷിക്കാനോ ഒന്നുമില്ലെന്ന് വ്യക്തമായിക്കഴിഞ്ഞു."

വിവേകിന്റെ ഉള്ളൊന്നു കാളി. പത്തുവർഷം കഴിഞ്ഞ് അമർസിങ്ങിനെപ്പോലെ താനും പുതുതായി വന്ന തടവുകാരനോട് ഇതേ വാചകങ്ങൾ ആവർത്തിക്കുമെന്ന് തോന്നി.

അരുണയുടെ ചിരി എങ്ങനെയിരിക്കുമെന്നറിയാമോ? കളകളം ഒഴുകുന്ന കാട്ടാറുപോലെ... ആയിരം പുഷ്പങ്ങൾ വിരിഞ്ഞതുപോലെ...

തനിക്ക് ജാമ്യം കിട്ടാൻ ആരെങ്കിലും സഹായിക്കും.

വിവേക് ആശ്ചര്യത്തോടെ അയാളെ നോക്കിയിരുന്നു. എന്നിട്ട് ചുണ്ടുകൾ കോട്ടി നിഷേധാർത്ഥത്തിൽ തലയാട്ടി.

"എന്റെ അച്ഛന് നല്ല സ്വാധീനമുണ്ടെന്നാണ് പറയുന്നത്. അദ്ദേഹത്തിനു പോലും കഴിഞ്ഞില്ല. ഒരാളെ അകത്താക്കണമെന്ന് ഭരിക്കുന്നവർക്കു തോന്നിപ്പോയാൽ ഈശ്വരനുപോലും രക്ഷിക്കാൻ പറ്റില്ല." അതു പറയുമ്പോൾത്തന്നെ വിവേകിനു തൊണ്ടയിടറി. കണ്ണു നനഞ്ഞു യാതൊരു മുൻപരിചയവുമില്ലാത്ത വിദഗ്ദ്ധനായ ഒരു ക്രിമിനലിന്റെ മുന്നിൽവെച്ച് കണ്ണീർ പൊടിഞ്ഞതിൽ അയാൾക്കു വല്ലാത്ത നാണക്കേടു തോന്നി.

അമർസിങ് തോളത്തുതട്ടി ആശ്വസിപ്പിച്ചു.

"സഹായമെത്തും കണ്ടോളൂ."

"എങ്ങനെ?" എന്നു ചോദിക്കുമ്പോൾത്തന്നെ പ്രത്യാശയുടെ ഒരു ചെറുകിരണം മനസ്സിലേക്കെത്തി.

"ബോംബു സ്ഫോടനത്തിനുശേഷം മുംബൈ അധോലോകത്തിനുള്ളിൽ കുറേയധികം മാറ്റങ്ങൾ വന്നിട്ടുണ്ടെന്ന് കേൾക്കുന്നു. മുമ്പ് ഒന്നിച്ചുപ്രവർത്തിച്ചിരുന്നവരുടെ ഇടയിലേക്ക് ഇപ്പോൾ മതം പ്രവേശിച്ചിരിക്കുന്നു. ഹിന്ദുഗ്രൂപ്പ്, മുസ്ലീംഗ്രൂപ്പ് എന്നു ചേരിതിരിഞ്ഞിരിക്കുന്നു. ഈ കാരണം എടുത്തുകാട്ടി അവർ പരസ്പരം കൊല്ലാൻ ശ്രമിക്കുകയാണ്. രണ്ടു കൂട്ടർക്കും പൊലീസിലും രാഷ്ട്രീയത്തിലും വേണ്ടപ്പെട്ടവരുണ്ട്.

ഇപ്പറഞ്ഞതുമായി തനിക്കെന്താണു ബന്ധമെന്നു മനസ്സിലാകാതെ വിവേക് മൗനമായിട്ടിരുന്നു. പത്തുവർഷത്തിലധികമായി തടവിൽ കഴിയുന്നൊരാൾക്ക് പുറത്തെ വാർത്തകൾ എങ്ങനെ അറിയാൻ കഴിയുന്നു എന്ന് അയാൾ അതിശയംകൊണ്ടു. വിവേകിന്റെ പുറത്തുതട്ടി അയാൾ വീണ്ടും സമാധാനിപ്പിച്ചു. അവരുടെ പേരിനുവേണ്ടി ജീവൻ പണയം വെച്ചിട്ടല്ലേ ഓരോരുത്തരും ഇവിടെ വന്നുപെട്ടത്. വീണ്ടും ഇവരുടെ ആവശ്യമുണ്ടായാൽ ജാമ്യമെടുത്തു പുറത്തു കടത്താനും അവർക്കറിയാം."

വിവേക് നിഷേധാർത്ഥത്തിൽ പ്രതികരിച്ചു. "ഞാൻ ആർക്കുവേണ്ടിയും ജീവൻ പണയപ്പെടുത്തിയല്ല ഇവിടെ എത്തിയത്."

അമർസിങ് പുഞ്ചിരിച്ചു.

"അതു സാരമില്ല."

അയാൾ എന്താണുദ്ദേശിച്ചതെന്ന് വ്യക്തമായില്ല.

"ഇയാൾ കുറച്ചുനേരം വിശ്രമിക്കൂ. നാളെ സംസാരിക്കാം." എന്നു പറഞ്ഞു അമർസിങ് എഴുന്നേറ്റുപോയി.

വിവേക് കണ്ണടച്ചുകിടന്നു. നിബിഡമായ ഒരു കാട്ടിലകപ്പെട്ട കുരുടനെപ്പോലെ അയാൾ തപ്പിത്തടഞ്ഞു. ഇവർ തന്നെപ്പറ്റി എന്തോ തീരുമാനത്തിലെത്തിയിട്ട്. അതിനാൽ ഇവരോട് തന്റെ സ്ഥിതിയെക്കുറിച്ചു വിശദീകരിക്കേണ്ടതില്ലെന്ന് ഒരുതരം ക്ഷീണതയോടെ അയാൾ തീരുമാനിച്ചു. എല്ലാവരും ഒരുറക്കം കഴിഞ്ഞ് എഴുന്നേറ്റു. വൈകുന്നേരത്തെ ചായയ്ക്കുശേഷം കാൽകഴുകി വന്ന് ദീപാരാധന നടത്തി. കണ്ണടച്ചിരുന്ന്, ഒരുമിച്ച് 'ജയ് ജഗദീശഹരേ' പാടി. മതത്തിനു വേണ്ടിയാണു കൊല

ചെയ്തതെന്നു പറഞ്ഞ സിഖുകാരനും അവരോടൊപ്പം പാടുന്നുണ്ടായിരുന്നു. ആ ഗാനത്തിലലിഞ്ഞു ചേർന്നിരിക്കുന്ന വേളയിൽ അയാളുടെ പേര് വിളിക്കപ്പെട്ടു.

"വിവേക് ശ്രീവാസ്തവം നിങ്ങൾക്കൊരു വിസിറ്ററുണ്ട്."

അയാൾ ഞെട്ടിയുണർന്നു നോക്കി.

ആരായിരിക്കും എന്ന പരിഭ്രമത്തോടെ കൂട്ടിക്കൊണ്ടുപോകാൻ എത്തിയ പൊലീസുകാരന്റെ പിന്നാലെ നടന്നു ഒരു മുറിയിലെത്തിയപ്പോൾ അരുണാ, അതെ നിറഞ്ഞ പ്രസന്നതയോടെ ചിരിക്കാറുള്ള അരുണാ വാടിയ പൂവുപോലെ അവിടെയിരിക്കുന്നു. അയാളെ കണ്ടതും അവൾ ഓടി അടുത്തുവന്നു. അടുത്ത് പൊലീസുകാരാരും ഇല്ല എന്നത് അയാൾ ശ്രദ്ധിച്ചു. ഉയർന്നുവന്ന വികാരത്തള്ളൽ അടക്കാൻ അശക്തനായി അയാൾ അവളെ മാറോടണച്ച് പൊട്ടിക്കരഞ്ഞു.

എട്ട്

ആ വിരിഞ്ഞ മാറും അവളെ കെട്ടിപ്പുണർന്നിരുന്ന ദൃഢമായ കരങ്ങളും പകർന്നു നല്കിയ ഊഷ്മളതയിൽ സ്വയം ഉരുകിപ്പോകുന്നതുപോലെ അരുണയ്ക്കു തോന്നി. അല്പനേരത്തേക്ക് ഒന്നും ഓർമ്മയുണ്ടായില്ല. അയാളുടെ ആശ്ലേഷവും സാമീപ്യവും അവളിൽ ഒരുതരം മൗനാവസ്ഥയാണുളവാക്കിയത്. തുടരെത്തുടരെയുണ്ടായ സംഭവങ്ങളും ഒരു മാസത്തിലധികമായി രണ്ടുപേരും തമ്മിൽ കാണാൻ കഴിയാതെ വിഷമിച്ചു കഴിഞ്ഞതും എല്ലാം ഒടുങ്ങിത്തീർന്ന പ്രശ്നങ്ങളായിട്ടാണ് ആ മായിക സന്ദർഭത്തിൽ തോന്നിയത്. സ്വാനുകമ്പ മൂലമാവണം കണ്ണീർ അണപൊട്ടി ഒഴുകിയത്. നെഞ്ചുപൊട്ടുന്നവിധത്തിൽ അയാൾ ഏങ്ങലടിച്ചു കരയുകയാണ്. അതിലൂടെ പ്രകടമായ അസ്സഹനീയതയും നിസ്സഹായതയും ദൈന്യവും അയാളുടെ സ്ഥിതിവിശേഷത്തിന്റെ ഗുരുതരാവസ്ഥയെ വിളംബരപ്പെടുത്തുന്നതായിരുന്നു. ക്രമേണ ആ വികാരങ്ങൾ അവളിലേക്കും പകർന്നു. അയാളുടെ ഉറച്ച ശരീരം പാതിയായി ശോഷിച്ച് ബലഹീനമായിരിക്കുന്നത്, ഗാഢമായ ആശ്ലേഷത്തിലായിരുന്നിട്ടും അവളറിഞ്ഞു. കണ്ടപ്പോൾത്തന്നെ കണ്ണിൽപ്പെട്ട തലയിലെ കെട്ട് അവളെ സംഭ്രാന്തയാക്കി. അതിനെക്കുറിച്ചു ചോദിക്കണമെന്ന വിചാരത്തോടെ അവൾ അയാളെ മുതുകിൽ തലോടി ആശ്വസിപ്പിച്ചു. ക്രമേണ തേങ്ങലടങ്ങിയപ്പോൾ അയാൾ ഇറുകിയ പുണരലിൽ നിന്ന് അയാളെ മെല്ലെ വിടുവിച്ചു. കണ്ണുതുടച്ച് ജാള്യതയോടെ സോറി പറഞ്ഞു. നാണമില്ലാതെ കരഞ്ഞതിന് മാപ്പു ചോദിക്കുന്നതു പോലെ.

"തലയിലെ കെട്ട് എങ്ങനെ വന്നു എന്ന് ആദ്യം പറയുക! മഹാപാപികൾ തലയ്ക്കടിച്ചോ?"

"അല്ല, ഞാൻ സ്വയം ചെയ്തതാണ്."

"എനിക്കു മനസ്സിലാവുന്നില്ല." അവൾക്കു വിശ്വസിക്കാൻ പ്രയാസം തോന്നി.

ഒരു മാസത്തിലധികമായി പ്രത്യേകം സെല്ലിൽ അടച്ചിരുന്നതും, ഏകാന്തത മൂത്ത് ഭ്രാന്തു പോലെയായതും, സെല്ലിന്റെ ഇരുമ്പഴികളിൽ തലയിട്ടടിച്ചതും അയാൾ ചുരുക്കിപ്പറഞ്ഞു. അവളുടെ പരിഭ്രമം ഇരട്ടിച്ചു. അവൾ അയാളെ ചേർത്തുപിടിച്ചു. "വിവേക്! വിശ്വാസം വെടിയരുത്." അവളുടെ ശബ്ദമിടറി.

"എല്ലാം ശരിയാവും വിശ്വസിക്കൂ."

അയാൾ മറുപടി പറഞ്ഞില്ല.

അവൾ വിഷയം മാറ്റാനായി മെല്ലെ പുഞ്ചിരിച്ചു. "നീ വല്ലാതെ ക്ഷീണിച്ചുപോയി."

അവളുടെ കവിളിൽ തെളിഞ്ഞ നുണക്കുഴിയിൽ വിരൽ ചേർത്തു അവൾ ചിരിച്ചു.

"അതു നന്നായി എന്റച്ഛൻ തന്നെ പറയാറുണ്ട്. വണ്ണം കുറയ്ക്കണമെന്ന്. അജയ് എന്നെ 'ടാർസൻ' എന്നു വിളിച്ച് കളിയാക്കുമായിരുന്നു. അവൻ നിന്നെ കോൺടാക്ട് ചെയ്തോ?"

"ഇല്ല." അവൾ നിരാശയോടെ പറഞ്ഞു. രണ്ടു ദിവസം മുമ്പ് ഞാൻ ടാക്സിയിൽ പോകുമ്പോൾ ഒരു ട്രാഫിക് സിഗ്നലിൽ പെട്ടു കാത്തുകിടക്കുന്ന സമയത്ത് അവനെ കണ്ടു. അവൻ എന്നെയും കണ്ടു. പക്ഷേ, കണ്ടതായി ഭാവിച്ചില്ല.

വിവേക് അവളെ സൂക്ഷിച്ചു നോക്കിയിട്ട് തല കുനിച്ചുനിന്നു. "ഞാൻ അവനെ കുറ്റം പറയില്ല."

രണ്ടുപേരും അവിടെയുണ്ടായിരുന്ന ബെഞ്ചിലിരുന്നു. അവൾ അയാളുടെ കൈ എടുത്തുപിടിച്ചു.

"നീ എങ്ങനെയാണ് ഇവിടെ വന്നത്? എന്റെ അച്ഛൻ വിചാരിച്ചിട്ട് വരാൻ കഴിയുന്നില്ല."

"എന്നും പൊലീസുകാരോടു പോയി കെഞ്ചും. പിന്നെ ഷിരോദ്കറോടു സംസാരിക്കും. സാവിത്രി യമനോടു വരം ചോദിച്ചതുപോലെ."

അയാൾ അവളെ ചേർത്തുപിടിച്ചു ചിരിച്ചു.

"ഷിരോദ്കർ എന്തുപറഞ്ഞു?"

"അയാളെ പോകാൻ പറയ്."

"അയാളെന്താ പറഞ്ഞത്? അതു കേൾക്കട്ടെ."

അവൾ ദീർഘനിശ്വാസമുതിർത്തു. "നീ ഒരു ക്രിമിനലാണത്രേ. അയാൾ വേറെ എന്താ പറയുക?"

അയാളുടെ ചുണ്ടിൽ ഒരുചെറുപുഞ്ചിരി പടർന്നു.

"വന്നു വന്ന് ഞാൻ സ്വയം ഒരുക്രിമിനലാണെന്നു വിചാരിക്കാൻ തുടങ്ങുമെന്നാണു തോന്നുന്നത്. ഞാനിപ്പോൾ കിടക്കുന്ന സെല്ലിലുള്ള എല്ലാവരും പക്കാ ക്രിമിനലുകളാണ്. കുറഞ്ഞത് അഞ്ചാളെയെങ്കിലും കൊന്നവർ. അവരെല്ലാം പല്ലുപോയ പാമ്പിനെപ്പോലെയായിക്കഴിഞ്ഞു. അതാണ് അതിശയം. അവര് പ്രാർത്ഥിക്കുന്നു. എന്നോടു സ്നേഹത്തോടെ പെരുമാറുന്നു. ഇന്നാണ് എനിക്കു നല്ലൊരൂണു കിട്ടിയത്. ഈ

പോക്കുപോയാൽ പത്തുപതിനഞ്ചുവർഷംകൊണ്ട് അവരെപ്പോലെ എനിക്കും ജയിൽ ജീവിതം ഒരു ശീലമായിക്കൊള്ളും!"

"ദൈവമേ നീ എന്തായിപ്പറയുന്നത്?" അവൾ ഞെട്ടി.

"എന്റെയും ഗതി ഇതാണെന്ന് ബോദ്ധ്യപ്പെടുത്തിത്തരാൻ വേണ്ടിയാവും ഷിരോദ്കർ എന്നെ അവരോടൊപ്പം അടച്ചത്."

"നീയായിട്ട് എന്തിനാ അങ്ങനെ വിചാരിക്കുന്നത്. കുറെപ്പേരോടൊപ്പം കഴിയുന്നതാണ് തനിച്ചു കഴിയുന്നതിനേക്കാൾ നല്ലത്. കൂടാതെ കേസ് വിചാരണ ചെയ്യാതിരിക്കില്ലല്ലോ?"

വിവേകിന്റെ മുഖത്ത് നിഷേധഭാവം പ്രകടമായി. ഇവരുടെ കേസ് ഒരെണ്ണം പോലും ഇതുവരെ വിചാരണയ്ക്ക് എടുത്തിട്ടില്ലത്രേ.

അവൾ വീണ്ടും ഞെട്ടി. അതു മറച്ചുപിടിച്ചുകൊണ്ട് ഇങ്ങനെ പറഞ്ഞു. "അവർക്കുവേണ്ടി ആരും ശ്രമിച്ചിട്ടുണ്ടാവില്ല. അല്ലെങ്കിൽ വക്കീലിനെ ഏർപ്പാടാക്കി കേസു വാദിക്കാൻ അവരുടെ കൈയിൽ കാശില്ലായിരിക്കാം."

അങ്ങനെയല്ലെന്ന അർത്ഥത്തിൽ വിവേക് ചുമലുകൾ കുലുക്കി.

"വേറെയും കാരണങ്ങളുണ്ടാവുമെന്നാണു തോന്നുന്നത്. ചിലർക്ക് ഇതിനുള്ളിൽത്തന്നെ സുരക്ഷാ ഏർപ്പാടുകളുണ്ട്. വലിയ റൗഡികളുടെ ബിനാമിയായി പണിയെടുക്കുന്നവർ ഇവിടെ കഴിയാൻ നിർബദ്ധരാണ്. അവരുടെ കുടുംബത്തിന് എല്ലാ പരിരക്ഷയും കിട്ടും."

അവളുടെ മുഖത്തെ വിസ്മയം കണ്ട് അയാൾ ചെറുതായി ചിരിച്ചു.

"ഇന്നൊറ്റ ദിവസം കൊണ്ട് ഒരു ഖാലിസ്ഥാൻ തീവ്രവാദി എന്നോടു പറഞ്ഞതാണിതൊക്കെ."

പുഞ്ചിരി വിടാതെ, വളരെ മൃദുവായ ശബ്ദത്തിലാണ് അയാൾ സംസാരിച്ചത്. എങ്കിലും മുഖത്ത് വികാരങ്ങളുടെ പ്രതിഫലനം പ്രത്യക്ഷമായിരുന്നു. നിസ്സഹായതമൂലമുള്ള അസ്വസ്ഥതയും നിരാശയും അയാളുടെ ഉച്ഛ്വാസവായുവിൽക്കൂടി പുറത്തുവരുന്നുണ്ടായിരുന്നു. ഇയാളെ സഹായിക്കാനുള്ള ഉപായത്തിന്റെ ഒരു പ്രകാശക്കീറ് എവിടെനിന്നാണുദിക്കുക എന്നോർത്ത് അവൾ സങ്കടപ്പെട്ടു.

വിവേക് അവളുടെ കൈകൾ പിടിച്ചമർത്തിയപ്പോൾ അവൾക്കു വെപ്രാളം തോന്നി. അവളുടെ കണ്ണുകളിൽ എന്തോ തിരയുന്നതുപോലെ അയാൾ നോക്കി.

"ഇവിടെയുള്ളവർ ഞാൻ ആരുടെയോ അടിയാളാണെന്ന് തീർച്ചപ്പെടുത്തിയതുപോലെയാണ്. ഷിരോദ്കർ വിശ്വസിക്കുന്നതുപോലെ നീയും ഇതേ തീരുമാനത്തിലെത്തിയാൽ എനിക്കതു താങ്ങാനുള്ള ശക്തിയുണ്ടാവില്ല."

"വിഡ്ഢിത്തം പറയാതെ വിവേക്. ഞാൻ അത്തരക്കാരിയായിരുന്നെങ്കിൽ കഴിഞ്ഞ ഒരു മാസക്കാലമായി നിന്നെ ഒന്നു കാണാൻ വേണ്ടിയുള്ള പെർമിഷൻ ചോദിച്ച് പൊലീസ് സ്റ്റേഷൻ കയറിയിറങ്ങുമായിരുന്നില്ല. ആ ഷിരോദ്കറുമായി വഴക്കിടാൻ തക്കവണ്ണം മുന്നിട്ടിറങ്ങുമായിരുന്നില്ല ഞാൻ."

പെട്ടെന്ന് വിവേക് അവളുടെ കരങ്ങൾ ഗ്രഹിച്ച് ചുണ്ടുകളമർത്തി സോറിപറഞ്ഞു. അയാളുടെ കണ്ണുകളിൽ വീണ്ടും നനവു പടർന്നിരിക്കുന്നത് അവൾ ശ്രദ്ധിച്ചു. അയാളെ ഒരിക്കലും കരഞ്ഞുകണ്ടിട്ടില്ല. ജയിൽവാസവും അറസ്റ്റുമൊക്കെ അയാളിലെ പൗരുഷത്തെ പാടെ മാറ്റിക്കളഞ്ഞതായി തോന്നി. അവൾക്കു പരിചയമുള്ള വിവേക് ഒന്നുകൊണ്ടും ഭയപ്പെടാത്തവനാണ്. അയാളുടെ ആകാരവും ഈ കണ്ണീരും തമ്മിൽ പരസ്പരബന്ധമില്ലാത്തപോലെ.

"അങ്ങനെ കയറിയിറങ്ങിയതിനു ഫലം കിട്ടിയെന്നു വെച്ചോളൂ." അവൾ അയാളെ ഉത്സാഹപ്പെടുത്താൻ ശ്രമിച്ചു. "എല്ലാ ശനിയാഴ്ചയും അര മണിക്കൂർ നിന്നെ വന്നു കാണാനുള്ള അനുവാദം ഷിരോദ്കർ തന്നിട്ടുണ്ട്."

"അയാൾ ഭയങ്കരനാണ്. അരുണാ!"

"I don't care!"

"നിന്നെ കാണാതെ എനിക്കു ഭ്രാന്തുപിടിക്കുമെന്നു തോന്നി. അനുവാദം തന്നതിന് ഞാനയാൾക്കു നന്ദി പറയണം."

വിവേക് മറുപടിയൊന്നും പറയാതെ എന്തോ ആലോചനയിൽ മുഴുകി. എന്നിട്ട് ബെഞ്ചിനുമീതെ കാലുകൾ മടക്കിവെച്ച് മുഖം താഴ്ത്തിയിരുന്നു.

അവൾ ആത്മഗതമെന്നോണം ഓരോന്നു പറഞ്ഞുകൊണ്ടിരുന്നു.

ഒരു മാസത്തിലേറെയായി കണ്ണുകൾ കെട്ടിക്കൊണ്ട് നടക്കുന്നതുപോലെയായിരുന്നു. ഏറ്റവുമൊടുവിൽ നീ എന്നോട് രണ്ടു കാര്യമേ പറഞ്ഞുള്ളൂ എന്നാണെന്റെ ഓർമ്മ. അന്ന് വൈകുന്നേരം എനിക്കു നീ ഫോൺ ചെയ്ത് നൈറ്റ് ഡ്യൂട്ടിയാണെന്നും പുറത്തുപോവുകയാണെന്നും പറഞ്ഞു. പിന്നീടു സംസാരിക്കാമെന്നും. ഇതുപോലെ ഒരു പ്രശ്നമുണ്ടായേക്കാമെന്ന സംശയം പോലും നീ അപ്പോൾ വെളിപ്പെടുത്തിയില്ല. അടുത്ത ദിവസം രാവിലത്തെ പത്രത്തിൽ നീ അറസ്റ്റിലായ വാർത്തയാണു കണ്ടത്. അന്നേരത്തെ എന്റെ മാനസികാവസ്ഥയെക്കുറിച്ച് നിനക്കൂഹിക്കാൻ പോലും കഴിയില്ല. അന്ന് എന്താണുണ്ടായത് വിവേക്? എന്നോട് അതെല്ലാം വിശദമായി പറയണം."

അയാൾ ഒന്നും മിണ്ടിയില്ല. ആയുഷ്കാലത്തേക്കും മറക്കാൻ പറ്റാത്ത ഒരു ദുരനുഭവമാവണം അയാളന്നു നേരിട്ടുണ്ടാവുക. അതിന്റെ അപമാനഭാരം തന്നോടൊപ്പം പങ്കുവെക്കാൻ അയാൾക്കു ബുദ്ധിമുട്ടുണ്ടെന്ന് അവൾ ഊഹിച്ചു.

അല്പനേരം കഴിഞ്ഞ് തലയുയർത്താതെ തന്നെ അയാൾ ആരാഞ്ഞു.

"പേപ്പറിൽ എന്താ കൊടുത്തിരുന്നത്?"

"അതെന്തോ ആവട്ടെ അതല്ലല്ലോ ഇപ്പോൾ പ്രധാനം. ഞാനതു വിശ്വസിക്കുന്നില്ല." എന്നു പറയുമ്പോൾത്തന്നെ അന്നത്തെ ദിവസം ഓർമ്മയിലേക്കോടിയണഞ്ഞു. ദിനപ്പത്രത്തിന്റെ മുൻപേജിൽ അയാളുടെ ഫോട്ടോസഹിതം കൊടുത്തിരുന്ന വാർത്തകൾ. അതു കണ്ടിട്ട് അമ്മ

യ്ക്കുണ്ടായ കോപാവേശം. ആ വാർത്ത ഉൾക്കൊള്ളാൻ കഴിയാതെ ഉറഞ്ഞിരുന്നു പോയത്, എല്ലാം.

"ഷിരോദ്കർ ചെയ്ത അറസ്റ്റ് എന്നായിരുന്നു വാർത്ത. ബോംബു സ്ഫോടനം കഴിഞ്ഞതുമുതല്ക്കുതന്നെ അയാൾ വെറിപിടിച്ചവനെപ്പോലെ പെരുമാറാൻ തുടങ്ങിയിരുന്നു. തീവ്രവാദികളെ ഒടുക്കാൻ ശൂരസംഹാരം ചെയ്യാൻ പിറവിയെടുത്തവനെപ്പോലെ. അടിയന്തരാവസ്ഥ നിലനില്ക്കുന്നതായി പറഞ്ഞ് വിശേഷാൽ അധികാരമാണ് അയാളുടെ കൈയിൽ ആരെ വേണമെങ്കിലും അയാൾക്ക് അറസ്റ്റ് ചെയ്ത് അകത്താക്കാം. സാധാരണ ജനങ്ങൾക്ക് എന്തു ചെയ്യാൻ കഴിയും. വിവേക്?"

വിവേക് ഒന്നും പറയാതെ തലകുമ്പിട്ടുതന്നെയിരുന്നു.

ഒരു പൊലീസുകാരൻ വന്ന് ഇനി രണ്ടു മിനിട്ടു സമയമേ ഉള്ളൂ എന്ന് ആംഗ്യം കാണിച്ചു. അവൾ ശരിയെന്ന മട്ടിൽ തലകുലുക്കി. എന്നിട്ട് വിവേകിനോട് വളരെ താണ ശബ്ദത്തിൽ ഇങ്ങനെ ചോദിച്ചു.

"വിവേക്, എനിക്ക് ഒരു കാര്യം തീരെ പിടികിട്ടുന്നില്ല. ഷിരോദ്കർ സത്യസന്ധനാണെന്നു പേരെടുത്തയാൾ. അയാൾക്കെന്താ നിന്നോട് ഇത്ര വിരോധം തോന്നാൻ?"

വിവേക് തലയുയർത്താതെ പറഞ്ഞു.

"അത് അയാളോടുതന്നെ ചോദിക്കണം." പൊലീസുകാരൻ വീണ്ടും എത്തിച്ചുനോക്കി, സമയം കഴിഞ്ഞെന്ന് ലാത്തി നിലത്തു തട്ടി അറിയിച്ചു.

അവൾ നിരാശയോടെ എഴുന്നേറ്റു. വിവേകിന് എന്താണു സംഭവിച്ചതെന്ന് അവൾക്ക് മനസ്സിലായില്ല. അവളോടു സംസാരിക്കുന്നത് അയാൾ ഒഴിവാക്കുന്നതുപോലെ.

അവൾ അയാളുടെ തോളിൽ പിടിച്ചുകുലുക്കി.

"വിവേക് എനിക്കു പോകാൻസമയമായി. എന്നെ ഒന്നു നോക്കുകില്ലേ? നിന്റച്ഛനോട് എന്തെങ്കിലും പറയേണ്ടതായിട്ടുണ്ടോ?"

അയാൾ നിവർന്നിരുന്നു. കണ്ണുകൾ കലങ്ങിയിട്ടുണ്ട്. ഒന്നാലോചിച്ച് വല്ലാതെ ബുദ്ധിമുട്ടി സംസാരിക്കുന്നതുപോലെ ഇത്രയും പറഞ്ഞു.

"പറയ്. ഞാൻ നിരപരാധിയാണെന്ന്. അദ്ദേഹത്തിന്റെ സ്വാധീനം കൊണ്ട് എനിക്കു ജാമ്യം വാങ്ങിത്തരാൻ കഴിഞ്ഞില്ലെങ്കിൽ ദൈവത്തിനുപോലും എന്നെ രക്ഷിക്കാൻ കഴിയില്ലെന്ന് ചെന്നു പറയ്."

അവൾ പിന്നെയും എന്തോ പറയാനാഞ്ഞപ്പോൾ ഒരു പൊലീസുകാരൻ വിവേകിനെ കൂട്ടിക്കൊണ്ടുപോകാൻ എത്തിക്കഴിഞ്ഞു. അയാൾ പിന്തുടർന്നു. നടന്ന വിവേക് പിന്നീട് തന്നെ തിരിഞ്ഞു നോക്കിയതേയില്ല എന്നത് അവളെ എന്തെന്നില്ലാത്ത നിരാശയിലാഴ്ത്തി. റോഡിലെത്തിനോക്കുമ്പോഴേക്കും കാരണം കൂടാതെ തന്നെ കണ്ണുകൾ നിറഞ്ഞൊഴുകി. അയാളെ കാണാൻ കഴിഞ്ഞു എന്നല്ലാതെ തന്റെ സന്ദർശനം കൊണ്ട് അയാൾക്ക് ഒരു തരത്തിലും ധൈര്യമോ ആത്മവിശ്വാസമോ പകർന്നു കൊടുക്കാൻ തനിക്കു കഴിഞ്ഞില്ല എന്ന ദുഃഖം അവളെ പൊതിഞ്ഞു. മറിച്ച് തന്റെ വാക്കുകൾ പ്രതീക്ഷയില്ലായ്മയാണോ പ്രദാനം

ചെയ്തത് എന്ന ശങ്കയും അവളെ വ്യസനിപ്പിച്ചു. എന്താണ് അതിന്റെ കാരണമെന്ന് അവൾക്കു മനസ്സിലായില്ല. തന്റെ ഉദ്ദേശ്യശുദ്ധിയെ അവൾ സംശയിക്കുമോ? ആ ചിന്തപോലും തെറ്റായിത്തോന്നി. താൻ സംസാരിച്ചതത്രയും അവൾ മനസ്സിനുള്ളിലിട്ട് തിരിച്ചും മറിച്ചും പരിശോധിച്ചു. അന്ന് എന്താണ് സംഭവിച്ചതെന്ന് അവസാനം വരെയും അയാൾ പറഞ്ഞില്ല എന്നത് അവളെ തെല്ലു നിരാശപ്പെടുത്തി. തന്റെ മനസ്സിലെ രഹസ്യങ്ങൾ പ്രേയസിയുമായി പങ്കുവെക്കാൻ വിമുഖനാകുന്നത് എന്തുകൊണ്ടാണ്?

ഷിരോദ്കർ പറഞ്ഞത് ഓർമ്മവന്നു. അയാളോട് സംസാരിക്കണം. മിസ് അരുണ, എന്നിട്ട് നിങ്ങൾ സ്വയം അയാളെക്കുറിച്ച് ഒരു തീരുമാനത്തിലെത്തുക.

എന്നു പറഞ്ഞാൽ താനറിയുന്ന വിവേകും യഥാർത്ഥത്തിലുള്ള വിവേകും തമ്മിലുള്ള വ്യത്യാസം തിരിഞ്ഞുകിട്ടുമെന്ന്. വിവേക് ക്രിമിനലല്ല എന്ന തന്റെ ഉത്തമവിശ്വാസം അയാൾക്കു ബോദ്ധ്യപ്പെടുത്തിക്കൊടുക്കാൻ ബോധമനസ്സിന്റെ ചിന്താപരമായ വിശദീകരണങ്ങളല്ലാതെ മറ്റു തെളിവുകളൊന്നും തന്റെ പക്കലില്ല. തനിക്കറിയാൻ പാടില്ലാത്ത കാര്യങ്ങൾ നിരവധിയുണ്ടെന്നത് അവളെ വിഷമിപ്പിച്ചു. വിവേകിനോടു ചോദിക്കാൻ ഒരുപാടു കാര്യങ്ങളുണ്ട്. അന്ന് പത്രത്തിൽ അക്കമിട്ടു നിരത്തിയിരുന്ന വാർത്തകൾ വാസ്തവം തന്നെയോ? നിന്റെ വീട്ടിൽ എ കെ 47 തോക്കുണ്ടായിരുന്നോ? ബോംബുസ്ഫോടനവുമായി ബന്ധമുണ്ടെന്നു പറയപ്പെടുന്ന അധോലോക മുസ്ലീം സംഘടനകളുമായി അന്നു രാവിലെവരെ ഫോണിലൂടെ ബന്ധപ്പെട്ടിരുന്നോ? സ്ഫോടനത്തിന് നിന്റെ ഹീറോ ഹോണ്ടാ ബൈക്കാണ് ഉപയോഗിക്കപ്പെട്ടത് എന്ന വിവരം സത്യമാണോ? നീ ആ വണ്ടി ആർക്കാണു കൊടുത്തത്? എന്തിനാണു കൊടുത്തത്?

കുലുക്കിയുണർത്തിയതുപോലെ അവൾ സ്വബോധത്തിലേക്കു തിരിച്ചുവന്നു. താൻ ഇങ്ങനെയൊക്കെ വിവേകിനോടു ചോദിക്കണമെന്ന് ഷിരോദ്കറിന് അറിയാം. വിവേക് പറയുന്ന മറുപടികൾ താൻ അയാൾക്കുകൈമാറുമെന്ന് അയാൾ കണക്കുകൂട്ടുന്നു. നിങ്ങൾ സഹകരിക്കണം എന്നുപറഞ്ഞത് അതിനാണ്. അതുവെച്ച് അയാൾ കേസുണ്ടാക്കും. ഇതു മനസ്സിലാക്കിയിട്ടാവുമോ തന്നോടു സംസാരിക്കാൻ വിവേക് വിമുഖത കാട്ടിയത്? അതോ തനിക്ക് എന്തെങ്കിലും ആപത്തു പിണയുമെന്ന് അവൻ ഭയപ്പെടുന്നുണ്ടോ? ഷിരോദ്കർ എത്രത്തോളം കളവു പറയുമെന്ന് അവൾക്കൂഹിക്കാൻ കഴിഞ്ഞില്ല. മുംബൈയുടെ ചരിത്രത്തിലെ ഒരു അടിയന്തര കാലഘട്ടമാണിത്. ഇത്തരം സന്ദർഭങ്ങളിൽ പൊലീസിനും മുന്നോട്ടുവെക്കാൻ ചില സാക്ഷ്യങ്ങൾ ആവശ്യമാണ്. അങ്ങനെ ഷിരോദ്കർ തപ്പിയെടുത്ത സാക്ഷ്യമാണു വിവേക് എന്നു വരികിൽ കേസുണ്ടാക്കാൻ എളുപ്പമാണ്. എ കെ 47 കണ്ടുപിടിക്കപ്പെടും. ഡയറിയിൽ ഫോൺ നമ്പരുകളുണ്ടാവും. വാഹനം സംശയാസ്പദമായ സ്ഥലത്തുനിന്നു കണ്ടെടുക്കപ്പെടും.

ഇപ്പറഞ്ഞതെല്ലാം വാസ്തവമാണോ എന്നു ചോദ്യം ചെയ്യാനോ, വാസ്തവമല്ലെന്നുപറഞ്ഞു നിഷേധിക്കാനോ അസാദ്ധ്യമായ തീവ്രവാദ നിരോധനനിയമമനുസരിച്ച് അറസ്റ്റുചെയ്യാൻ പറ്റിയ സാഹചര്യം. ഒരിക്കലും മോചനമില്ലാത്ത അറസ്റ്റുകൾ. ഉയർന്നെഴുന്ന ശബ്ദങ്ങളെ എന്നെന്നേക്കുമായി അടക്കുവാൻ മജിസ്ട്രേറ്റിന്റെ കരുണയും കാത്ത്, ജാമ്യം അപേക്ഷിച്ചു നില്ക്കുന്ന തീവ്രവാദി മുദ്ര കുത്തപ്പെട്ട തടവുകാർ. മജിസ്ട്രേട്ടും മജ്ജയും മാംസവുമുള്ള മനുഷ്യജന്മം തന്നെ. സാഹചര്യങ്ങൾ സ്വാധീനിക്കുകയില്ലേ? പത്രങ്ങളും മറ്റും വായിച്ചിട്ടാവും കോടതിയിലേക്കു വരുന്നത്.

വിവേക് ഒരു മുസ്ലീം ഫണ്ടമെന്റലിസ്റ്റ് സംഘടനയുടെ അടിയാളാണെന്ന് പൊലീസ് മനഃപൂർവ്വം മാധ്യമങ്ങളിലൂടെ പ്രചരിപ്പിക്കുകയായിരുന്നു എന്ന് അവൾ ഉറച്ചു വിശ്വസിക്കുന്നു. മുസ്ലീമായ ഒരമ്മയുടെ മകന് ചെറുപ്രായത്തിൽത്തന്നെ, അമ്മയെ നഷ്ടപ്പെട്ടവന് മുസ്ലീങ്ങളോടു കൂറു തോന്നിയാൽ അതിൽ അത്ഭുതപ്പെടാനൊന്നുമില്ല എന്നും മറ്റും അയാളുടെ വ്യക്തിത്വത്തെക്കുറിച്ച് റിപ്പോർട്ടർമാർ വിശകലനം ചെയ്തു. അമ്മയില്ലാത്ത മകന് തെറ്റായ കൂട്ടുകെട്ടുകളും അധോലോകപരിചയവും ഉണ്ടായതെങ്ങനെയെന്ന് ഉപകഥകളടക്കം പത്രങ്ങൾ ദിവസേന എഴുതിക്കൊണ്ടിരുന്നു. എല്ലാ മുംബൈക്കറുടെ കയ്യിലും ആ പത്രം. മറാത്തി, ഇംഗ്ലീഷ്, തമിഴ്, ഗുജറാത്തി ഭാഷകളിൽ പത്രം വായിച്ചവരൊക്കെ ബീച്ചുകളിലും വഴിയരുകിലും ധാബകളിലും വിഷയം ചർച്ച ചെയ്തു. റോഡിലെ പ്രധാനകടകളിൽ, ട്രെയിൻ യാത്രകളിൽ, അടുക്കളകളിൽ, ഊൺമേശയ്ക്കു ചുറ്റും എല്ലാം സംസാരവിഷയമായി. പേപ്പർ വായിക്കാത്ത അമ്മ പോലും ഒരുവരിവിടാതെ വായിച്ചു.

"നിന്റെ സ്നേഹിതനെപ്പറ്റി വാർത്ത വന്നിട്ടുണ്ട്. വായിച്ചുനോക്ക്."

ഓരോ വാർത്തയും ചാട്ടവാറടിയായി. അതൊന്നും വാസ്തമല്ലെന്നാണോ നിങ്ങൾ കരുതുന്നത്. എന്നാൽ അറിഞ്ഞോളൂ. ഇതാ ഇനിയും ഇനിയും ഇനിയും ഓരോ വാർത്തയും അവളെ വീട്ടിലും ഓഫീസിലും നഗ്നയാക്കി അടിക്കുന്നതുപോലെ.

അവൾ വാച്ചുനോക്കി. ആറുമണിയാകുന്നതേയുള്ളൂ. വീട്ടിൽ പോകുന്നതിനുമുമ്പ് മലബാർ ഹില്ലിലുള്ള വിവേകിന്റെ അച്ഛന്റെ വീട്ടിലേക്കു പോകാൻ അവൾ തീരുമാനിച്ചു. ആർതർ റോഡ്ജയിലിൽനിന്ന് അവിടേക്ക് അത്ര ദൂരമില്ല. ഒരേ ഒരുതവണ അവൾ അവിടെ പോയിട്ടുണ്ട്. വിവേക് തന്നെ അച്ഛനു പരിചയപ്പെടുത്തിയപ്പോൾ അദ്ദേഹം ഗാംഭീര്യം നിറഞ്ഞ ഒരാളാണെന്ന് മനസ്സുപറഞ്ഞു. വിവേക് അറസ്റ്റിലായതിനു ശേഷം ഒന്നുരണ്ടുതവണ അദ്ദേഹവുമായി ബന്ധപ്പെടാൻ ശ്രമിച്ചതാണ്. അദ്ദേഹം സംസാരിക്കാൻ താല്പര്യപ്പെട്ടില്ല. ഇന്നും സംസാരിക്കുമോ എന്നറിയില്ല.

കോളിങ് ബെല്ലടിച്ചപ്പോൾ ഒരു വേലക്കാരൻ വന്ന് കതകു തുറന്ന് ആരാണെന്ന് അന്വേഷിച്ചു. അവൾ പേരു പറഞ്ഞുകൊടുത്തിട്ട് പുറത്തെ

വരാന്തയിൽ കാത്തിരുന്നു. അല്പം കഴിഞ്ഞ് വേലക്കാരൻ വന്ന് അവളെ അകത്തേക്കാനയിച്ചു.

രാജേഷ് ശ്രീവാസ്തവയുടെ ഗാംഭീര്യത്തിനു കുറവൊന്നുമില്ലായിരുന്നെങ്കിലും മുഖം വാടിയിരുന്നു. അവൾ അകത്തു കടന്ന് പുഞ്ചിരിച്ചു കൊണ്ട് കൈകൂപ്പി.

"വരൂ ഇരിക്കൂ." അദ്ദേഹം തികച്ചും സാധാരണമായി പറഞ്ഞു.

"എന്നെ ഓർമ്മയുണ്ടോ എന്നറിഞ്ഞുകൂടാ." അവൾ മടിച്ചുമടിച്ച് ആംഗലത്തിൽ പറഞ്ഞുകൊണ്ട് സോഫയിലിരുന്നു.

"നല്ലവണ്ണം ഓർമ്മയുണ്ട്. വിവേക് നിന്നെ എനിക്കു പരിചയപ്പെടുത്തിത്തന്നിട്ടുണ്ടല്ലോ. അരുണാ ത്യാഗരാജൻ ശരിയല്ലേ?"

അവൾ അതിശയത്തോടെ തലയാട്ടി ചിരിച്ചു.

"പറയൂ എന്താ കാര്യം?"

"ഞാനിന്ന് വിവേകിനെ ചെന്നു കണ്ടു." പെട്ടെന്ന് അദ്ദേഹത്തിന്റെ മുഖഭാവം മാറി.

"എങ്ങനെ? പെർമിഷൻ കിട്ടിയോ?'

"ഉവ്വ് കുറേ ശ്രമിച്ചിട്ടാണ്. ശനിയാഴ്ചകളിൽ വൈകുന്നേരം 5 മുതൽ 5.30 വരെ കാണാം."

"അവൻ എങ്ങനെയിരിക്കുന്നു?"

"വല്ലാതെ ക്ഷീണിച്ചുപോയി."

വിവേക് പ്രത്യേകം സെല്ലിൽ കിടന്നതും തടവറയുടെ അഴികളിൽ തലതല്ലി മുറിവുപറ്റിയതും ഇപ്പോൾ പക്കാ ക്രിമിനലുകളോടൊപ്പം പാർപ്പിച്ചിരിക്കുന്നതും എല്ലാംപറയുന്നതിനിടയ്ക്ക് അവൾക്ക് പലവട്ടം ശബ്ദമിടറുകയും കണ്ണു നിറയുകയും ചെയ്തു.

പെട്ടെന്ന് സ്വയം നിയന്ത്രിക്കാനാവാതെ അവൾ ഇങ്ങനെ പറഞ്ഞു. "അവന് ജാമ്യം കിട്ടാൻ താങ്കളുടെ സ്വാധീനം സഹായകമായില്ല എങ്കിൽ ദൈവത്തിനുപോലും അവനെ രക്ഷിക്കാൻ കഴിയില്ല.,"

അദ്ദേഹം അവളെ തറപ്പിച്ചുനോക്കി. എന്നിട്ട് തലതാഴ്ത്തി ഇപ്രകാരം പറഞ്ഞു.

"എനിക്ക് ഇക്കാര്യത്തിൽ ഒന്നും ചെയ്യാൻ കഴിയില്ല."

"എന്തുകൊണ്ട്?"

"ഒരു രാജ്യദ്രോഹിയെ സഹായിക്കാൻ എനിക്കു കഴിയില്ല. അവൻ മകനായാൽപ്പോലും." ശാന്തനായാണ് അദ്ദേഹം അതു പറഞ്ഞത്.

ഒൻപത്

രഞ്ജിത് ഷിരോദ്കർ വണ്ടി ഗ്രാന്റ് റോഡിൽ നിർത്തി. റോഡിന്റെ ഉപപാതകളിലൊന്നായ ഒരു മുടുക്കുവഴിയിലാണ് അയാൾ അന്വേഷിച്ചെത്തിയ ഡാൻസ് ബാർ. മഫ്ത്തിയിലായിരുന്നതുകൊണ്ട് ആൾക്കൂട്ടത്തിനിടയിലൂടെ വേഗം ഇടവഴിയിലേക്കു തിരിഞ്ഞു 'ദിൽഖുഷ്' എന്ന്

നീലനിറത്തിലും മഞ്ഞ നിറത്തിലും മിന്നിമിന്നി പ്രകാശിക്കുന്ന നിയോൺ വിളക്ക്. അകത്തു കടന്നയുടനെ വെറ്റില ചവച്ചുകൊണ്ടിരുന്ന ഒരുവനോടു രഞ്ജിത് ഒരു കടലാസു കാണിച്ചു. രണ്ടാം നിലയിലാണ് എന്നുപറഞ്ഞു അയാൾ കോണിപ്പടികൾ ചൂണ്ടിക്കാണിച്ചുകൊടുത്തു. ഇടുങ്ങിയ കോണിപ്പടികൾ കയറി ഒരു മുറിയുടെ മുന്നിലെത്തി.. അത് പ്രത്യേകമായി അലങ്കരിച്ചിട്ടുള്ള മുറിയായിരുന്നു. സിനിമയുടെ സെറ്റ് പോലെ. അകത്ത് പത്തുപതിനഞ്ചുപേരേ ഉണ്ടായിരുന്നുള്ളൂ. അധികം ഉയരമില്ലാത്ത വേദിയിൽ കറങ്ങുന്ന ലൈറ്റിനടിയിൽ നിന്ന് അവൾ നൃത്തം ചെയ്യുകയാണ്. അയാൾ അന്വേഷിച്ചുവന്ന മന്ദാകിനി. അയാൾ അകത്തുകയറുമ്പോൾ ഷിഫോൺസാരിയുടുത്ത് പിൻഭാഗം പ്രദർശിപ്പിച്ചുകൊണ്ടാണ് അവൾ സ്റ്റേജിൽ നില്ക്കുന്നത്. സിത്താറിന്റെ നാദം ഒരു അരുവിപോലെ മേൽഷഡ്ജമത്തിൽ നിന്നു കീഴ്ഷഡ്ജമത്തിലേക്ക് ഒഴുകിയിറങ്ങവേ അവൾ കണ്ണടിച്ചുകൊണ്ട് തിരിഞ്ഞു നോക്കി. അന്നേരം ആ കണ്ണുകളിലെ മാദകത്വവും വശ്യതയും സദസ്സിനെ ഉന്മത്തമാക്കി എന്ന് അവിടെ ഉയർന്നുകേട്ട കരഘോഷവും വാ രേവാഹാ വിളികളും നിരൂപിച്ചു. മാദകത്വമാർന്ന മാറിടം അല്പസ്വല്പം മാത്രം മറയ്ക്കുന്നത് പിൻഭാഗത്ത് പൂർണ്ണമായും വസ്ത്രരഹിതവുമായ ഒരുബ്ലൗസാണ് അവർ ധരിച്ചിരുന്നത്. ബാർ ഡാൻസർ സാരിയുടുത്തിരിക്കുന്നത് അതിശയകരമായിത്തോന്നി. പക്ഷേ ആ വേഷത്തിന് നല്ല സെക്സ് അപ്പീൽ ഉണ്ടെന്ന് രഞ്ജിത് വിചാരിച്ചു. മാറിടവും പൃഷ്ഠവും കുലുക്കിക്കൊണ്ട് ചുറ്റിനടന്നു നൃത്തം ചെയ്യുമ്പോൾ അവൾ തന്നെ ശ്രദ്ധിച്ചത് അയാൾ മനസ്സിലാക്കി. സദസ്സിൽ നിന്ന് സ്റ്റേജിലേക്ക് കറൻസി നോട്ടുകൾ പറക്കുന്നുണ്ട്. ഒരു ബാലൻ സലാം ചെയ്തുകൊണ്ട് അവയെല്ലാം പെറുക്കിയെടുക്കുന്നു. നൃത്തമവസാനിപ്പിച്ച് അവൾ തിരശ്ശീലയുടെ പിന്നിലേക്ക് പോയപ്പോൾ സദസ്യർ ആടിയാടി പുറത്തേക്കു നടന്നു. ബാലൻ അയാളുടെ അടുത്തുചെന്ന് സലാം ചെയ്തു.

"വന്നാലും!" അവൻ അയാളെ കൂട്ടിക്കൊണ്ടുപോയി.

അവൾ ഒരു കൊച്ചുമുറിയിൽ ഇരിക്കുകയാണ്. തലമുടി അഴിച്ചിട്ട് ജീൻസും ടോപ്പും ധരിച്ചിരിക്കുന്നു. ചെറുപ്പക്കാരിയാണ്. പ്രായം ഇരുപത്തഞ്ചിനുമേൽ വരില്ല. മുഖമുയർത്തി അയാളോടു ചിരിച്ചപ്പോൾ പിന്നെയും ഒരു പത്തുവയസ്സു കുറഞ്ഞതുപോലെ.

"വരണം സാർ താങ്കൾ ഇവിടെ വന്നതുകൊണ്ട് ഞാൻ ബഹുമാനിതയായിരിക്കുന്നു.

"എനിക്ക് ചില സംഗതികൾ അറിയാനുണ്ട്. ഞാൻ അതിനാണു വന്നിട്ടുള്ളത്."

"ഈശ്വരാ ഞാൻ വെറുമൊരു നാട്ടുമ്പുറത്തുകാരി. എനിക്കെന്തറിയാം?" അവൾ വശ്യമായി ചിരിച്ചു.

രഞ്ജിത്തിന്റെ നോട്ടം ശ്രദ്ധിച്ചപ്പോൾ. ഇതും വെറും വേഷമാണ് എന്ന് തന്റെ വസ്ത്രത്തിലേക്കു ചൂണ്ടി അവൾ മൊഴിഞ്ഞു. "പതിനഞ്ചു വയസ്സുള്ളപ്പോൾ ഒരു പത്തുവർഷം മുമ്പ് ഗ്രാമത്തീന്ന് ഇവിടെ വന്നതാ

ഞാൻ. ഈ നാലു ചുമരുകൾക്കപ്പുറത്തുള്ള മുംബൈയെക്കുറിച്ച് എനിക്കൊന്നുമറിഞ്ഞുകൂടാ."

"അതിനെന്താ? മുംബൈ മുഴുവനും നിന്നെത്തേടി എത്തുന്നുണ്ടല്ലോ?"

"അതു മുംബൈയാണോ ഏതാണ് എന്താണ് എന്നൊന്നും എനിക്കറിഞ്ഞുകൂടാ."

"അതെ ശരിയാണ്. കാശ് എവിടന്ന് കിട്ടിയാലെന്താ, അതിപ്പോ ദുബായീന്നും വേണമെങ്കിൽവരും അല്ലേ?"

അവൾ ജാഗരൂകയായി നഖങ്ങളിൽ എന്തോ തിരഞ്ഞുകൊണ്ട് ഇങ്ങനെ പറഞ്ഞു.

"ഞാനെന്തിനാ സാറെ അതൊക്കെ അറിയുന്നത്. ഞാൻ കാശ് അയയ്ക്കുന്നതും നോക്കി നാട്ടിൽ പതിനഞ്ചു പേരുണ്ട്. കാശിന് ജാതിയും രാജ്യവുമൊന്നുമില്ല. വെള്ളക്കാരനും ഇവിടെ വരുന്നുണ്ട്. അയാൾതരുന്ന ഡോളർ എനിക്കു കയ്ക്കുകയൊന്നുമില്ല."

രഞ്ജിത്തിന്റെ മുഖത്ത് ഗൗരവം പടർന്നു. "പക്ഷേ, നിന്റെ തൊഴിലിനും മീതെ അതിസാമർത്ഥ്യം കാണിക്കാനാണു ഭാവമെങ്കിൽ അത് പൊലീസ് മണത്തറിയും. അപ്പോ നീ അകത്താകും."

അവൾ പരിഭ്രമിച്ച് കാതുകൾ തൊട്ട് രാം രാം എന്നു മന്ത്രിച്ചു.

"ഞാൻ പറഞ്ഞല്ലോ ഞാൻ വെറുമൊരു നാട്ടുമ്പുറത്തുകാരിയാണ്."

"എനിക്ക് നിന്റെ കഥയൊന്നുംകേൾക്കണ്ട. കഴിഞ്ഞയാഴ്ച ഒരു പാകിസ്ഥാനി നിനക്കു തന്ന കള്ളനോട്ടിനുപകരം നീ മൂന്നുലക്ഷത്തിന്റെ നല്ല നോട്ട് കൊടുത്തു ശരിയല്ലേ?"

"അയ്യോ! ഇല്ല സാർ." അവൾ വീണ്ടും പരിഭ്രമിച്ചു.

"മന്ദാകിനീ പൊലീസ് വന്ന് നിന്നെ സ്റ്റേഷനിലേക്കു കൂട്ടിക്കൊണ്ടുപോയാൽപ്പിന്നെ നിനക്കു തൊഴിലു തന്നെ നഷ്ടപ്പെടും. നിന്നെ അകത്താക്കാൻ എനിക്കൊരു ബുദ്ധിമുട്ടുമില്ല. സത്യം പറയ്. ആ പാകിസ്ഥാനി ആരാണ്? എന്താ അയാളുടെ പേര്? നിനക്കു നല്ല നോട്ടുകൾ തന്നതാരാണ്?"

പൊലീസ് സംരക്ഷണം നല്കാമെന്ന് ധൈര്യം കൊടുത്തപ്പോൾ മന്ദാകിനി സാവകാശം പറഞ്ഞുതുടങ്ങി.

രഞ്ജിത് ദിൽഖുഷിൽ നിന്നു പുറത്തു കടന്ന് റോഡിലേക്കു വരുമ്പോഴും ഗ്രാന്റ് റോഡിന്റെ ഇടവഴികളിൽ നിയോൺ ലൈറ്റുകൾ കണ്ണു ചിമ്മിത്തന്നെ നില്ക്കുന്നുണ്ട് പതിഞ്ഞ ശബ്ദത്തിൽ വാദ്യാലാപം കേൾക്കുന്നു. പ്രധാന റോഡ് ഏറക്കുറെ ശാന്തമാണ്. വണ്ടിയോടിച്ചുവീട്ടിലേക്കു പോകവേ രഞ്ജിത്തിന്റെ തലയ്ക്കുള്ളിൽ വണ്ടുകൾ തുളയ്ക്കുന്നതുപോലെ നൂറായിരം സംഗതികൾ തട്ടിയും മുട്ടിയും വന്നുപൊയ്ക്കൊണ്ടിരുന്നു. ബാർഡാൻസിന്റെ മറവിൽ നിരവധി ഹവാല ഇടപാടുകൾ നടക്കുന്നതായി അയാൾ ഊഹിച്ചു. അതിൽ ശത്രുവിന്റെ വക കള്ളനോട്ടുവിതരണമാണ് ഏറ്റവും പുതിയത്. വിദ്യാഭ്യാസവും സംസ്കാരവുമുള്ള നഗരവാസികൾക്കുപോലും ദേശാഭിമാനം, മാന്യത, സത്യസന്ധത എന്നീ

മൂല്യങ്ങൾ അനാവശ്യമാണെന്നു വന്നിരിക്കുന്ന അവസ്ഥയിൽ ഗ്രാമത്തിൽനിന്ന് എത്തിയ ജീവിക്കാനായി ശരീരം വിറ്റുകഴിയേണ്ടിവരുന്ന ഒരു പെണ്ണിന് ഇതിലൊക്കെ എന്തു പ്രതിബദ്ധതയുണ്ടാവാനാണ്?

അവൾ നല്കിയ ലിസ്റ്റിലേക്കു നോക്കി രണ്ടുപേർ പാകിസ്ഥാൻകാരനാണെന്ന് മന്ദാകിനി പറഞ്ഞു. കറാച്ചിക്കടുത്ത് ഇന്ത്യൻ കറൻസിയുടെ വ്യാജനോട്ടുകൾ ഇഷ്ടംപോലെ അച്ചടിക്കുന്നുണ്ടെന്ന് വിവരം കിട്ടിയിട്ടുണ്ട്. ഗാന്ധിജിയുടെ നിഷ്കളങ്കമായ ചിരിക്കുന്ന മുഖം അച്ചടിച്ച കള്ളനോട്ടുകൾ. നല്ല നോട്ടുകൾ കൊടുത്ത് വ്യാജനോട്ടുകൾ വാങ്ങുന്നത് രാജ്യദ്രോഹമാണെന്ന് അയാൾ പറഞ്ഞതു മനസ്സിലാക്കാൻ മന്ദാകിനിക്കു കുറേ സമയമെടുത്തു. രാജ്യദ്രോഹത്തിനുള്ള ശിക്ഷ എന്താണെന്ന് പറഞ്ഞുകൊടുത്തപ്പോൾ അവൾ ഞെട്ടി.

സത്യമായിട്ടും മേലിൽ ഞാനീ പണി ചെയ്യില്ല സാർ. എന്നെ വിട്ടേക്കണം സാർ. അവൾ കരഞ്ഞുകൊണ്ട് യാചിച്ചു. അവളെ ജയിലിലടയ്ക്കുന്നതുകൊണ്ട് പ്രയോജനമൊന്നുമില്ലെന്ന് രഞ്ജിത്തിനറിയാം. പൊലീസ് സംരക്ഷണം കിട്ടിയാൽ അവൾക്കു ധൈര്യം കൈവരും. അയാൾക്കു വിവരങ്ങൾ എത്തിച്ചുകൊടുക്കുന്ന മിടുക്കിയായ ഒരു ഇൻഫോർമറായി അവളെ ഉപയോഗപ്പെടുത്താനാവും. അവളെത്തേടി ഇനിയും കൂടുതലാളുകൾ വരും. ക്രിമിനലുകളെ സംബന്ധിച്ച് ബാർ സൗകര്യപ്രദമായ ഒരു സ്ഥലമാണ്. പൊലീസ് ഒരു മണിക്കൂർ ഭേദ്യം ചെയ്തു നേടുന്ന വിവരങ്ങൾ നർത്തകിമാർക്ക് കിടക്കയിലെ സല്ലാപത്തിനിടെ ചോർത്തിയെടുക്കാൻ കഴിയും. പാകിസ്ഥാൻകാർ വലയിൽ പെടുകയില്ല. മറ്റുള്ളവരെ വളയ്ക്കാൻ എളുപ്പമാണ്. കള്ളനോട്ട് പ്രചാരണം രാജ്യത്തിന്റെ സമ്പദ് വ്യവസ്ഥയെ തകിടം മറിക്കാനുള്ള മറ്റൊരു ഉപാധിയാണ്. അതിർത്തി കടന്നുവരുന്ന ഭീകരതയുടെ വേറൊരു മുഖമാണ് സമ്പദ്ഘടനയെ അട്ടിമറിക്കുക എന്നത്.

ദാദർ റെയിൽവേ സ്റ്റേഷൻ കടന്നുപോകുമ്പോൾ സ്റ്റേഷനോടു ചേർന്ന് ചേരിനിവാസികൾക്കായുള്ള ഒറ്റമുറി ഫ്ളാറ്റുകളുടെ സമുച്ചയവും അതിനകത്തുള്ള സ്ഥലം പോരാഞ്ഞ് റോഡരികിൽ നിറയെ നിരന്നു കിടക്കുന്ന മനുഷ്യശരീരങ്ങളും കാണായി. പുറത്തുനിന്ന് തൊഴിൽ തേടിയെത്തി പലവർഷങ്ങളായി താവളമടിച്ച് പെറ്റുപെരുകിയവർ. ഇവരുടെയിടയിലേക്ക് ഒരു ശത്രു നുഴഞ്ഞുകയറിത്താമസിച്ചാൽ ആരും അറിയാൻപോകുന്നില്ല. ജോലിയന്വേഷിച്ചു വരുന്നവരെപ്പോലെയാണ് പലരും അയയ്ക്കപ്പെടുന്നത് എന്ന വിവരവും ലഭ്യമായിട്ടുണ്ട്. കെട്ടിടനിർമ്മാണത്തൊഴിലാളിയായി, മരയാശാരിയായി, കാർമെക്കാനിക്കായി അങ്ങനെയങ്ങനെ ഇതുവരെ അധോലോകം ഇവരെ കൊലയ്ക്കും കൊള്ളയ്ക്കും കള്ളക്കടത്തിനുമാണ് ഉപയോഗിച്ചിരുന്നത്. വർഗ്ഗീയകലാപത്തിനുശേഷം അതിർത്തിക്കപ്പുറത്തെ ക്യാമ്പുകളിൽ ഇവർക്കു ബോംബുസ്ഫോടനത്തിൽ പരിശീലനം കിട്ടിയിട്ടുള്ളതായും അറിവുണ്ട്. മുംബൈ കലാപത്തിന്റെ വീഡിയോ ടേപ്പുകൾ ഇട്ടുകാണിച്ചിട്ട് നോക്കൂ, നമ്മുടെ മതക്കാരായ സഹോദരങ്ങൾ എന്തുമാത്രം കഷ്ടപ്പെടുന്നെന്നു കാണൂ എന്നുപറ

യും. പിന്നീട് ദുബായിൽ ദാവൂദ് ഇബ്രാഹിമിന്റെ മുന്നിൽവെച്ച് ഖുറാൻ തൊട്ട് രഹസ്യമായി ഉടമ്പടിയുണ്ടാക്കുന്നു. കലാപത്തിന് ചുട്ട മറുപടി കൊടുക്കാൻ.

മുംബൈയിൽ അന്നുണ്ടായ നാണംകെട്ട കലാപത്തെക്കുറിച്ചോർക്കുമ്പോഴൊക്കെ രഞ്ജിത്തിന്റെ മനസ്സ് സംഭ്രാന്തമാകും. പിശാചുബാധ കൂടിയവരെപ്പോലെയാണ് ജനങ്ങൾ അന്നു പെരുമാറിയത്. ഹിന്ദുത്വഭ്രാന്തുള്ള സർക്കാർ അതിനു പരസ്യമായി പിന്തുണ നല്കിയതായും പലേടത്തും അക്രമം പ്രേരിപ്പിക്കപ്പെട്ടതായും ബോദ്ധ്യമായപ്പോൾ അയാൾ തളർന്നുപോയി.

കലാപം നടക്കട്ടെയെന്ന്. ഒരു നൂറോ ആയിരമോ ജനങ്ങൾ മരിച്ചതുകൊണ്ടൊന്നും ഈ ഒന്നരക്കോടിയിൽ ഒരു മാറ്റവും ഉണ്ടാവാൻപോണില്ല. അപ്പഴേ ന്യൂനപക്ഷത്തിനു ബോധം വരൂ എന്ന് പൊലീസ് ഡിപ്പാർട്ടുമെന്റിലെതന്നെ ഉയർന്ന പദവിയിലുള്ള ചില ഉദ്യോഗസ്ഥർ പറയുന്നതു കേട്ടപ്പോൾ സർക്കാരിന്റെ സംരക്ഷണമുള്ളതുകൊണ്ടാണ് അവരിങ്ങനെ സംസാരിക്കുന്നത് എന്നയാൾക്കു തോന്നി. അയാൾ അറസ്റ്റു ചെയ്തവരെയെല്ലാം അയാൾ വീട്ടിലെത്തുന്നതിനകംതന്നെ മേലുദ്യോഗസ്ഥർ വിട്ടയച്ചു. കലാപം അമർച്ച ചെയ്തില്ലെന്നുമാത്രമല്ല പൊലീസിന്റെ വക അക്രമങ്ങളെക്കുറിച്ചും വാർത്തകൾ അയാളുടെ ചെവിയിലെത്തിക്കൊണ്ടിരുന്നു. വ്യാജ അറസ്റ്റുകൾ, വ്യാജരേഖകൾ, അനാവശ്യമായ വദന്തികൾ പ്രചരിപ്പിക്കരുതെന്ന് മാധ്യമങ്ങൾക്ക് അറിയിപ്പുകൾ. അതിനോടകം മുംബൈ തകർന്നു കഴിഞ്ഞിരുന്നു. തകർന്ന ചില്ലുകൾ ദുബായിലും പാകിസ്ഥാനിലും അഫ്ഗാനിസ്ഥാനിലും പകപോക്കാനുള്ള ബോംബുകളായി രൂപാന്തരം പ്രാപിച്ചു.

തുടർസ്ഫോടനങ്ങൾക്കുശേഷം ഭരണയന്ത്രം അതിവേഗത്തിൽ വഞ്ചകരെ വലവീശിപ്പിടിക്കാൻ നടപടിയെടുക്കുന്നു. പൊലീസിന് വിശേഷാധികാരങ്ങൾ നല്കിക്കൊണ്ട് അക്രമികളെ പിടിക്കാൻ ഉത്തരവിടുന്നു. നിയമലംഘനം നടത്തുന്നവർ ആരായാലും അയാൾക്ക് ഒരുപോലെതന്നെ. ഇപ്പോൾ സംഭവിച്ചിരിക്കുന്നത് അയാളുടെ മുംബൈയുടെ സുരക്ഷയ്ക്കു നേരെയുള്ള ഭീഷണിയാണ്. ഒറ്റ ദിവസംകൊണ്ട് 168 മുസ്ലീങ്ങൾ അറസ്റ്റുചെയ്യപ്പെട്ടു.

ഇതിനു മുമ്പുണ്ടായ വർഗ്ഗീയകലാപത്തിൽ എന്തുകൊണ്ടാണ് ഇങ്ങനെ ചെയ്യാതിരുന്നത് എന്ന സുശീലയുടെ ചോദ്യത്തിനുത്തരം പറയാൻ അയാൾക്കു നേരമില്ല. മുട്ടുന്നേടത്തെല്ലാം ആർ ഡി എക്സുകളും ജെലറ്റിനും റൈഫിളുകളും കൈത്തോക്കുകളും എ കെ 56 കളും കിട്ടിക്കൊണ്ടേയിരുന്നു. അവ അധോലോകത്തിനുള്ളിലെ തമ്മിൽത്തല്ലിനു വേണ്ടി ശേഖരിക്കപ്പെട്ട ആയുധങ്ങളായിരുന്നില്ല. മറിച്ച് ആഭ്യന്തരകലാപത്തിനുവേണ്ടിയുള്ളവയായിരുന്നു. വിഡ്ഢികളായ ഗവൺമെന്റിന് ശത്രുവിന്റെ ശക്തിയെക്കുറിച്ച് അറിവില്ലാതെപോയി. എങ്കിലും സർക്കാർ ഉണർന്നുപ്രവർത്തിച്ചതുകൊണ്ട് വീണ്ടും ഒരു വർഗ്ഗീയ കലാപം ഉണ്ടായില്ല. പോരെങ്കിൽ പഴയ കലാപം മുംബൈയിലെ ജനങ്ങളെ നന്നേ

ക്ഷീണിതരാക്കിയിരുന്നു. അതിന്റെ ന്യായമില്ലായ്മയെക്കുറിച്ച് അവർക്കു ബോധമുണ്ടായിരുന്നു. തുടർസ്ഫോടനങ്ങൾക്കുശേഷം മുംബൈ അതിവേഗം ഉയിർത്തെഴുന്നേറ്റു. സ്ഫോടനം നടന്ന സ്റ്റോക്ക് എക്സ്ചേഞ്ചിന്റെ വാതിലുകൾ രണ്ടുദിവസം കഴിഞ്ഞപ്പോൾ വീണ്ടും തുറന്നു. കേടുവന്ന കമ്പ്യൂട്ടറുകൾ മാറ്റിവെച്ച് പഴയ രീതിയിൽ വ്യാപാരം തുടങ്ങി. ഇൻഡക്സ് പോയിന്റ് പത്തുശതമാനം വർദ്ധിച്ചു. ശത്രുക്കളറിയട്ടെ ഞങ്ങൾ അങ്ങനെയൊന്നും തളരുന്ന കൂട്ടരല്ലെന്ന് എന്നു വിളിച്ചോതുംപോലെ.

എത്രവിചിത്രമായ നഗരമാണിത്! വൈദ്യുത ട്രെയിനുകൾ പതിവുപോലെ ഓടുന്നു. സ്ത്രീകളും പുരുഷന്മാരും യാതൊരു ബേജാറുമില്ലാത്ത മട്ടിൽ ഓഫീസിലേക്കു പോകുന്നു.

രഞ്ജിത് സമയം നോക്കി. ഒന്നാവാൻ പത്തുമിനിറ്റ്. സുശീലയും കുട്ടികളും ഗാഢനിദ്രയിലായിരിക്കും. സ്ഫോടനത്തിനുശേഷം മുംബൈ മാറിയാലും ഇല്ലെങ്കിലും സ്വന്തം ജീവിതം താളം തെറ്റിയിരിക്കുന്നു എന്ന വിഷമം സർവ്വഥാ അയാളുടെ മനസ്സിനെ മഥിച്ചുകൊണ്ടിരുന്നു. സുശീലയ്ക്കും തനിക്കുമിടയിൽ രൂപപ്പെട്ട വിടവ് കൂടിവരികയാണ് എന്ന സംഗതി വീട്ടിൽ ചെലവഴിക്കുന്ന ഓരോ സെക്കന്റിലും അനുഭവപ്പെട്ടു.

അമ്മ കണ്ടുപിടിച്ച പെണ്ണാണ്. സുന്ദരി. എം എക്കാരി. ദില്ലിയിലെ ഒരുയർന്ന സർക്കാരുദ്യോഗസ്ഥന്റെ ഓമനമകൾ. ജീവിതത്തിലും തൊഴിൽപരമായും ഉയർച്ചയിലെത്താനുള്ള ആവേശവുമായിക്കഴിഞ്ഞ അയാൾക്ക് ആ ബന്ധം തികച്ചും അനുയോജ്യമായിത്തോന്നി. അവളുടെ അഭിരുചികൾ വ്യത്യസ്തമാണ് എന്നത് ദാമ്പത്യബന്ധത്തിൽ ഇത്ര വലിയ വിള്ളലുണ്ടാക്കുമെന്ന് അയാൾ ഒരിക്കലും കരുതിയില്ല. കലകളിലും സാഹിത്യത്തിലും അവൾക്കുള്ള താല്പര്യം അയാൾക്കൊരു പ്രശ്നവിഷയമായിരുന്നില്ല. പക്ഷേ, അയാളുടെ ലക്ഷ്യത്തെ അവൾ പരിഹസിച്ചു. അയാളുടെ സത്യസന്ധതയെ സംശയിച്ചു. അയാൾ ഒരു വിഡ്ഢിയാണെന്നുവരെ പറഞ്ഞു. പൊലീസ് യൂണിഫോമിനെ അവൾ വെറുത്തു. അയാളുടെ രണ്ടുകുട്ടികളെ പ്രസവിച്ചവൾ, വീട്ടിനുള്ളിൽ മനുഷ്യാവകാശ ലംഘനത്തെക്കുറിച്ച് ബഹളമുണ്ടാക്കി!

അയാൾ തന്റെ ഡിപ്പാർട്ടുമെന്റിൽത്തന്നെയുള്ള സോളാങ്കിയെ ഓർത്തു. സുരേഷ് സോളാങ്കി ഭാഗ്യവാനാണ്. അയാൾ എത്രകണ്ട് കൊള്ളരുതാത്തവനും തത്ത്വദീക്ഷയില്ലാത്തവനുമാണെന്ന് സുശീലയ്ക്കറിഞ്ഞുകൂടാ. സോളങ്കിയുടെ ഭാര്യ ദുർഗ്ഗയ്ക്കുമറിഞ്ഞുകൂടാ. ദുർഗ്ഗ അയാളെ ആരാധിക്കുകതന്നെയാണ്. അയാൾക്കു ലഭിക്കുന്ന മതിപ്പിൽ അവൾ സ്വയം മറന്നു കഴിയുകയാണ്. അപ്പോൾപ്പിന്നെ സുരേഷ് തലയുയർത്തി നടക്കുന്നതിൽ അത്ഭുതമെന്തുണ്ട്. രാഷ്ട്രീയക്കാരുടെ ചങ്ങാതി. അധോലോകത്തിന്റെയും അധോലോക ദാദാമാർക്കുവേണ്ടി വിചാരണത്തടവുകാരാകുന്ന ചില അടിയാളന്മാരെ ഒരുക്കണമെങ്കിൽ അവർ സുരേഷിനെ വിവരം അറിയിക്കും. സുരേഷ് സോളങ്കി തന്റെ ആളുകളോടൊപ്പം ചെന്ന് അവരെ ഒരു എൻകൗണ്ടറിൽ തീർത്തുകൊള്ളും. അടുത്ത ദിവസത്തെ പത്രങ്ങളിൽ അയാളുടെ വീരശൂരപരാക്രമത്തെക്കുറിച്ചാവും വാർത്ത.

അയാൾ ആ ചെയ്യുന്നതിനുള്ള പ്രതിഫലം മുംബൈയുടെ നഗരപ്രാന്തത്തിലും പൂനെയിലും മറ്റും ബംഗ്ലാവായോ ഫാം ഹൗസായോ അയാളുടെ ശ്വശുരന്റെയോ അളിയന്റെയോ പേരിൽ എത്തിക്കൊള്ളും.

അത്തരത്തിലുള്ള യാതൊരു നീചപ്രവൃത്തിയും ചെയ്യാത്ത തന്നെ സുശീല സംശയിക്കുന്നു. വിവേക് സംശയത്തിനിടതരാത്തവിധം കഥ മെനയുന്നു. ആഴമുള്ള ചേറ്റിൽ മുങ്ങിപ്പുതഞ്ഞു താണുകൊണ്ടിരിക്കുന്ന മഠയൻ. തനിക്കു ചുറ്റും പിടിമുറുകുന്നതിനെക്കുറിച്ച് മനസ്സിലാക്കാത്തവൻ. എന്നിട്ട് ഒരു സുന്ദരിയായ തമിഴ് പെൺകുട്ടി അയാളെ ഹീറോ ആയി കരുതുന്നു. അത്ര പഠിപ്പില്ലാത്ത മന്ദാകിനിക്ക് ആളുകളെ വിലയിരുത്താൻ അവളേക്കാളും കഴിവുണ്ട്.

മന്ദാകിനിയോട് ചിലരുടെ പേരുകൾ എടുത്തുപറഞ്ഞ് അവരെ അറിയുമോ എന്നു ചോദിച്ചപ്പോൾ അവൾ ഒന്നു ശങ്കിച്ചു.

"എന്റെയടുത്തു വരുന്ന എല്ലാവരും പേരു പറയാറില്ല. ഞാൻ ചോദിക്കാറുമില്ല. അത്യാവശ്യമാണെന്നു കണ്ടാലല്ലാതെ."

അവൾക്കു ചിലരെ അറിയാമായിരുന്നു. കള്ളനോട്ടു കച്ചവടം നടത്തുമ്പോൾ പേരും ഫോൺനമ്പരും എഴുതിത്തരാൻ ആവശ്യപ്പെടാറുണ്ട്. പക്ഷേ, അവർ പേരുമാത്രമേ കൊടുക്കുകയുള്ളൂ. അവൾ കുറിച്ചുവെച്ചിരുന്ന കടലാസ് രഞ്ജിത് വാങ്ങി.

"എന്താ അപ്പോ മാത്രം ചോദിച്ചത്?"

"ഇതൊരു നല്ലബിസിനസാണെന്നു തോന്നിയിട്ടാണു സാറേ. വീണ്ടും ബന്ധപ്പെടണമെങ്കിൽ വേണമെന്നു വിചാരിച്ചു."

"നോക്ക്! ഞാൻ ഇവിടെ വന്നെന്നു പറഞ്ഞ് നീ അവർക്കു മുന്നറിയിപ്പു നല്കാൻ ശ്രമിച്ചാൽ പിന്നെ നീ ജയിലിൽ നിന്നു പുറത്തു കടക്കില്ല. പറഞ്ഞേക്കാം."

"ഈശ്വരാ! ഞാൻ അങ്ങനെയൊരു മണ്ടത്തരം ചെയ്യുമോ?"

അയാൾ പുറപ്പെടാനൊരുങ്ങവെ അവൾ വീണ്ടും പറഞ്ഞുതുടങ്ങി.

"എനിക്ക് വേറൊരാളുടെ പേരുകൂടി അറിയാം, പറയാൻ മറന്നുപോയതാണ്."

"ങാ, പറയ്."

"വിവേക് ശ്രീവസ്തവ. വലിയ കുടുംബത്തിലെ പയ്യനെപ്പോലെയുണ്ട്. നല്ല കണ്ണാണ് അവന്."

"അയാളെന്തിനാ വരുന്നത്?"

"ബാർഡാൻസറെപ്പറ്റി കഥയെഴുതാനാണത്രേ. കുറേ നാളായിട്ട് കാണാനില്ല. ഞാൻ പറഞ്ഞില്ലേ കരീംഖാൻ എന്നൊരാളെപ്പറ്റി? അയാളുടെ കൂടെയാണു വരുന്നത്."

"കരീംഖാൻ!"

"ബോംബുസ്ഫോടനത്തിൽ അന്വേഷിക്കപ്പെടുന്നയാൾ."

"കരീംഖാൻ ഇപ്പൊ വരാറുണ്ടോ?"

""കുറെ നാളായി അയാളും വരുന്നില്ല."

"വന്നാൽ എന്നെ അറിയിക്കണം. എന്റെ മൊബൈലിലേക്കു വിളി

ച്ചാൽ മതി.”

ഉറങ്ങിക്കൊണ്ടിരിക്കുന്ന മുംബൈ നഗരവീഥികളിലൂടെ കാറോടിച്ചു പോവുമ്പോൾ അയാളുടെ ഉള്ളിൽ ഒരാന്തലുണ്ടായി. അന്നത്തെ സംഭവങ്ങൾ അതിവേഗം ഒന്നൊന്നായി ഓർമ്മയിലെത്തി. അന്ന് അയാൾ ഗതാഗതനിരീക്ഷണത്തിലായിരുന്നു. ഉച്ചയായപ്പോൾ ദാദറിൽ സേനാകാര്യാലയത്തിനു പുറത്ത് ബോംബു പൊട്ടിയിരിക്കുന്നു. ഉടൻ എത്തണം എന്ന സന്ദേശം കിട്ടി. അവിടെച്ചെന്ന് ആ പ്രദേശത്ത് ഇനിയും വേറെ എവിടെയെങ്കിലും ബോംബുവെച്ചിട്ടുണ്ടോ എന്നു പരിശോധിച്ചു. ഒന്നുമില്ലെന്നു കണ്ടെത്തി. പതിനഞ്ചു മിനിറ്റു കഴിഞ്ഞപ്പോൾ പ്ലാസ സിനിമയ്ക്കടുത്ത് ബോംബു സ്ഫോടനമുണ്ടായതായി വിവരം കിട്ടി. ഇത് തുടർബോംബു സ്ഫോടനമാണെന്ന് തന്റെ ബുദ്ധിയിലുദിച്ചതെങ്ങനെയെന്ന് രഞ്ജിത്തിന് മനസ്സിലായില്ല. കൺട്രോൾ റൂമിലേക്കു ഫോൺ ചെയ്ത് ഉടനെ തന്നെ വിമാനത്താവളവും റെയിൽവേസ്റ്റേഷനുകളും അടച്ചിടാൻ നിർദ്ദേശം കൊടുത്തു. തുടരെത്തുടരെ പല സ്ഥലങ്ങളിലായി എയർ ഇന്ത്യ ബിൽഡിങ് സ്റ്റോക്ക് എക്സ്ചേഞ്ച് വളപ്പ്, സെൻട്രൽ ഹോട്ടൽ എന്നിങ്ങനെ സ്ഫോടനപരമ്പരയിൽ മുംബൈ വിറകൊണ്ടു. നൂറുകണക്കിനു ശവശരീരങ്ങളും ആയിരക്കണക്കിനു പരിക്കേറ്റവരും മറ്റുമായി മുംബൈ ഒരു യുദ്ധക്കളം പോലെ കാണപ്പെട്ടു. വിവരം കിട്ടുന്ന മുറയ്ക്ക് സംഭവസ്ഥലത്തേക്കു പാഞ്ഞെത്തി മൃതദേഹങ്ങൾ നീക്കുന്നത് പൊലീസിന്റെ പ്രധാന ജോലിയായിത്തീർന്നു. ഇതിനിടെ ഇതാരുടെ പണിയാവും എന്ന ചോദ്യം മുംബൈ വീഥികളിൽ തങ്ങിനിന്നു. ഇതിനു സഹായകമായി നിന്നതാര് എന്നതായിരുന്നു രഞ്ജിത്തിനെ കുഴക്കിയ പ്രശ്നം. ആദ്യത്തെ രണ്ടു ദിവസം ഇരുട്ടിൽ തപ്പുന്നതുപോലെയായിരുന്നു. മൂന്നാമത്തെ ദിവസം പൊലീസ് റേഡിയോയിൽ വിവരം കിട്ടി– ദാദർ സ്റ്റേഷന്റെയടുത്ത് ഉപേക്ഷിക്കപ്പെട്ട നിലയിൽ ഒരു മോട്ടോർ ബൈക്ക് നില്ക്കുന്നതായി. അയാൾ ബോംബു സ്ക്വാഡിനൊപ്പം സ്ഥലത്തേക്കു ചെന്നു ബൈക്കിലുണ്ടായിരുന്ന ബോംബ് നിർവ്വീര്യമാക്കപ്പെട്ടു.

അത് ഒരു ഹീറോ ഹോണ്ടാ ബൈക്കായിരുന്നു. രഞ്ജിത് നമ്പർ കുറിച്ചെടുത്തു. അതിന്റെ മുൻഭാഗത്ത് ഒരു ചളുക്കമുണ്ട്. ഈ ബൈക്ക് ഇതിനുമുമ്പ് എവിടെയോ കണ്ടിട്ടുണ്ട്. ആലോചിച്ചു നോക്കിയപ്പോൾ മനസ്സിലായി. പക്ഷേ, ഒട്ടും വിശ്വസിക്കാൻ കഴിഞ്ഞില്ല. വിവേക് ഈ ബൈക്ക് ഓടിച്ചുവന്നത് താൻ കണ്ടിരിക്കുന്നു.

പത്ത്

ഉച്ചഭക്ഷണം കഴിഞ്ഞിട്ടേയുള്ളൂ പലരും സദ്യയുണ്ടതുപോലെ ഏമ്പക്കം വിട്ട് കാലും നീട്ടി കിടന്നു. ചിലർ ചീട്ടുകെട്ട് എടുത്ത് റമ്മികളിക്കാനുള്ള ഭാവത്തിലാണ്. ഇതൊക്കെ വെറും പ്രഹസനമാണെന്ന് വിവേകിനു തോന്നി. താനും അവരുടെ ആ നിലയിലേക്കു താണേക്കുമെന്ന

ചിന്ത അയാളെ അസ്വസ്ഥനാക്കി. ഈ മുറിക്കുള്ളിൽ തങ്ങിനില്ക്കുന്ന കഥകളും വികാരവിക്ഷോഭങ്ങളും അയാൾക്കിതേവരെ പരിചയമില്ലാത്തതാണ്. അവയുടെ പ്രഭാവത്തിൽ കാറ്റിൽപ്പെട്ട ഒറ്റയിലയുടെ അവസ്ഥയാണു തനിക്കിപ്പോളുള്ളതെന്ന് അയാൾ വിചാരിച്ചു. ഉണങ്ങിദ്രവിച്ച് അടയാളം പോലുമില്ലാതെ ആ ചുറ്റുപാടിലേക്ക് ലയിച്ചേക്കാനുള്ള അപകടസാദ്ധ്യതയുണ്ടതിൽ. രോഷം നിറഞ്ഞുനില്ക്കുന്ന ആ ലോകത്തിൽ പൊന്തിവന്ന വഞ്ചനയും തീക്ഷ്ണതയേറുന്ന വെറുപ്പും അയാളിലേക്കും സംക്രമിച്ചു. ആ ഭാഷയ്ക്ക് ഒരാകർഷകത്വമൊക്കെയുണ്ടായിരുന്നു. രണ്ടേരണ്ടു ദിവസംകൊണ്ട് അവരുപയോഗിച്ച പുലഭ്യം പറച്ചിലിന്റെ ഭാഷ അയാൾക്കു വശപ്പെട്ടു. അത് അയാളുടെ നാവിലും വിളയാടാൻ തുടങ്ങിയപ്പോൾ കെട്ടുകളഴിച്ചുവിട്ടതുപോലെയുള്ള സ്വാതന്ത്ര്യബോധം ഉണ്ടായി. പരിഷ്കൃതലോകത്തിൽ പരിഷ്കൃതമെന്നു കരുതിയ ജീവിതരീതികൾ വെറും നാട്യമാണെന്ന വിഭ്രമം അയാളിലുണ്ടായി.

പെട്ടെന്ന് അച്ഛന്റെ ഓർമ്മ വന്നു. ഏതു സന്ദർഭത്തിലും സമനില കൈവെടിയാത്ത, മര്യാദയുടെ ഭാഷയിൽ മാത്രം സംസാരിക്കുന്ന അച്ഛൻ.

"നിന്നെ എനിക്കു രക്ഷിക്കാൻ കഴിയില്ല മകനേ!" ജാമ്യം കിട്ടില്ല എന്നറിഞ്ഞപ്പോൾ അദ്ദേഹം ഏറ്റവുമൊടുവിൽ പറഞ്ഞ വാക്കുകൾ. ആഴം നിറഞ്ഞ ആ കണ്ണുകളിൽ കരകാണാത്ത ശോകം നിറഞ്ഞുകണ്ടു.

"അച്ഛാ! എന്നെ വിശ്വസിക്കൂ ഞാൻ പറഞ്ഞുവന്നത് മുഴുവനാക്കും മുമ്പേ അദ്ദേഹം ദൃഷ്ടിയിൽനിന്ന് മറഞ്ഞുകഴിഞ്ഞിരുന്നു. അരുണ അദ്ദേഹത്തെ ചെന്നു കണ്ടിട്ടുണ്ടാവണം. ജാമ്യത്തിനുള്ള ഏർപ്പാടുകൾ ചെയ്യണമെന്ന് അപേക്ഷിച്ചിട്ടുണ്ടാവാം. അദ്ദേഹം അതിന് എന്തു മറുപടിയാണ് പറഞ്ഞിരിക്കുക എന്ന് തനിക്കറിയാം. അദ്ദേഹം പൊലീസിനെ വിശ്വസിക്കുന്നയാൾ. നിയമത്തെ ആദരിക്കുന്നയാൾ. അഭിമാനി. മുത്തശ്ശിയുടെ രക്തമാണ് ആ സിരകളിൽ. അമ്മയുടെ അകാലമരണത്തേക്കാൾ അയാളുടെ അറസ്റ്റാണ് അദ്ദേഹത്തെ കൂടുതൽ തളർത്തിയിട്ടുണ്ടാവുക. ഉള്ളിൽനിന്നു പൊന്തിവന്ന ദുഃഖം തൊണ്ടയിൽ കുരുങ്ങിനിന്നു. അച്ഛന്റെ വിശ്വാസത്തിനു തുരങ്കം വെച്ചതുപോലെയുള്ള മാനക്കേടാണ് അപ്പോൾ അനുഭവപ്പെട്ടത്. ഒരുപക്ഷേ, നിജസ്ഥിതി വിശദീകരിക്കാനുള്ള സന്ദർഭം തനിക്കു കിട്ടാതെ പോയേക്കാം.

"അനിയാ, വിവേക്! ഒരു കൈ കുറവുണ്ട്. വരുന്നോ?" രജീന്ദർസിങ് ചീട്ടുകൾ കശക്കി.

കാടു കയറുന്ന ചിന്തകളേക്കാൾ ഭേദം ചീട്ടുകളിയാണ്. അയാൾ എഴുന്നേറ്റു അല്പംമാറി എവിടെയോ നോട്ടം പതിപ്പിച്ച് രമേഷ് എന്ന തടവുകാരൻ രാവിലെ മുതൽക്ക് അയാൾ ഇങ്ങനെ ഇരിക്കുകയാണ് എന്ന് വിവേക് ഓർമ്മിച്ചു.

"ഒരാളു കുറവുണ്ടത്രേ. നിങ്ങൾ കളിക്കൂ." വിവേക് രമേഷിനോടു പറഞ്ഞു.

"നീ പോടാ നീ നിന്റെ പാടു നോക്ക് പോ." രമേഷ് ദേഷ്യപ്പെട്ടു.

വിവേകിനും ദേഷ്യം വന്നു.

"ഞാൻ എന്തു പറഞ്ഞിട്ടാ എന്നോടു ദേഷ്യപ്പെടുന്നത്?"

പൊടുന്നനെ രമേഷ് എഴുന്നേറ്റു. അയാൾ വിവേകിന്റെ ചുമലുകളിൽ പിടിച്ചുകുലുക്കി.

"നിന്റെ തല മുഴുവനും പൊട്ടിപ്പിളരണമെന്ന് വല്ല ആഗ്രഹവുമുണ്ടോ?" അയാൾ പല്ലിറുമ്മി അയാളുടെ പിടുത്തത്തിന് വല്ലാത്ത ശക്തി. വിവേകിന് അതിശയം തോന്നി. രമേഷ് കാഴ്ചയിൽ ഒരു ചെറിയ മനുഷ്യനാണ്. കളിക്കാനിരുന്നവർ വേഗം വന്ന് രമേഷിനെ മാറ്റി വിവേകിനോട് ചെന്നിരിക്കാൻ സംജ്ഞ നല്കി. മുറിയാകെ നിശ്ശബ്ദതയുടെ പുതപ്പ് സെക്കന്റുകൾക്കകം. അവർ കളിയിൽ മുഴുകി. മറ്റുള്ളവർ ചെന്നു കിടന്നു. രമേഷ് വീണ്ടും പഴയതുപോലെ അകലേക്കു കണ്ണും നട്ടിരുന്നു. അല്പം മുമ്പ്, ദേഷ്യം കൊണ്ട് തോളിൽ പിടിച്ചുകുലുക്കിയതെല്ലാം അയാൾ മറന്നു കഴിഞ്ഞെന്നു തോന്നി.

രമേഷ് വിനായക് ഒരിക്കലും ആരുമായും അടുപ്പം പുലർത്തിയിരുന്നില്ല. നാല്പത്തിയഞ്ചോ അമ്പതോ പ്രായം വരും. മാട്ടുങ്കായിലെ അധോലോക ദാദാ വരദരാജ മുതലിയാരുടെ വിശ്വസ്തഭൃത്യനായും അതിനു ശേഷം ഹാജി മസ്താന്റെ വലംകൈയായും പരിശീലനം നേടിയവൻ. അയാൾ മദ്രാസി ഭാഷ നന്നായി സംസാരിക്കുമെന്ന് പറഞ്ഞു കേട്ടു. മസ്താൻ കള്ളക്കടത്തു നിർത്തിയപ്പോൾ ഇയാൾ ദാവൂദ് ഇബ്രാഹിമിന്റെ കൂട്ടാളി ഛോട്ടാ ഷക്കീലിന്റെ കൂടെ ചേർന്നതായി പറയുന്നു. ജയിൽവാസം അയാൾക്കു പുത്തരിയല്ല. ഓരോ പ്രാവശ്യവും ജാമ്യത്തിലിറങ്ങും. പിന്നെയും വരും. ഇന്ന് അയാളെ പിശാചു ബാധിച്ചതുപോലെയുണ്ട്. മുതലിയാരുടെയോ മസ്താന്റെയോ ബാധ കൂടിയതാവണം.

ഒരിക്കൽ ചെന്നൈയിൽനിന്നുവന്ന പത്രപ്രവർത്തക സുഹൃത്ത് ശങ്കരന്റെ കൂടെ വരദരാജമുതലിയാരുടെ വീട്ടിലേക്കു പോയത് വിവേകിന് ഓർമ്മ വന്നു. മാട്ടുങ്കായിലെ അനാർഭാടമായ ഒരു വീട്. അങ്ങേയറ്റം ലാളിത്യമാർന്നത്. അദ്ദേഹത്തിന്റെ ആൺമക്കളാണ് സ്വീകരിച്ചത്. ചുമരിൽ മരിച്ചുപോയ വരദരാജമുതലിയാരുടെ റോസാപ്പൂ മാല ചാർത്തിയ ഒരു ഫോട്ടോ. നെറ്റിയിൽ ഭസ്മക്കുറിയും കുങ്കുമവുമണിഞ്ഞ് പുഞ്ചിരി തൂകുന്ന മുതലിയാർ. അദ്ദേഹം ഉപയോഗിച്ചിരുന്ന വലിയ പൂജാമുറി ഒരു മകൻ കാണിച്ചുതന്നു. അച്ഛൻ വലിയ ഭക്തിമാനായിരുന്നു.

"ഇവിടെയുള്ള പാവങ്ങൾ അച്ഛനെ ദൈവമായിക്കരുതി. അദ്ദേഹം ജീവിച്ചിരുന്നപ്പോൾ എപ്പോഴും ആളുകൾ ഓരോ പ്രശ്നവുമായി ഇവിടെ വരുമായിരുന്നു. അച്ഛൻ എല്ലാ സംഭാഷണത്തിലൂടെതന്നെ പരിഹരിച്ചിരുന്നു."

വിവേകിന് മുതലിയാരെക്കുറിച്ച് ഒട്ടൊക്കെ നന്നായി അറിയാമായിരുന്നു. മുതലിയാർ ഒരു കോടതിയാണ്. നീതിനിർവ്വഹണം നടത്തുന്നത് അങ്ങോരുടെ സിൽബന്ധികളാണ് കോടതിയിൽ വർഷക്കണക്കിനു നീണ്ടുനീണ്ടുപോകുന്ന കേസുകൾ. ആ സമക്ഷത്തിൽ വിരട്ടൽ, അടി, ഇടി, കൊല എന്നീ ഉപായങ്ങളുപയോഗിച്ച് എളുപ്പത്തിൽ തീർപ്പാർക്കുന്നു. പാവങ്ങളുടെ തോഴൻ എന്നുള്ളത് ഒരു മുഖംമൂടി മാത്രം.

"അച്ഛന്റെ ജനസമ്മതി കണ്ടു സഹിക്കാൻ വയ്യാത്തവർ അച്ഛനെപ്പറ്റി ഇല്ലാത്തതൊക്കെ പറഞ്ഞുപരത്തി ബഹളമുണ്ടാക്കി. അതിൽ മനം നൊന്ത് ഇവിടെനിന്നും ചെന്നൈയിലേക്കുപോയി. അവിടെ വെച്ചുതന്നെ മരിച്ചു."

രാഷ്ട്രീയത്തിൽ തലയെടുപ്പുള്ളവരൊക്കെ ഈ തമിഴ്ദാദായെ ഉപയോഗിച്ച് പിന്നീട് കാലുവാരിക്കളഞ്ഞപ്പോഴാണ് മുതലിയാർ ചെന്നൈയിലേക്കു പലായനം ചെയ്തതെന്ന് ശങ്കരൻ പറയുകയുണ്ടായി. അവൻ തന്നെയാണ് ഹാജി മസ്താനെ കാണാൻ പോയപ്പോഴും കൂടെക്കൂട്ടിക്കൊണ്ടുപോയത്. മസ്താന്റെ വീട് സിനിമയിലെ അധോലോകദാദാമാരുടെ വീട് പോലെയായിരുന്നു. അവിടെച്ചെന്നപ്പോൾ ആദ്യം കണ്ണിൽപ്പെട്ടത് വെള്ളിപ്പൂണു കെട്ടിയ കട്ടിൽക്കാലുകളാണ്. അതിൽ ചാഞ്ഞു കിടക്കുകയായിരുന്നു മസ്താന്റെ തീക്ഷ്ണമായ കണ്ണുകൾ തന്നെ അമ്പരപ്പിച്ചു. ശങ്കരൻ അയാളുടെ സ്വദേശമായ കടലൂരിനെക്കുറിച്ച് ഓർമ്മിപ്പിച്ചു. സ്ഥലംപോലും ഓർമ്മയിലില്ല എന്നാണ് മസ്താൻ പറഞ്ഞത്. അമ്മ മരിച്ചതിൽ പിന്നെ തമിഴും മറന്നുപോയി എന്ന പ്രസ്താവം ശങ്കരനെ നിരാശപ്പെടുത്തി തനിക്കു കള്ളക്കടത്തുമായി യാതൊരുബന്ധവുമില്ലെന്ന് അറിയിച്ചപ്പോൾ മറവി അയാളുടെ രോഗമാണെന്നു മനസ്സിലായി.

എങ്കിലും ഇപ്പോഴത്തെ അധോലോകദാദാമാരുമായി താരതമ്യം ചെയ്യുമ്പോൾ മുതലിയാരും മസ്താനുമൊക്കെ മഹാന്മാരാണെന്നു തോന്നിപ്പോയി.

തടവറയുടെ വാതിൽപ്പൂട്ട് തുറക്കുന്ന ശബ്ദം കേട്ടു. പെട്ടെന്ന് എല്ലാവരും ചീട്ടുതാഴെവെച്ച് തിരിഞ്ഞു നോക്കി. രണ്ടു പൊലീസുകാർ രമേഷ് വിനായക് എന്നു വിളിച്ചപ്പോൾ അയാൾ ഒന്നും മിണ്ടാതെ എഴുന്നേറ്റു നിന്നു.

"പുറത്തു വാടോ!"

രമേഷ് ഒരു നിമിഷം തിരിഞ്ഞ് മുറിയിലുള്ളവരെ ആകമാനം ഒന്നു നോക്കി. അയാൾ വിവേകിനെ വിളിച്ചതുപോലെ വിവേക് അടുത്തു ചെന്നു.

രമേഷ് പുറത്തുകടന്നപ്പോൾ വാതിൽ പൂട്ടിയിട്ടു. വിവേക് തിരിച്ചു വന്ന് അടുത്തുനിന്നയാളോട് അന്വേഷിച്ചു.

"എവിടേക്കാണ് കൊണ്ടുപോകുന്നത്?"

"ചോദ്യം ചെയ്യാൻ!" അയാൾ ചുരുക്കിപ്പറഞ്ഞു.

"അതായിരിക്കുമോ അയാൾക്കിത്ര ടെൻഷൻ" എല്ലാവരും മുഖത്തോടു മുഖം നോക്കി മൗനമായിരുന്നു.

വിവേക് പറയാൻ വിചാരിച്ചത് അവരിലൊരാൾ ഊഹിച്ചെടുത്തു.

"അടി ഇടിക്കൊന്നും പേടിക്കുന്നവനല്ലയാൾ!"

വേറൊരാൾ രഹസ്യംപറയുന്നതുപോലെ സ്വരം താഴ്ത്തിപ്പറഞ്ഞു. "ഛോട്ടാ ഷക്കീലിന് ഇയാളെ സംശയമുണ്ടെന്നാണു കേട്ടത്. ഇയാൾ പൊലീസിനു വിവരം നല്കി സഹായിക്കുന്നുണ്ടെന്നാണു സംശയം."

"എന്നിട്ടിപ്പോ പൊലീസാണല്ലോ കൂട്ടിക്കൊണ്ടുപോയത്?"

"പൊലീസുകാരുടെയിടയിൽ ഷക്കീലിന്റെ ആളുകളും കാണുമല്ലോ."

ഇവർ എങ്ങനെയാണ് ഓരോന്നും തമ്മിൽബന്ധിപ്പിക്കുന്നതെന്നോർത്ത് വിവേക് അത്ഭുതപ്പെട്ടു. ഈ ജയിലിനുള്ളിൽ വാർത്തകളറിയാൻ അതിസൂക്ഷ്മമായ വാർത്താവിനിമയശൃംഖല ഉള്ളതുപോലെ തോന്നി.

ചായകുടി കഴിഞ്ഞയുടനെ തന്നെ എല്ലാവരും പ്രാർത്ഥനയ്ക്കായി ഒത്തുകൂടി. ഇന്ന് കുറേക്കൂടി മനസ്സലിഞ്ഞാണു പാടിയത്. രമേശിനു വേണ്ടിയുള്ള പ്രാർത്ഥനയാവണം.

രമേഷ് മടങ്ങിവന്നില്ല.

വിചാരണയ്ക്കായി കൂട്ടിക്കൊണ്ടുപോകുന്ന വഴി, ജീപ്പിൽ വെച്ച് അപ്രതീക്ഷിതമായി അയാൾ പൊലീസിന്റെ തോക്കു കൈക്കലാക്കി വെടിവെക്കാൻ ശ്രമിച്ചതായും തുടർന്ന് പൊലീസ് എൻകൗണ്ടറിൽ മരിച്ചതായും രാവേറെച്ചെന്നപ്പോൾ വിവരം കിട്ടി. മുറിയിലുണ്ടായിരുന്നവരാരും അതുകേട്ടു ഞെട്ടിയില്ല. അവർ അതു പ്രതീക്ഷിച്ചിരുന്നതാണെന്ന് പ്രതികരണത്തിൽ നിന്നു മനസ്സിലായി.

വിവേക് കണ്ണുതുറന്ന് കിടക്കുകയാണ്

"താൻ ഹിന്ദുവോ മുസൽമാനോ?" അടുത്തു കിടക്കുന്നയാളുടെ ചോദ്യം.

അയാൾ ഞെട്ടി. കുറെക്കാലമായി താൻ അഭിമുഖീകരിക്കുന്ന ചോദ്യം. ഇതിന് എന്തുത്തരമാണ് നല്കുക? ഓരോതവണ കേൾക്കുമ്പോഴും തനിക്ക് ഉള്ളിൽ പതറലാണ്.

"ഹിന്ദു."

"ഒരുമുസ്ലീം ഗ്രൂപ്പിനുവേണ്ടി ഇനിമേൽ ഒരു ഹിന്ദുപ്രവർത്തിക്കുന്നത് അപകടമാണ്."

ഇത് പൊതുവായ ഒരഭിപ്രായപ്രകടനമായിരുന്നോ. അതോ പരോക്ഷമായി അയാളെ ഉദ്ദേശിച്ചു പറഞ്ഞതാണോ എന്നു മനസ്സിലായില്ല.

"രമേഷിനു സംഭവിച്ചത് അതാണ്. ഒരു മുസ്ലീമിനെ ഒരു ഹിന്ദു വിശ്വസിക്കാത്തതുപോലെ കലാപത്തിനുശേഷം ഒരു ഹിന്ദുവിനെയും ഒരു മുസ്ലീം വിശ്വസിക്കുകയില്ല.

വിവേക് സ്വന്തം ചിന്തകളിൽ മുഴുകിയിരുന്നു. മുംബൈയിൽ കലാപം നടക്കുമ്പോൾ താൻ അവധിയെടുത്ത് ദില്ലിയിലായിരുന്നു. തിരികെ വന്ന് കലാപത്തിൽ പങ്കെടുത്തവരെ നേരിട്ടുകണ്ട് ഒരു റിപ്പോർട്ട് എഴുതാൻ എഡിറ്ററോട് അനുമതി വാങ്ങി. പത്രപ്രവർത്തനത്തിലൂടെയുള്ള ബന്ധങ്ങൾവഴി സുശീൽ, ലക്ഷ്മൺ, എന്ന രണ്ടു യുവ കർമ്മസേനാംഗങ്ങളുമായി സംസാരിക്കാനുള്ള സന്ദർഭം ഒപ്പിച്ചുകിട്ടി. കലാപം തുടങ്ങിയ ജോഗീശ്വരിയിലാണ് അവർ താമസിക്കുന്നത്. അവർക്ക് തന്നോളമേ പ്രായം വരൂ. ഇംഗ്ലീഷിൽ സരളമായി സംസാരിച്ചു. അവൾ കുറെ ഇടവഴികളും ചേരികളും കടന്ന് തന്നെ ഒരു മൈതാനത്തിലേക്കാനയിച്ചു.

"വാ ഞങ്ങളുടെ കൂടെ മൂത്രമൊഴിക്ക്."

അവർ രണ്ടുപേരും പാന്റ്സിന്റെ സിബ്ബഴിച്ചു. എന്നിട്ട് താൻ സിബ്ബ ഴിക്കുന്നതും കാത്തുനിന്നു.

ഇടവഴികൾ താണ്ടുമ്പോൾ അവർ പറഞ്ഞത് ഓർമ്മയിലെത്തി.

"ഇവിടേക്ക് ആരു വന്നാലും അത് പാലുകാരനായാലും കൊള്ളാം പച്ചക്കറിക്കാരനായാലും കൊള്ളാം. ഞങ്ങൾ ദേഹപരിശോധന നടത്തും. ഞങ്ങളും അയാളും തമ്മിൽ എന്തെങ്കിലും വ്യത്യാസമുണ്ടെങ്കിൽ അയാളെ ഞങ്ങൾ കൊല്ലും."

പുരുഷലിംഗത്തിലെ ഒരു ചെറിയ തുണ്ടു ചർമ്മത്തിന്റെ അഭാവം ഏർപ്പെടുത്തുന്ന വ്യത്യാസം. മർമ്മസ്ഥാനത്ത് ഒരു വർഗ്ഗത്തിന്റെ അട യാളമായി മതം സ്ഥാനം പിടിക്കുന്ന വൈചിത്ര്യം. വിവേകിന് ചെറിയൊരു ഉൾഭയമുണ്ടായി. അഞ്ചുവയസ്സുള്ളപ്പോൾ തനിക്ക് ആ ഭാഗത്ത് ഒരു ചെറിയ കുരു വന്നപ്പോൾ അതു കീറുകയുണ്ടായിട്ടുണ്ട്. ഭാഗ്യത്തിന് സേനാംഗങ്ങളുടെ കണ്ണിൽ അതു പെട്ടില്ല.

വികലാംഗയായ ഒരു യുവതിയെ തുറസ്സായ സ്ഥലത്ത് വെച്ച് കുറേ മുസ്ലീം യുവാക്കൾചേർന്ന് ബലാല്ക്കാരം ചെയ്തതായി അവർ രണ്ടു പേരും ആവർത്തിച്ചുകൊണ്ടിരുന്നു. അതിന് സാക്ഷികളോ പൊലീസ് രേഖയോ ഇല്ലാ എന്നു വിവേക് പറഞ്ഞപ്പോൾ അവൾ അയാളെ സംശ യദൃഷ്ട്യാ നോക്കി.

"എല്ലാ അതിക്രമങ്ങളും രജിസ്റ്റർ ചെയ്യപ്പെടുന്നുണ്ടോ?" ലക്ഷ്മ ണിന് ദേഷ്യം വന്നു,

"കലാപം ചുമ്മാതങ്ങു തുടങ്ങുന്നതാണോ?"

കലാപത്തെ അയാൾ യുദ്ധം എന്നാണു പരാമർശിച്ചത്. എല്ലാ യുദ്ധ ങ്ങളും ചാരിത്ര്യഭംഗത്തിൽ നിന്നാണു തുടങ്ങുന്നതെന്ന് അയാൾ അഭി പ്രായപ്പെട്ടു. ബലാല്ക്കാരം എന്നത് പുരുഷന്മാരെ യുദ്ധത്തിലേക്കു തള്ളി വിടാൻ തക്കവണ്ണം അസ്വസ്ഥരാക്കുന്നുണ്ടെന്ന് തോന്നി.

യുവാക്കളെയും മുതിർന്നവരെയുമെല്ലാം ജീവനോടെ അഗ്നിക്കിര യാക്കിയ സംഭവത്തെ ഒരു നോട്ടമെന്നോണമാണ് അവതരിപ്പിച്ചത്.

"അവർ അലറിക്കരയുകയില്ലേ? കൊല്ലരുതെന്ന് യാചിക്കുകയില്ലേ"

"ങാ.. യാചിക്കും. പക്ഷേ, അതുകൊണ്ടൊന്നും ഞങ്ങളുടെ മന സ്സിലെ ദേഷ്യം കുറയുകയില്ല. സംഘം ചേർന്നു ചെല്ലുമ്പോൾ ശക്തി കൂടുതലാണ്.

"പാവത്തിനെ വിട്ടേക്ക്!" എന്ന് കൂട്ടത്തിലൊരാൾ പറഞ്ഞാലും മറ്റു ള്ളവരെല്ലാം പാടില്ല കൊല്ലണം എന്നു ആക്രോശിക്കും.

"അയാൾ നിരപരാധിയാണെങ്കിലോ?"

"തെറ്റുചെയ്തയാളുടെ വർഗ്ഗത്തിൽപ്പെട്ടവരാണെന്ന ഒറ്റക്കാരണം തന്നെ ധാരാളം. കുറേ കെഞ്ചിയെന്നിരിക്കും. ചാവാൻ ആർക്കെങ്കിലും ധൈര്യം വരുമോ?"

അമ്പതിലധികം പേരെ കൊന്നിട്ടുണ്ടെന്നു പറയുന്ന രമേശ് വിനാ യക്കും മരണം കണ്ടു ഭയന്നു. ഭയത്തിന്റെ ദൃഷ്ടാന്തം വിവേക് നേരിട്ടു കണ്ടിട്ടുള്ളതാണ്. അതോർമ്മിക്കുമ്പോഴെല്ലാം ഞരമ്പുകൾ തണുത്തു

റയും.

ഒരു പൊലീസ് എൻകൗണ്ടർ നടക്കാൻ പോകുന്നതായി ഒരു നാൾ വിവരം ലഭിച്ചു. അതീവ പരിഭ്രമത്തോടെ രാത്രി പതിനൊന്നു മണിക്ക് പറഞ്ഞിരുന്ന സ്ഥലത്തു ചെന്ന് ഒളിച്ചിരുന്നു. അന്നു കാലത്ത് രഞ്ജിത് ഷിരോദ്കറെ കണ്ടപ്പോൾ അയാൾ യാദൃച്ഛികമായി ആ ക്രിമിനലിനെക്കുറിച്ച് തന്നോടു പറഞ്ഞിരുന്നു.

അയാൾ ഭയങ്കരനായൊരു കൊലയാളിയാണ്. ഒരുപാട് കുടുംബങ്ങളെ നശിപ്പിച്ചവനാണ്. അയാൾക്കെതിരെ സാക്ഷിപറഞ്ഞവരെല്ലാം ഇപ്പോൾ ഭീഷണിമൂലം തിരിച്ചുപറയുകയാണ്. കോടതി സാക്ഷി ഇല്ലെന്ന് പറഞ്ഞ് അയാളെ വെറുതെ വിടും. പിന്നെയും അയാൾ കൊല നടത്തും. അയാളെക്കൊണ്ട് വല്ലാത്ത തലവേദനയാണ്.

രണ്ടു പൊലീസുകാർ കുറ്റവാളിയെ കൂട്ടിക്കൊണ്ടുവന്നു.

“ഇവിടെ അനങ്ങാതെ നിന്നോളണം. അനങ്ങിയാൽ ചിലപ്പോ അറിയാതെ വെടിയുണ്ട കൊള്ളും” എന്നു പറയുന്നതു കേട്ടു. പതിനൊന്നര മണിക്ക് രണ്ടു ജിപ്സിക്കുള്ളിൽ ആറു പൊലീസുകാർ വന്നിറങ്ങി. അവരെ കണ്ടമാത്രയിൽ കുറ്റവാളി ചകിതനായി. ദീനസ്വരത്തിൽ കരഞ്ഞുതുടങ്ങി. കൈകൾ കൂപ്പി സാബ് എന്നെ കൊല്ലരുതേ എന്നു യാചിച്ചു. “എനിക്കു കുഞ്ഞുങ്ങളുണ്ട്. എന്നെ ഒന്നും ചെയ്യരുതേ. വെറുതെ വിട്ടേക്കണേ സാറന്മാര് എന്തുപറഞ്ഞാലും ചെയ്യാം. നിങ്ങൾക്കു വിവരങ്ങളെല്ലാം ഞാനെത്തിച്ചുതരാം. സാബ് എന്റെ യാചനയാണു സാബ്.”

എന്നിങ്ങനെ അയാൾ കേണുകരഞ്ഞുകൊണ്ടിരിക്കെ പൊലീസ് ആറു ദിക്കിൽനിന്നും വെടിയുണ്ടകളുതിർത്തു. പുലഭ്യം പറഞ്ഞുകൊണ്ടാണ് അയാളെ വെടിവെച്ചത്. പൈപ്പിൽ നിന്നെന്നപോലെ രക്തം ചീറ്റിത്തെറിച്ചു. മണ്ണിൽ വീണു. ശരീരം താഴെ വീണ് ജഡമായപ്പോൾ തൂവാലകൊണ്ടു പിടിച്ച് ഒരു റിവോൾവർ കൊണ്ടുവന്ന് ജഡത്തിന്റെ കൈയിൽപ്പിടിപ്പിച്ച് അതിന്റെ വിരൽ കൊണ്ടമർത്തിച്ച് രണ്ടു തവണ വെടിവെപ്പിച്ചു. മുക്കാൽ മണിക്കൂർ കഴിഞ്ഞ് മൃതദേഹം ആശുപത്രിയിലേക്കു കൊണ്ടുപോയി. ഇതെല്ലാം വീക്ഷിച്ചുകൊണ്ട് രഞ്ജിത് ഷിരോദ്കർ ജിപ്സിയിലിരിക്കുന്നത് വിവേക് ശ്രദ്ധിച്ചു.

വീട്ടിലേക്കുമടങ്ങുംവഴി വണ്ടിനിർത്തി ഒരുപാട് ഛർദ്ദിച്ചു. അന്നും അതിനടുത്ത ദിവസവും തീരെ ഉറങ്ങാൻ കഴിഞ്ഞില്ല. എൻകൗണ്ടറിനെക്കുറിച്ച് പത്രത്തിലെഴുതിയിട്ടും അരിശം വിട്ടുമാറിയില്ല.

ഷിരോദ്കർ അയാളെ ഫോണിൽ വിളിച്ച് കണക്കറ്റ് ചീത്ത പറഞ്ഞു.

“താനെന്തിനാ എന്റെപേര് അതിലെഴുതിയത്? ഞാൻ വെടിവക്കുന്നത് ഇയാൾ കണ്ടോ?”

“ഇയാളുടെ ഉത്തരവില്ലാതെ അവർ വെടിവെക്കുമോ?”

“അതിനെന്താണു തെളിവ്?”

“നിങ്ങൾ ജിപ്സിയിലുണ്ടായിരുന്നു. രഞ്ജിത്!”

"കള്ളം! രാത്രിയിൽ പൊലീസ് യൂണിഫോമിൽ ആരെ കണ്ടാലും എന്നെപ്പോലെ തോന്നിക്കും! ഇതിന് തന്റെ പത്രം മാപ്പു പറയണം."

പത്രം മാപ്പുപറഞ്ഞില്ല. എന്തായാലും ലേഖനം വായനക്കാരിൽ ഞെട്ടലൊന്നുമുണ്ടാക്കിയില്ല. ക്രിമിനലിനെ പൊലീസ് വെടിവെക്കുന്നത് തികച്ചും നീതീകരിക്കത്തക്കതാണെന്നു പറഞ്ഞ് ചില വായനക്കാർ എഴുതിയ കത്തുകൾ പ്രസിദ്ധീകരിക്കപ്പെട്ടു. പൊലീസ് വകുപ്പ് രഞ്ജിത്തിനുനേരെ ഒരു നടപടിയും കൈക്കൊണ്ടില്ല.

രഞ്ജിത്ത് അയാളോടു പൊറുത്തില്ല എന്ന് ഇപ്പോൾ വ്യക്തമാവുന്നു. ആരെ വെച്ച് ആരു കളിക്കുന്നു എന്നു മനസ്സിലാവുന്നില്ല. വർഗ്ഗീയ കലാപത്തെക്കുറിച്ച് അന്വേഷണം നടത്തി എഴുതിയ ലേഖനം പത്രാധിപർ പ്രസിദ്ധീകരിച്ചില്ല.

"അധോലോകത്തെക്കുറിച്ച് അന്വേഷിച്ചെഴുതൂ. ഇന്ന് അതിനാണ് പ്രസക്തി." എന്നാണ് അദ്ദേഹംപറഞ്ഞത്.

ഇപ്പോൾ ഈ മുറിക്കുള്ളിൽ പക്കാ ക്രിമിനലുകൾക്കൊപ്പം വഴിയറിയാതെ ഉഴലുന്ന മനസ്സുമായി പൊരുതി നില്ക്കവേ എല്ലാറ്റിനും രാഷ്ട്രീയ പശ്ചാത്തലമുണ്ടെന്ന് തികച്ചും ബോദ്ധ്യമാകുന്നു.

അതെ. രാഷ്ട്രീയമാണ് അയാളുടെ വിധി നിർണ്ണയിച്ചത്. കരീംഖാനുമായുള്ള പരിചയം സിദ്ധിക്കാനുള്ള കാരണവും അതുതന്നെയാവണം. ലേഖനമെഴുതാനായി അവിടെയും ഇവിടെയുമൊക്കെ അലഞ്ഞു നടന്ന സമയത്ത് പരിചയപ്പെട്ടതാണ് അയാളെ. യോഗീശ്വരിയിലെ താമസക്കാരൻ. കലാപത്തിൽ ഒട്ടുമുക്കാലും നശിപ്പിക്കപ്പെട്ട കുടുംബം. അയാളെ ആദ്യം കാണുമ്പോൾ പേടിച്ചരണ്ട പിച്ചക്കാരനെപ്പോലെയായിരുന്നു. ഒരു മാസം കഴിഞ്ഞ് വീണ്ടും കാണാനിടയായപ്പോൾ തിരിച്ചറിയാൻപറ്റാത്ത വണ്ണം ആളാകെ മാറിയിരുന്നു. സംസാരത്തിൽ ധൈര്യം വന്നിട്ടുണ്ട്. സൗകര്യങ്ങളൊക്കെ കൈവന്നതുപോലെ തോന്നി. അന്വേഷിച്ചപ്പോൾ അയാൾ ചിരിച്ചു.

"ഞങ്ങളെ സഹായിക്കാൻ ആളുണ്ട്. സാറെ. ഇപ്പൊ ഒരു കാര്യം മനസ്സിലായി. ഞങ്ങൾക്കും മതം പ്രധാനമാണ്. പക്ഷേ, തനിച്ചാണെങ്കിൽ കഴിയാൻ പ്രയാസം ഒരു സംഘത്തോടൊപ്പം നില്ക്കണം. അതാണ് രക്ഷ."

കുറേശ്ശെ മനസ്സിലാവുന്നതുപോലെ. പക്ഷേ, ആ അറിവ് ഭയപ്പെടുത്തുന്നതായിരുന്നു.

"ആരാണിതൊക്കെ നടത്തുന്നത്? ദാവൂദ് ഇബ്രാഹിമോ? അതോ ഛോട്ടാ ഷക്കീലോ?"

"അവരൊന്നും ഇവിടെയെങ്ങുമില്ലല്ലോ?"

"അവരുടെ ആൾക്കാരുണ്ടാവുമല്ലോ. എനിക്ക് അവരെ പരിചയപ്പെടുത്തിത്തരുമോ?"

"നിങ്ങള് മുസ്ലീമാ?"

വിവേക് തെല്ലിട സംശയിച്ചു നിന്നു. എന്നിട്ടു പറഞ്ഞു. "അതെ എന്റെ അമ്മ മുസ്ലീമാണ്."

"എന്നാ ശരി. ഇന്നു രാത്രി തന്നെ പോകാം. ഗ്രാന്റ് റോഡിനടുത്ത് ദിൽഖുഷ് എന്നൊരു ഡാൻസ് ബാറുണ്ട്. പതിനൊന്നരയ്ക്കു വന്നോളൂ."

ഗ്രാന്റ് റോഡിലെത്തി ഇടവഴിയന്വേഷിച്ചു കണ്ടുപിടിച്ച് നീങ്ങുമ്പോൾ എതിരേവന്ന വണ്ടിയിൽ തട്ടാതിരിക്കാൻ അയാൾ ഹീറോഹോണ്ട വലത്തോട്ട് ഒടിച്ചതും ബൈക്ക് വിളക്കു കാലിൽ ചെന്നിടിച്ചു. അരണ്ട വെളിച്ചത്തിലും വണ്ടിയുടെ മുൻവശത്തെ ചളുക്കം കാണാനായി.

അടുത്ത ദിവസം അരുണയെ കണ്ടപ്പോൾ അവൾ പരിഭ്രമിച്ച് ഒരു നൂറു ചോദ്യങ്ങളുതിർത്തു.

എന്തുപറ്റിയതാ? ആക്സിഡന്റ് എന്തെങ്കിലുമുണ്ടായോ? എവിടെയാ പോയത്? എന്നിങ്ങനെ.

അന്നാദ്യമായി അയാൾ അവളോട് സത്യം മറച്ചുവെച്ചു.

അവളോടും അച്ഛനോടും എല്ലാം തുറന്നുപറയേണ്ടതായിരുന്നു എന്ന് ഇപ്പോൾ തോന്നുന്നു. ഒരു മുൻപരിചയവുമില്ലാത്ത രമേഷ് വിനായക് ഇന്നു തന്നോട് കരീംഖാനെ വിശ്വസിക്കരുതെന്നുപറഞ്ഞിട്ട് മരിക്കാൻ പോയിരിക്കുന്നു.

പതിനൊന്ന്

"**ഒ**രു രാജ്യദ്രോഹിയെ സഹായിക്കാൻ എനിക്കാവില്ല. അവൻ എന്റെ മകനായാൽപ്പോലും."

ഉണർന്നിരിക്കുന്ന വേളകളിലൊക്കെയും ആ വാക്കുകൾ അരുണയെ വേദനിപ്പിച്ചുകൊണ്ടിരുന്നു. എവിടെപ്പോകുമ്പോഴും പിന്തുടർന്ന്.. റോഡിൽ ഒപ്പം നടന്ന്...

ട്രെയിനിൽ യാത്ര ചെയ്യവേ, പാളത്തിലുരസുന്ന ഇരുമ്പുചക്രങ്ങൾ രാജ്യദ്രോഹി രാജദ്രോഹി എന്ന് മന്ത്രിച്ചുകൊണ്ടിരുന്നു. കമ്പ്യൂട്ടറിൽ കത്തുകളൊരുക്കവെ വാചകങ്ങൾക്കിടയിൽ ഒരു ബന്ധവുമില്ലാതെ രാജ്യദ്രോഹി എന്ന് അടിച്ചുവരുന്നു.

ചർച്ച് ഗേറ്റ് സ്റ്റേഷനിൽ ഇറങ്ങിയ ഉടനെ നേരെ മുന്നിൽ വന്നു നിന്ന രാജ്യദ്രോഹിയെ അവൾ ക്രുദ്ധയായി തറപ്പിച്ചു നോക്കി ഓടിച്ചുവിട്ടു. സമയം ഏഴരയായിരിക്കുന്നു. അമ്മയിപ്പോൾ വിഷമിച്ച് അകത്തേക്കും പുറത്തേക്കും നടക്കാൻ തുടങ്ങിയിരിക്കും. അരുണ ജനസഞ്ചയത്തെ വകഞ്ഞു മാറ്റിക്കൊണ്ട് വേഗത്തിൽ പുറത്തു കടന്നു. പടികളിറങ്ങി റോഡിലെത്തി. ഇനി പതിനഞ്ചു മിനിറ്റേ വേണ്ടൂ വീടെത്താൻ. സംസ്ഥാന ടൂറിസം വകുപ്പിന്റെയും സതേൺ റെയിൽവേയുടെയും ഓഫീസ് കെട്ടിടങ്ങൾ കടന്ന് തിരക്കേറിയ ഫുട്പാത്തിലൂടെ നീങ്ങവെ അവൾ അമ്മയെ ഓർത്തുവിഷമിച്ചു. വരാൻ താമസിക്കുമെന്ന് അറിയിക്കാനായി ആറു മണിക്ക് വീട്ടിലേക്കു ഫോൺ ചെയ്തതാണ്. ബെല്ലടിച്ചുകൊണ്ടേയിരുന്നു. അമ്മ ഫോണെടുത്തില്ല. പത്തു മിനിറ്റു കഴിഞ്ഞ് വീണ്ടും ശ്രമിച്ചു.

അപ്പോഴും അമ്മ ഫോണെടുത്തില്ല. അമ്മ എവിടെ പോയതാവും എന്നാലോചിച്ച് ഒരെത്തും പിടിയും കിട്ടുന്നില്ല. സാധാരണ അവൾ ഓഫീസ് വിട്ട് വരുന്ന സമയമായതിനാൽ ആ നേരത്ത് അമ്മ എവിടെയും പോകാറില്ല. അഥവാ പോകേണ്ടിവരികയാണെങ്കിൽ കാലത്തുതന്നെപറയും. അല്ലെങ്കിൽ ഓഫീസിലേക്കു ഫോൺ ചെയ്യും. ഇന്ന് അതും ഉണ്ടായില്ല. ഒരുപക്ഷേ, ടെലിഫോൺ ലൈനിൽ വല്ല കുഴപ്പവും ഉണ്ടാവും എന്ന് അരുണ സമാധാനിച്ചു.

എങ്കിലും എന്തോ ഒന്ന് മനസ്സിനെ കാർന്നുകൊണ്ടിരുന്നു.

"കാലം മോശമാണ്. ജാഗ്രതയോടെയിരിക്കുക. നിന്റെ അമ്മയെ കരുതലോടെ നോക്കിക്കൊള്ളുക."

രാജേഷ് ശ്രീവാസ്തവ പറഞ്ഞതാണ്.

ഇത് യാദൃച്ഛികമായി പറഞ്ഞതാണോ അതോ പ്രത്യേകമുന്നറിയിപ്പു വല്ലതുമാണോ എന്നു വ്യക്തമായില്ല. അതിനുമുമ്പ് മറ്റൊന്നുകൂടി അദ്ദേഹം പറയുകയുണ്ടായി.

"നീ മതിഭ്രമത്തിൽ നിന്ന് ഉണരൂ. ഒരു പൊല്ലാപ്പിലും ചെന്നുപെടേണ്ട. അനാവശ്യമായി ഏതിലെങ്കിലും തലയിടാൻ ശ്രമിച്ചാൽ വെറുതെ ആപത്തിൽ ചെന്നു ചാടുകയേ ഉള്ളൂ."

അവൾ ഒരധികപ്രസംഗിയാണെന്ന് പറയാതെ പറഞ്ഞു. അദ്ദേഹം വളർത്തിവലുതാക്കിയ മകൻ ഒരു രാജ്യദ്രോഹിയാണെന്ന് ഒരു ഭ്രാന്തൻ പൊലീസു ഓഫീസർ പറഞ്ഞപ്പോൾ എളുപ്പത്തിൽ വിശ്വസിച്ചുകളഞ്ഞു. എല്ലാ മാതാപിതാക്കൾക്കും തങ്ങളുടെ കുട്ടികളുടെ പെരുമാറ്റത്തെക്കുറിച്ച് സംശയങ്ങളുള്ളതുപോലെ തോന്നി. അവരുടെ സത്യസന്ധതയിൽ വിശ്വാസമില്ലാത്ത പോലെ. തന്നെപ്പറ്റി ആരെങ്കിലും പരാതിപ്പെട്ടാൽ അമ്മ വിശ്വസിക്കുമെന്നതിന് സംശയം വേണ്ട. വളരെക്കുറച്ച് അമ്മമാർ മാത്രമേ തങ്ങളുടെ മക്കളെ പൂർണ്ണമായും വിശ്വസിക്കുന്നുള്ളൂ. വിവേകിന്റെ അച്ഛനും അവളുടെ അമ്മയും ആ ഗണത്തിൽപ്പെടുന്നവരല്ല.

രാജ്യദ്രോഹി എന്ന കടുത്ത നിന്ദാപ്രയോഗം എങ്ങനെയാണ് അദ്ദേഹത്തിന് ഉറപ്പിച്ച് ഉച്ചരിക്കാൻ കഴിഞ്ഞത്? അവൾക്കതിൽ അതിശയം തോന്നി.

"തെളിവുകൾ അങ്ങനെയാണു മോളേ!"

"അവ ചമയ്ക്കപ്പെട്ടവയാണ്. താങ്കൾ അതു വിശ്വസിക്കുന്നുണ്ടോ?"

അദ്ദേഹം ദുഃഖത്തോടെ തലയാട്ടി.

"സംശയാതീതമായ തെളിവുകളാണവ."

വിവേകുമായി അതിനുശേഷം സംസാരിച്ചോ?"

"ഇല്ല സംസാരിക്കാൻ ഇഷ്ടപ്പെട്ടില്ല. അവൻ പറഞ്ഞേക്കാവുന്ന അസത്യങ്ങൾ കേൾക്കുക എന്നത് എനിക്കു കൂടുതൽ മനഃപ്രയാസമുണ്ടാക്കും."

വിവരണാതീതമായ തരത്തിൽ ദേഷ്യവും ദുഃഖവും അവളുടെ ഉള്ളിൽ നിറഞ്ഞു. "വിവേകിന് രാജ്യദ്രോഹി ആകേണ്ട ആവശ്യമെന്താണ്?"

"മനസ്സിലായില്ല. തീർച്ചയായിട്ടും മനസ്സിലായില്ല. അവന്റെ കൂട്ടുകെട്ടുകളെക്കുറിച്ച് അറിയാതിരുന്നത് തെറ്റായിപ്പോയി. ഇനിയിപ്പോ അറിയണമെന്ന ആഗ്രഹമില്ല. കോടതി നോക്കട്ടെ."

രഞ്ജിത് ഷിരോദ്ക്കറുടെ മറ്റൊരു പകർപ്പാണ് ഇദ്ദേഹം എന്നവൾ വിചാരിച്ചു.

"കോടതിയിൽ കേസ് വിചാരണയ്ക്കെടുക്കാൻ തന്നെ പത്തുവർഷം വേണ്ടി വരും."

അദ്ദേഹം എഴുന്നേറ്റു നിനക്ക് പോകാം എന്ന മട്ടിൽ.

"നിന്നെ കണ്ടിട്ട് നല്ലൊരു കുടുംബത്തിൽ പിറന്ന പെണ്ണാണെന്നു തോന്നുന്നു. നിനക്ക് അച്ഛനില്ലെന്ന് എനിക്കറിയാം. അവസാനകാലത്ത് നിന്റെ അമ്മയ്ക്ക് ബുദ്ധിമുട്ടുണ്ടാക്കരുത്. അമ്മ പറയുന്ന ആളെ കല്യാണം കഴിക്കുക. വിവേക് നിന്റെ കൂട്ടുകാരനാണെന്ന കാര്യം ഇനി മറക്കുന്നതാവും നിനക്കു നല്ലത്."

ഉള്ളിൽനിന്നും പൊന്തിവന്ന അമർഷം അടക്കിപ്പിടിച്ച് അവൾ മൗനമായി എഴുന്നേറ്റുനിന്നു. അദ്ദേഹം വിടപറയുന്നതുപോലെ കൈകൂപ്പി നമസ്തേ പറഞ്ഞു.

"ജാഗ്രതയായിരിക്കുക നിന്റെ അമ്മയെ അതീവ ശ്രദ്ധയോടെ നോക്കിക്കൊള്ളുക."

അവളുടെ മറുപടിക്കു കാത്തുനില്ക്കാതെ അദ്ദേഹം അകത്തേക്കു പോയി. അദ്ദേഹം തന്റെ അഭിപ്രായങ്ങളെ അല്പംപോലും പരിഗണിച്ചില്ല എന്നതിൽ അപമാനവും സങ്കടവും തോന്നി അവൾക്ക്.

ഇന്ന് അമ്മയെപ്പറ്റി വിഷമിച്ചുകൊണ്ട് വീട്ടിലേക്കു നടക്കുമ്പോൾ അദ്ദേഹം ഒടുവിൽ പറഞ്ഞ വാക്കുകൾ അവളുടെ വേവലാതിക്ക് പുതിയൊരു മാനം. തീർത്തും അവൾക്കു പേടി തോന്നി. അമ്മയ്ക്ക് എന്തെങ്കിലും സംഭവിച്ചിരിക്കുമോ? അതിന് താൻ ഒരു നിമിത്തമായിത്തീരുമോ?

വഴി തിരിയുന്നേടത്ത് കരിമ്പിൻജ്യൂസ് വില്ക്കുന്ന ഒരു കടയുണ്ട്. ഇന്ന് കടയുടെ മുന്നിൽ ഒരാൾക്കൂട്ടം. അവിടെ ഒരു മുക്കാലിയിൽ വഴിയിലേക്കു നോക്കി ഒരു സ്ത്രീ ഇരിപ്പുണ്ട്. അരുണ സ്തംഭിച്ചുപോയി. അയ്യോ! അമ്മ ഇവിടെയിരുന്ന് എന്തു ചെയ്യുകയാണ്?

അവൾ വേഗം അടുത്തുചെന്ന് അമ്മയുടെ തോളത്ത് കൈവെച്ചു. എന്താ അമ്മേ ഇവിടെ വന്നിരിക്കുന്നത്? കരിമ്പിൻചാറ് കുടിക്കാൻ വന്നതാണോ?

അവളെ കണ്ടമാത്രയിൽത്തന്നെ അമ്മയുടെ മുഖത്ത് ആശ്വാസം പ്രകടമായി. അവരുടെ കൈയിൽ പഴങ്ങളുമായി ഒരു കടലാസു സഞ്ചി.,

"അല്ലല്ല. വാ പോകാം." അവർ എന്തോ മറയ്ക്കാൻ ശ്രമിക്കുന്നതുപോലെ.

"ജ്യൂസ് കുടിക്കണമെങ്കിൽ കുടിച്ചോളൂ."

"വേണ്ടെടീ വേണ്ട. വാ പോകാം."

ഇതിനിടെ കട നടത്തുന്ന യുവാവ് അവളെ കണ്ടു.

"സിസ്റ്റർ നിങ്ങളുടെ അമ്മയാണോ ഇത്? ഭാഗ്യത്തിന് ഇവര് വീട

ന്വേഷിച്ചു കണ്ടുപിടിക്കാൻ കഴിയാതെ ഇവിടെ വന്ന് ഇരുന്നതാണ്. ഈ വഴിക്കാ എന്റെ മോള് വരുന്നത്. ഞാൻ അവളുടെ കൂടെ പൊയ്ക്കോളാം എന്ന് പറഞ്ഞു."

"വീട് കണ്ടുപിടിക്കാൻ കഴിഞ്ഞില്ലെന്നോ? അയ്യോ? എന്തുപറ്റി അമ്മേ?" അരുണ പകച്ചുപോയി.

"വരാൻ പറഞ്ഞില്ലേ. ഇപ്പോത്തന്നെ നേരം ഒരുപാടായി. നീ എന്താ ഇത്രയും വൈകിയത്?" അവൾ പറയുന്നത് കേൾക്കാത്ത മട്ടിൽ അവൾ ധൃതികൂട്ടി.

അരുണ ചിന്താകുലയായി അമ്മയെ നോക്കി. കടക്കാരൻ പയ്യനോട് നന്ദിപറഞ്ഞ് അമ്മയുടെ കൈപിടിച്ച് നടന്നു. വീട്ടിലെത്തുന്നതുവരെ ഒന്നും മിണ്ടാൻ തോന്നിയില്ല. അമ്മ എന്താണു പറയാൻ പോകുന്നതെന്നാലോചിച്ച് അവൾക്കു പേടിയായി. അവർ താമസിക്കുന്ന കെട്ടിടത്തിന്റെ ലിഫ്റ്റിൽ കയറി അഞ്ചാം നിലയുടെ ബട്ടണമർത്തുന്ന സമയത്ത് അമ്മയുടെ ചോദ്യം.

"നമ്മൾ വീട്ടിലേക്കല്ലേ പോണത്?" അരുണ വീണ്ടും അമ്പരന്നു "അമ്മയ്ക്കിതെന്തുപറ്റി?"

"അതെ! അമ്മേ!"

വീടിന്റെ വാതില്ക്കലെത്തിയതും അമ്മയ്ക്ക് സ്വബോധം കൈവന്നതുപോലെ അവർ ഇടുപ്പിൽ തപ്പിനോക്കി.

"താക്കോൽ കാണുന്നില്ല!" എന്ന് മന്ത്രിച്ചു.

"എന്റെ കൈയിലുണ്ട്. ഞാൻ തുറക്കാം." അരുണ ഹാന്റ് ബാഗിൽ നിന്നു താക്കോലെടുത്ത് കതകുതുറന്നു. അകത്തു ചെന്ന് ആകെ ഇരുട്ടിലായിരുന്ന വീടിനുള്ളിൽ ലൈറ്റ് തെളിയിച്ചു. അമ്മ വീട്ടിൽ നിന്നിറങ്ങിയിട്ട് ഒന്നരമണിക്കൂറെങ്കിലും ആയിക്കാണണം. പാതകമ്പുറത്ത് അത്താഴം ഉണ്ടാക്കി അടച്ചുവെച്ചിട്ടുണ്ട്.

അരുണ കാലും മുഖവും കഴുകി വേഷം മാറി വന്ന് അമ്മയെ ഭക്ഷണം കഴിക്കാൻ വിളിച്ചു.

രണ്ടുപേർക്കും മേശപ്പുറത്തു ഭക്ഷണമെടുത്തുവെച്ച് വിളമ്പി. ആഹാരം കഴിക്കാൻ തുടങ്ങിയപ്പോഴാണ് ശ്രദ്ധിച്ചത് അമ്മ എന്തോ ബുദ്ധിമുട്ടനുഭവിക്കുന്നതുപോലെയുണ്ട്. ഭക്ഷണം പാതികഴിച്ചതിനു ശേഷം അരുണ സാവകാശം അന്വേഷിച്ചു.

"അമ്മയ്ക്കിന്നെന്തുപറ്റി?"

"എന്താ പറ്റിയത്?"

"അമ്മയെന്തിനാ പുറത്തുപോയത്?"

"അതുകൊള്ളാം. കെട്ടിയിട്ടതുപോലെ ഇതിനകത്ത് ഇങ്ങനെയിരിക്കണമെന്നാണോ നീ പറയുന്നത്?"

"അതല്ലമ്മേ. അമ്മ ഇഷ്ടംപോലെ പുറത്തുപൊക്കോളൂ വേണ്ടെന്നു പറയുന്നില്ല. പക്ഷേ, എന്നോടു പറയാതെ എന്തിനാ പോയത്?"

"പോകണമെന്നു തോന്നി. അങ്ങുപോയി! അത്രേ ഉള്ളൂ." അമ്മ ചൊടിച്ചു. "പഴം ഇല്ലായിരുന്നു. നീ വരുമ്പഴേക്കും വാങ്ങിക്കൊണ്ടുവരാ

മെന്നു വിചാരിച്ചു."

അരുണ ആലോചനാമഗ്നനായി അമ്മയെ നോക്കിയിരുന്നു.

"അമ്മ തനിച്ചാണോ പോയത്? അതോ കൂടെയാണോ പോയത്?"

"ആരും കൂടെയില്ലായിരുന്നു. തനിച്ചാ പോയത്."

"സത്യം."

"ഉള്ളതാടീ. ഞാനെന്തിനാ നിന്നോടു കള്ളം പറയുന്നത്? നീയല്ലേ എന്റടുത്തു നിന്ന് എല്ലാം മറച്ചുവെക്കുന്നത്? നീ എവിടാ പോകുന്നത്. ആരെക്കാണാനാ പോകുന്നത് എന്നൊക്കെ എന്നോടു പറയാറുണ്ടോ?"

"എന്റെ കാര്യം അവിടെ നില്ക്കട്ടെ. പഴം വാങ്ങാൻ പോയി. ശരി പിന്നെന്തുപറ്റി?"

അമ്മ അവളുടെ നോട്ടത്തിൽ നിന്ന് ഒഴിഞ്ഞുമാറി. വരട്ടെ. അമ്മ ഭക്ഷണം കഴിച്ചുതീർക്കാനായി അവൾ കാത്തു. ഭക്ഷണം കഴിഞ്ഞ് കൈകഴുകി അടുക്കള വൃത്തിയാക്കുന്നതിനിടെ അവൾ വീണ്ടും ചോദിച്ചു.

"പഴം വാങ്ങിയിട്ട് അമ്മ നേരെ വീട്ടിലേക്കല്ലേ വന്നത്?"

അവർ തപ്പിത്തടഞ്ഞു.

"വീട്ടിലേക്കു വരാനാണു തുടങ്ങിയത്. പെട്ടെന്നു വഴിതെറ്റി. എവിടേക്കോ നടന്ന് അങ്ങു ദൂരെപ്പോയി.

"വഴി തെറ്റിയെന്നോ? പഴക്കട ഇവിടെ അടുത്തല്ലേ?"

"അതേന്ന് ഞാൻ എത്ര തവണ പോയിട്ടുള്ളതാ! ഇന്നെന്തോ വഴി തെറ്റി. വീട്ടിലേക്കുള്ള വഴി ഓർമ്മ വന്നില്ല"

"ആരോടെങ്കിലും റോഡിന്റെ പേരും നമ്മുടെ അഡ്രസ്സും പറയാമായിരുന്നില്ലേ?"

അമ്മ മറുപടി പറയാതെ പ്ലേറ്റിന്റെ വക്കിലുള്ള കറിവേപ്പിലയും നോക്കിയിരുന്നു. എന്നിട്ട് മെല്ലെ തലയുയർത്തി അവളെ നോക്കി. ആ കണ്ണുകളിൽ ഭയത്തിന്റെ നിഴലാട്ടം.

"അരുണമോളേ! എനിക്ക് നമ്മുടെ അഡ്രസ്സ് മറന്നുപോയി!"

മറ്റൊരു സന്ദർഭത്തിലായിരുന്നെങ്കിൽ അവൾ ചിരിക്കുകയേ ഉള്ളൂ. പക്ഷേ, ഇന്ന് ഇതൊരു അപകടം പിടിച്ച അറിവായി.

"അതെങ്ങനെയാമ്മേ? പതിനഞ്ചുവർഷമായിട്ട് നമ്മൾ ഇവിടെത്തന്നെയല്ലേ താമസിക്കുന്നത്?"

"അതാ എനിക്കും മനസ്സിലാകാത്തത്. എത്ര ആലോചിച്ചിട്ടും ഓർമ്മ വന്നില്ല. ഭാഗ്യത്തിന് നീ ആ റോഡു വഴി വരുമെന്ന് തോന്നി. ആ പാവം പയ്യൻ അവിടെയിരിക്കാൻ ഒരു കസേര തന്നു.

റോഡരികിലിരുന്ന അമ്മയുടെ മുഖത്ത് തെളിഞ്ഞുകണ്ട നിസ്സഹായാവസ്ഥയും ശ്രീവാസ്തവയുടെ മുന്നറിയിപ്പും ഒക്കെക്കൂടി വാസ്തവം പറഞ്ഞാൽ എന്തെങ്കിലും ഭയങ്കര സംഭവങ്ങൾ ഉണ്ടായിരിക്കുമോ എന്ന് പേടിച്ചുപോയി. ഇത് ഏതോ ഗുണ്ടകൾ ചെയ്ത ചതിയാവും എന്നുപോലും അവളുടെ മനസ്സ് അനുനിമിഷം ഉറപ്പിച്ചുകൊണ്ടിരുന്നു. പക്ഷേ, ഭാഗ്യവശാൽ അതൊന്നുമായിരുന്നില്ല. എങ്കിലും അമ്മയുടെ ഓർമ്മക്കു

റവ് അവളുടെ വേവലാതിപ്പട്ടികയിൽ പുതിയൊരു കൂട്ടിച്ചേർക്കലായി. അമ്മ സ്വതവേ നല്ല ചുറുചുറുക്കുള്ള കൂട്ടത്തിലാണ്. പുറത്തുപോകാൻ വലിയ ഇഷ്ടമാണ്.അച്ഛനുള്ള കാലത്തും അമ്മയ്ക്ക് തനിയെ കടകളിലേക്കൊക്കെ പോയി ശീലമുണ്ട്. ഇന്നിപ്പോൾ അടുത്ത തെരുവിലെ പഴക്കടയിലേക്കു പോയിട്ട് വീട്ടിലേക്കു മടങ്ങിവരാൻ വഴിയറിയാതെ പാവം വിഷമിച്ചിരിക്കുന്നു. ഇത് അവിശ്വസനീയമായ ഉൾക്കൊള്ളാൻ പറ്റാത്ത യാഥാർത്ഥ്യമായി അവളെ ഞെട്ടിച്ചു. പത്തു ദിവസങ്ങൾക്കുമുമ്പ് അച്ഛന്റെ പേരു മറന്നതുപോലും തന്റെ മനസ്സിനെ ഇത്രയ്ക്ക് ഉലച്ചില്ല.

സ്വന്തം അവസ്ഥയോർത്ത് അമ്മ സ്വയം പരിഭ്രമത്തിലകപ്പെട്ടിരിക്കുന്നത് അവൾക്കു മനസ്സിലായി. തന്റെ പുതിയ വയ്യായ്ക മറച്ചുവെക്കാൻ അവർ നടത്തുന്ന ശ്രമങ്ങൾ അവളിൽ സഹതാപമുളവാക്കി. ഇന്ന് ടി വി സീരിയൽകാണാനുള്ള മാനസികാവസ്ഥ പോലും അമ്മയ്ക്കില്ലെന്നു തോന്നി. ഒരു വാരികയും കൈയിലെടുത്ത് അവർ കിടക്കാൻപോയി.

അവസാനകാലത്ത് അമ്മയ്ക്കു ബുദ്ധിമുട്ടുണ്ടാക്കല്ലേ.

അതെന്തോന്നാണ് ഒരു അവസാനകാലം? അശരീരിവാക്കുപോലെ? അമ്മയ്ക്കിപ്പോൾ പ്രായം അറുപത്തിയഞ്ചായി. ആരോഗ്യമായിത്തന്നെയിരിക്കുന്നു. ചിലർക്ക് പ്രായം കൂടുന്തോറും മറവി പറ്റും. ഇനി പുറത്തു പോകരുതെന്നു പറയണം.

"അരുണാ."

അമ്മയുടെ വിളികേട്ട് അരുണ അങ്ങോട്ടു ചെന്നു. അമ്മ മുകളിലേക്കു നോക്കി കിടക്കുകയാണ്. അവൾ അടുത്തുചെന്നിരുന്നു.

"എന്താമ്മേ?"

"എനിക്കു പേടിയാവുന്നു മോളേ!" അമ്മയുടെ കണ്ണുകൾ വിടർന്നിരുന്നു.

"എന്തിനാമ്മേ പേടിക്കുന്നത് ഞാനുള്ളപ്പോ?" അവൾ ചെറുതായി ചിരിച്ചു. "ഇനി അമ്മ തനിച്ച് എവിടെയും പോകണ്ട. അക്കാര്യം എപ്പോഴും ഓർമ്മ വേണം. ചില പ്രധാന വിവരങ്ങളൊക്കെ വലുതായി ടൈപ്പ് ചെയ്ത് ഞാൻ അമ്മയ്ക്ക് എപ്പോഴും കണ്ണിൽപ്പെടുന്നതുപോലെ വെക്കാൻ പോവാണ്."

അവരുടെ കണ്ണുകൾ ഈറനണിഞ്ഞിരുന്നു. അരുണ അമ്മയുടെ നെറ്റിയിൽ തലോടി.

"നമുക്കു ഡോക്ടറെ കാണാം. പ്രായം കൂടുമ്പോൾ മറവിയുണ്ടാവുക സ്വാഭാവികമാണ്. അതിൽ വിഷമിക്കാനൊന്നുമില്ല."

എന്നാലും ഇങ്ങനെയുണ്ടോ? അവർക്കു വിശ്വസിക്കാൻ പ്രയാസം തോന്നി. നീ അതുവഴി വന്നില്ലെങ്കിൽ എന്തുചെയ്യുമെന്നാലോചിച്ച് ഞാൻ പേടിച്ചുപോയി.

"ഇനി മുതൽ അമ്മ ഒറ്റയ്ക്ക് പുറത്തുപോകണ്ട. ഇപ്പോ കിടന്നുറങ്ങിക്കോളൂ. ഒന്നും ആലോചിക്കണ്ട. അമ്മയ്ക്ക് ഞാനുണ്ട്."

"ഉവ്വുവ്വ്! അക്കാര്യമൊന്നും പറയണ്ട. നിനക്ക് എന്റെ കാര്യത്തിൽ ശ്രദ്ധയുള്ളതായി തോന്നുന്നില്ല. വീട്ടീന്ന് ആപ്പീസിലേക്ക് ആപ്പീസീന്ന്

വീട്ടിലേക്ക് എന്ന പോലെയല്ലല്ലോ നിന്റെ പരിപാടി. എവിടെയൊക്കെ പോണു. എന്തൊക്കെ ചെയ്യണു. ഒന്നും എനിക്കറിഞ്ഞുകൂടാ. അതിന്റെ വിഷമമാണ് എന്റെ ഓർമ്മത്തകരാറിനു കാരണമെന്നു തോന്നുന്നു."

ഇന്ന് അമ്മയുമായി ഒരുകാര്യത്തിലും തർക്കിക്കരുത്. അരുണ സ്വയം നിയന്ത്രിച്ചു. അവൾ അമ്മയുടെ തോളത്ത് തട്ടിക്കൊടുത്തു.

"അമ്മ ഇപ്പോ റെസ്റ്റ് എടുക്കൂ. ഇനി മുതൽ ഞാൻ ആപ്പീസീന്ന് വേഗം വരാം. വിഷമിക്കണ്ട."

"വിഷമിക്കാൻ മാത്രം പറഞ്ഞിട്ടുള്ള ജാതകമാ എന്റേത്." അമ്മ തുടർന്നു സ്വയം സഹാനുഭൂതിയിൽ നിരുദ്ധകണ്ഠയായി അവർ സംസാരിച്ചുകൊണ്ടിരുന്നു. ഇനി അമ്മയെ നിയന്ത്രിക്കാൻ പാടാണ്.

"നിന്റെ അച്ഛനെയോർത്ത് കുറെ നാൾ വിഷമിച്ചു. അങ്ങോർ എവിടെപ്പോണു. എന്തുചെയ്യുന്നു. ആരുമായി കൂട്ടുകൂടുന്നു. എന്നൊന്നുമറിയാതെ മനഃപ്രയാസമനുഭവിച്ചു. ഇപ്പോ നിന്നെപ്പറ്റിയാണ് എനിക്കു വിഷമം."

"അമ്മേ പ്ലീസ്!"

"എന്തിനാണ് അങ്ങോർ എന്നോടു ചെയ്ത അന്യായങ്ങളൊക്കെയും ഞാൻ സഹിച്ചത് എന്നു നിനക്കറിയാമോ? ഇല്ലെങ്കിൽ ഒരു പെൺകുഞ്ഞിനെയുംകൊണ്ട് തെരുവിലിറങ്ങേണ്ടിവരുമെന്ന് പേടിച്ചിട്ട്. എന്നിട്ടും എന്നെ ഒറ്റയ്ക്കാക്കി ഒക്കെ അനുഭവിച്ചോളാൻ വിട്ടിട്ട് എങ്ങോട്ടോപോയി. വഞ്ചിച്ചിട്ട്. നീ എന്നെ വഞ്ചിച്ചാൽ അതും ഒരു കണക്കിന് ദ്രോഹം തന്നെയാവും."

"അമ്മേ പ്ലീസ്! ദ്രോഹം ദ്രോഹമെന്നു പിന്നേം പിന്നേം പറയാതിരിക്കൂ!" അവളുടെ ശബ്ദം ഉയർന്നിരുന്നു. കണക്കറ്റ് ദേഷ്യം വന്നു. അമ്മ ഭയന്നിട്ടെന്നപോലെ നോക്കി.

"അച്ഛൻ അമ്മയുടെ അടുത്തേക്കു തന്നെയാണ് മടങ്ങിവന്നത്. ഒടുവിൽ അമ്മയോടുതന്നെയാണ് സ്കന്ദർ അനുഭൂതി ഓതാൻ പറഞ്ഞത്. മരിച്ചുപോയ ആളെ വഞ്ചകൻ എന്നുപറയരുത്. എന്നെയും അങ്ങനെ പറയരുത്?"

അരുണയുടെ നെഞ്ചിടിപ്പ് എന്നിട്ടും കുറഞ്ഞില്ല മുറിയിലേക്കു ചെന്ന് ലൈറ്റണച്ചു കിടന്നു. അമ്മയുടെ മുറിയിൽ നിന്ന് എന്തൊക്കെയോ പുലമ്പൽ കേൾക്കാനുണ്ടായിരുന്നു. കുറേക്കഴിഞ്ഞപ്പോൾ അത് നിന്നു. ഉറങ്ങിയിട്ടുണ്ടാവും. ഇന്ന് മനസ്സ് വരണ്ടുപോയതുപോലെ അവൾക്ക് ദുഃഖം അണപൊട്ടി. തലയണയിൽ മുഖം പൂഴ്ത്തിക്കരഞ്ഞു. ഉറക്കെയുറക്കെ. ഈ കരച്ചിൽ എന്തിനുവേണ്ടിയുള്ളതാണെന്നുപോലും പിടികിട്ടിയില്ല. പക്ഷേ, കണ്ണുനീർ അണമുറിയാതെ പ്രവഹിച്ചുകൊണ്ടിരുന്നു. രാവിലെ ഉണരുമ്പോൾ തലയണ നനഞ്ഞിരിക്കുന്നു. അമ്മ സാധാരണ നിലയിലേക്കു മടങ്ങിയിരിക്കുന്നു. ഒറ്റയ്ക്ക് എവിടെയും പോകരുതെന്ന് പറഞ്ഞപ്പോൾ പോവില്ലെന്ന് അവർ ഉറപ്പുകൊടുത്തു.

അന്ന് ട്രെയിൻ യാത്രയ്ക്കുള്ള സീസൺ ടിക്കറ്റ് വാങ്ങണമായിരുന്നു. ക്യൂവിൽ നില്ക്കുമ്പോൾ വിവേകിനെ ഓർമ്മവന്നു. രണ്ടുവർഷം

മുമ്പ് ഇതുപോലെ ക്യൂവിൽ നില്ക്കുമ്പോഴാണ് സ്റ്റേഷനിലെ ജനപ്രള യത്തിന്റെ ശബ്ദകോലാഹലങ്ങൾക്കിടയിൽ അവർ തമ്മിലുള്ള പ്രേമം അങ്കുരിച്ചത്. ഇപ്പോഴും അയാൾ പിന്നിൽ നില്ക്കുന്നതുപോലെ.

അവൾ കൗണ്ടറിനു മുന്നിലെത്തി. പണമെടുക്കാൻ ബാഗ് തുറന്ന പ്പോൾ പഴ്സില്ല. കളവു പോയിരിക്കുന്നു. പിന്നിൽ നില്ക്കുന്നയാൾ "എനി പ്രോബ്ലം?" എന്ന് പുഞ്ചിരിച്ചുകൊണ്ട് ചോദിക്കുന്നു. "പഴ്സ് പോയി." എന്ന് അവൾ മെല്ലെ പറയുന്നു. അന്ന് ടിക്കറ്റ് വാങ്ങാതെ പറ്റില്ല. അവൾ മാറിപ്പോയി. കുറേക്കഴിഞ്ഞപ്പോൾ അയാൾ പിന്നാലെ ഓടിവന്ന് ഒരു മാസത്തേക്കുള്ള സീസൺ ടിക്കറ്റ് അവളുടെ കൈയിൽകൊടുക്കുന്നു. എന്തുചെയ്യണമെന്നറിയാതെ അവൾ അന്തംവിട്ടു നിന്നു. അതിനുമുമ്പ് അയാളെ കണ്ടിട്ടില്ല. പക്ഷേ, അതിനുശേഷം അവൾ എവിടെപ്പോയാലും അവിടെ അയാളെ കാണാം. അവയൊന്നും യാദൃച്ഛികസംഭവങ്ങളാവാൻ തരമില്ല. വിധിയുടെ ആസൂത്രണമാവണം. കനവിലും നിനവിലും ഹൃദ യത്തിലും സ്ഥാനം പിടിക്കാൻ.

രൂപയെടുക്കാൻ പഴ്സ് തുറന്നപ്പോൾ അതിലുണ്ടായിരുന്ന വിവേ കിന്റെ ഫോട്ടോ താഴെ വീണു. അവൾ കുനിയാനായും മുമ്പേ പിന്നിൽ നിന്ന യുവതി അത് കുനിഞ്ഞെടുത്ത് കൊടുത്തു. അവരോട് നന്ദി പറഞ്ഞ് അവൾ പ്ലാറ്റ്ഫോമിലേക്ക് വേഗം നടന്നു.

ഫോട്ടോ എടുത്തുകൊടുത്ത യുവതിയും ഒപ്പം ചെന്നു. അവളെ നോക്കി ചിരിച്ച് "വിവേകിന്റെ കൂട്ടുകാരിയാണോ?" എന്നു ചോദിച്ചു.

അരുണ ഉള്ളാലെ ഞെട്ടി.

"നിങ്ങൾ ആരാണ്?"

"നിങ്ങളോട് എനിക്കല്പം സംസാരിക്കാനുണ്ട്. നാളെ അഞ്ചുമ ണിക്ക് ഹരേകൃഷ്ണ കോവിലിലേക്ക് വരാൻ പറ്റുമോ?"

"നിങ്ങൾ ആരാണ്."

അവൾ എന്തോ പറഞ്ഞു. ആ സമയത്ത് ഒരു ട്രെയിൻ വന്നതി നാൽ അതിന്റെ കടകട ശബ്ദത്തിൽ അവൾ പറഞ്ഞത് ചതഞ്ഞരഞ്ഞു പോയി. അരുണ ട്രെയിനിൽ കയറാനായി ധൃതിയിൽ നടന്നു.

പന്ത്രണ്ട്

മന്ത്രിയുടെ മുഖത്തേക്കു നോക്കിയപ്പോൾ മൂർച്ചയേറിയ ആ കണ്ണു കളാണ് രഞ്ജിത് ശ്രദ്ധിച്ചത്. ഒരുചെറിയ ചിപ്പിക്കകത്തു പെട്ടുപോയ കറുത്ത മുന്തിരിങ്ങ പോലെയുണ്ട്. ഈ പാതിരാനേരത്തും ഒരു ചടവുമി ല്ലാതെ അവ തിളങ്ങുന്നു. അതിനേക്കാൾ മൂർച്ചയുള്ളതാണ് അങ്ങോ രുടെ പനന്തേങ്ങ വലുപ്പത്തിലുള്ള തലയ്ക്കകത്തെ ബുദ്ധി. ഇരുന്നേട ത്തിരുന്നുകൊണ്ടുതന്നെ പ്രപഞ്ചം മുഴുവനും നിയന്ത്രിക്കാൻ വെമ്പൽ കൊള്ളുന്ന മൂർച്ച.

"ആ ചെക്കനെ ഒന്നു ശ്രദ്ധിച്ചോളണം. അവൻ ആപല്ക്കാരിയാ ണ്."

"യെസ് സാർ."

"അവന്റെ തന്ത നിങ്ങളെ കോൺടാക്ട് ചെയ്തോ?"

"നോ സാർ!."

മന്ത്രി പുംഗവന്റെ മുഖത്ത് ഒരു ചെറുമന്ദഹാസം പടർന്നു.

"ഞാനും അയാളും ഒരേ നാട്ടുകാരാ. മന്ത്രി അംഗലത്തിൽ തുടർന്നു. രാത്രിയിൽ വീശുന്ന കാറ്റിനുപോലും താൻ പറയുന്നതു മനസ്സിലാവരുതെന്നു വെച്ചിട്ടാവണം.

"അയാൾ ഒരു മുസ്ലീം പെണ്ണിനെ കല്യാണം കഴിക്കാൻ പോകുന്നു എന്നു പറഞ്ഞപ്പോൾ അയാളുടെ കുടുംബമാകെ വിരണ്ടു. ഞങ്ങൾ ഒരു പാടു പറഞ്ഞുനോക്കി. അയാൾ കേട്ടില്ല. അതിന്റെ ഫലം ഒരു ശാപം പോലെ അയാളെ പിന്തുടരുന്നതു കണ്ടില്ലേ?"

രഞ്ജിത് മറുപടിയൊന്നും പറഞ്ഞില്ല. ഇത്തരം അന്വേഷണങ്ങളിൽ അയാൾക്ക് താല്പര്യമില്ലായിരുന്നു. മണി പന്ത്രണ്ടു കഴിഞ്ഞിരിക്കുന്നു.

"ഞാൻപറഞ്ഞു വരുന്നത് എന്താണെന്നു വെച്ചാല്, അത് ആ ചോരേടെ ഗുണമാണ്. അത് ഗംഗയാറൊഴുകുന്ന മണ്ണുമായിട്ട് ചേരില്ല."

രഞ്ജിത് മര്യാദയോർത്ത് മിണ്ടാതിരുന്നു.

"ശരി എന്നാൽ പൊയ്ക്കോളൂ." മന്ത്രി അനുമതി നല്കി.

അയാൾ സല്യൂട്ട് ചെയ്ത് പുറപ്പെട്ടു. വണ്ടി സ്റ്റാർട്ടാക്കുമ്പോൾ അയാൾ മനസ്സിനുള്ളിൽ ഇങ്ങനെ പിറുപിറുത്തു.

'താൻ അടുത്ത തെരഞ്ഞെടുപ്പിൽ തോറ്റു തൊപ്പിയിടും. ഇത്തരത്തിലുള്ള ചിന്തകളാണ് തന്റെ ശാപം.'

വണ്ടി പാക്കിങ് സ്ലോട്ടിൽ ഇട്ടിട്ട്, ലിഫ്റ്റിലേക്കു നടക്കുമ്പോൾ മന്ത്രിയുടെ സുരക്ഷാ മുൻ കരുതലുകൾ വേണ്ടതിലധികമാണെന്ന് വിചാരിക്കാതിരിക്കാൻ കഴിഞ്ഞില്ല. പറഞ്ഞറിയിക്കാനാവാത്ത ഒരുതരം irritation ആണ് പൊന്തിവന്നത്.

"യൂണിഫോമിൽ വരണ്ട. ഇയാൾതന്നെ വണ്ടിയോടിച്ചു വന്നാൽ മതി. മനസ്സിലായോ."

"ആ ചെക്കനെ ശ്രദ്ധിച്ചോളണം."

മന്ത്രി അതുപറയേണ്ട ആവശ്യം തന്നെയില്ല. ഒരു ലഡ്ഡുവെന്ന വണ്ണം തന്റെ കൈയിൽത്തന്നെ വന്നു വീണ കേസ്. ശ്രദ്ധിക്കാതെ വിട്ടുകളയാൻ പറ്റുമോ? പല വിഷയങ്ങളിലേക്കും വെളിച്ചം വീശാവുന്ന കേസാണ്. വിവേകിനെ പൊലീസ് മുറയിൽ വിചാരണ ചെയ്ത് സത്യം പറയിപ്പിക്കേണ്ടതെങ്ങനെയെന്ന് അയാൾക്കറിയാം. മൂന്നാംമുറ പ്രയോഗിക്കുമെന്ന് ഭീഷണിപ്പെടുത്തിയാൽത്തന്നെ അവൻ തത്ത പറയുംപോലെ എല്ലാം പറയും. മരണഭയത്തേക്കാൾ വലിയ ഭയം മറ്റൊന്നില്ല. അത് ഭാവന ചെയ്യുമ്പോൾത്തന്നെ രഞ്ജിത്തിന് രസം പിടിച്ചു.

"നോ, രഞ്ജിത് പ്ലീസ് നോ പറയാം. ഞാനെല്ലാം പറയാം."

വെറും ബെൽറ്റടിയും വൈദ്യുതഷോക്കും കണ്ടിട്ടു തന്നെ അവന്റെ കാമുകി വിറച്ചുപോയി. കാമുകന് സംഭവിക്കാൻ പോകുന്നതെന്താണെന്ന് അവൾക്കു സങ്കല്പിക്കാൻപോലും കഴിയില്ല.

അയാൾ താമസിക്കുന്ന എട്ടാമത്തെ തളത്തിൽ ലിഫ്റ്റ് നിന്നു. പുറത്തു കടന്നതും ഇരുട്ടത്ത് നിന്നിരുന്ന രണ്ടു പൊലീസുകാർ വേഗം ലൈറ്റിട്ടു. ആളെ തിരിച്ചറിഞ്ഞപ്പോൾ അവർ സല്യൂട്ട് ചെയ്തു.

"എല്ലാം ഓകെ ആണല്ലോ?" എന്ന ചോദ്യവുമായി അയാൾ വാച്ചിലേക്കു നോക്കി. മണി ഒന്നര.

"യെസ് സാർ."

അയാൾ താക്കോലെടുത്തു കതകു തുറന്ന് അകത്തു കടന്നപ്പോൾ അമ്പരന്നുപോയി. ഹാളിൽ ലൈറ്റിട്ട് സുശീല സോഫയിൽ ഇരിപ്പാണ്. അയാളുടെ വരവിനായി കാത്തിരിക്കുന്നതുപോലെ. അവൾ വല്ലാതെ പരിഭ്രമിച്ചിരുന്നു.

"നീയെന്താ ഇവിടെയിരിക്കുന്നത്?"

"നിന്നെ കാത്തിരിക്കുകയാണ് മനസ്സിലായില്ലേ?" അവൾ അയാളുടെ സാധാരണവേഷം ശ്രദ്ധിച്ച് നിഷ്ഠുരയായിപ്പറഞ്ഞു. അവളുടെ ശബ്ദം ഉയർന്നിരുന്നു.

"ഈ നേരത്ത് നീ എവിടെയാ പോയത്?"

അയാൾക്കു ദേഷ്യം ഇരച്ചുകയറി.

"ഞാനേ ഒരു പൊലീസ് ഓഫീസറാ. ഡാമിറ്റ്! എന്റെ ജോലി അങ്ങനെയുള്ളതാണ്. ഞാൻ എവിടെയൊക്കെ പോകുന്നെന്ന് നിന്നോടെന്തിനു പറയണം?"

അവളുടെ കണ്ണുകളിലൂടെ സങ്കടം പുറത്തൊഴുകി. ഇടറുന്ന ശബ്ദത്തിൽ കോപത്തിൽ പൊതിഞ്ഞ വാക്കുകൾ തെറിച്ചു വീണു. പുറത്തു നില്ക്കുന്നവർക്ക് മനസ്സിലാവണ്ട എന്നു കരുതിയിട്ടോ എന്തോ ഇംഗ്ലീഷിലാണു പറഞ്ഞത്.

"ചെല്ല്! ഈ ജോലിയല്ലേ നിന്നെ അവസാനം വരെയും താങ്ങാൻ പോണത്! നിന്റെ ഭാര്യയും പിള്ളേരുമല്ലല്ലോ! ഞങ്ങളെ ഏത് അക്രമി കടത്തിക്കൊണ്ടുപോയാലും നിനക്ക് ഒരു നഷ്ടവുമില്ല."

അവൾ പെട്ടെന്ന് കൈകൾ കൊണ്ടു മുഖം പൊത്തി പൊട്ടിക്കരയുവാൻ തുടങ്ങി. എന്തൊരു കഷ്ടമാണപ്പാ! എന്ന വിചാരത്തോടെ അയാൾ അവളുടെ ചുമലിൽ തൊട്ടു. "ശ്! എന്തിനാ ഇപ്പോ കരയുന്നതെന്ന് പറയ്!" അയാൾ ഒച്ച താഴ്ത്തിച്ചോദിച്ചു.

അവൾ കണ്ണുതുടച്ച് ദേഷ്യത്തോടെ നോക്കി. "നീ എവിടെ വേണേലും പൊയ്ക്കോ പക്ഷേ, നിന്റെ മൊബൈൽ ഓഫ് ചെയ്തു വെച്ചാല് ഒരാപത്തു വന്നാൽ നിന്നെ എങ്ങനെ അറിയിക്കും?"

അപ്പോഴാണ് അയാൾക്ക് അതോർമ്മ വന്നത്. മന്ത്രിയെ കാണാൻ പോയപ്പോൾ സ്വന്തം മൊബൈൽ ഓഫ് ചെയ്തിരുന്നു. ഓഫീസ് മൊബൈൽ വേറെയുണ്ട്. പക്ഷേ, ആ നമ്പർ സുശീലയ്ക്കു കൊടുക്കാൻ അയാൾക്കു സമ്മതമല്ലായിരുന്നു.

"ഓ! സോറി നമുക്കിവിടെ വെച്ച് സംസാരിക്കണ്ട. ബെഡ്റൂമിലേക്കു പോകൂ."

അവൾ എഴുന്നേറ്റ് അയാളുടെ പിന്നാലെ നടന്നു.

"ഇനി പറയ്!"

"ഏതോ ഒരു പോക്കിരി ഫോണിൽ വിളിച്ച് ഞങ്ങളെ ഭീഷണിപ്പെടുത്തി." അവൾ മറാത്തിയിൽ തുടർന്നു.

"തെമ്മാടികൾക്ക് വേറെ വല്ല പണിയും വേണ്ടേ? നീ ഒരു പൊലീസ് ഓഫീസറുടെ ഭാര്യയല്ലേ? എന്തിനാ പേടിക്കുന്നത്?"

"അതുതന്നെയാണ് പ്രശ്നം. കുട്ടികൾ പഠിക്കുന്ന സ്കൂൾ അറിയാം. കളിക്കാൻപോകുന്ന ഗ്രൗണ്ട് ഏതാണെന്നറിയാം. നിന്റെ കുടുംബം മൊത്തമായിട്ട് ജീവിച്ചിരിക്കണമെന്നുണ്ടെങ്കിൽ ഷിരോദ്കറോട് സൂക്ഷിച്ചിരിക്കാൻ പറയണ"മെന്ന് പറഞ്ഞു.

രഞ്ജിത്തിന്റെ ചോര തിളച്ചു.

"എപ്പഴാ ഫോൺ വന്നത്?"

"പന്ത്രണ്ടു മണിക്ക്. വ്യക്തമല്ലാത്ത ശബ്ദം. ഫോണെടുത്തു ഉടനെ തന്നെ സുശീലാ ഷിരോദ്കർ നിങ്ങളുടെ കുട്ടികൾ ജീവനോടെയിരിക്കണോ? എന്നാണു ചോദിക്കുന്നത്. എനിക്കു ഭയങ്കര പേടി തോന്നി."

"ആരാണെന്നുപറഞ്ഞോ?"

"ഇല്ല."

"വേറെ വല്ലതും പറഞ്ഞോ?"

"ഷിരോദ്കർ എങ്ങാനും കരീംഖാനെ തൊട്ടാൽ അയാളുടെ കുടുംബം പിന്നെ ഈ ഭൂമിയിലുണ്ടാവില്ല എന്നു പറയാൻ പറഞ്ഞു."

"അതിനുശേഷം പിന്നെ ഫോൺ വിളിച്ചോ?"

"ഉവ്വ് ആകെ മൂന്നുതവണ വിളിച്ചു. ആദ്യത്തെ രണ്ടുതവണയും അയാൾ പറയുന്നത് കേൾക്കാൻ പേടിച്ച് ഞാൻ ഫോൺ വെച്ചുകളഞ്ഞു. അയാൾക്ക് നിങ്ങൾ വീട്ടിലില്ലെന്നുമനസ്സിലായിക്കാണും. മൂന്നാമത്തെ തവണ ഫോൺവെക്കരുത് ഞാൻപറയുന്നതു മുഴുവൻ കേൾക്കണമെന്ന് കല്പിക്കുകയായിരുന്നു. നിന്റെ ഭർത്താവ് പൊലീസുകാരനായതുകൊണ്ട് സംരക്ഷണമുണ്ടാവുമെന്ന് വിചാരിക്കണ്ട. നിനക്കുചുറ്റുമുള്ള പൊലീസുകാർ വിശ്വസ്തരാണെന്ന് ആരാ പറഞ്ഞത്? കരീംഖാനെ തെരയുന്ന ജോലി തൽക്കാലം നിർത്താൻ പറയ്. അതു തുടർന്നാൽ പിന്നെ നടക്കുന്നത് വേറെ കഥയാവും എന്നൊക്കെയാണ് പറഞ്ഞത്. രഞ്ജിത് ആരാ ഈ കരീംഖാൻ?"

"എനിക്കറിഞ്ഞുകൂടാ. ഞാൻ കണ്ടിട്ടില്ല. നീ അതേക്കുറിച്ച് വിഷമിക്കണ്ട."

""എങ്ങനെ വിഷമിക്കാതിരിക്കും?""

"ശ്! അതൊക്കെ എനിക്കു വിട്ടേക്ക്. ഞാൻ നോക്കിക്കൊള്ളാം. ഇപ്പോ നമുക്ക് കിടക്കാം വാ."

അയാൾ അവളുടെ തോളിൽപിടിച്ച് കിടപ്പുമുറിയിലേക്കു കൂട്ടിക്കൊണ്ടുപോയി.

രഞ്ജിത് സമയം നോക്കി. രണ്ടരമണി. എവിടെനിന്നാണ് ഫോൺ വന്നതെന്നു കണ്ടുപിടിക്കാൻ ഇപ്പോൾ ശ്രമിക്കുന്നതുകൊണ്ട് ഒരു പ്രയോ

ജനവുമില്ലെന്നു തോന്നി. പേടിച്ചരണ്ടുകിടക്കുന്ന സുശീലയെ കണ്ടപ്പോൾ പാവം തോന്നി. കുട്ടികൾ അടുത്ത മുറിയിൽ ഉറങ്ങുന്നുണ്ട്. അയാൾ ജനാലകളും കതകുകളുമെല്ലാം ഒന്നുകൂടി പരിശോധിച്ചു. വേഷം മാറ്റി കിടക്കയിലേക്കു ചാഞ്ഞപ്പോൾ ഒരു വശത്തേക്ക് തിരിഞ്ഞ് ചുരുണ്ടുകൂടി ക്കിടക്കുകയായിരുന്ന സുശീല, അയാളുടെ അടുത്തേക്ക് നീങ്ങിക്കിടന്ന് അയാളെ ഇറുകെ കെട്ടിപ്പിടിച്ചു. അയാൾ അവളെ ആശ്വസിപ്പിക്കാനെ ന്നവണ്ണം ആശ്ലേഷിച്ച് പുറത്ത് തട്ടിക്കൊടുത്തു. അവൾ അയാളുടെ മാറിൽ മുഖം ചേർത്ത് തേങ്ങിക്കരഞ്ഞു.

"എനിക്കു വല്ലാതെ പേടിയാവുന്നു. എവിടെയെങ്കിലും പോകാം നമുക്ക്. ഈ നാടുവിട്ട്. എവിടേക്കെങ്കിലും രഞ്ജിത്. ദില്ലിയിലേക്കു മാറ്റം വാങ്ങിത്തരാൻ അച്ഛനോട് പറയാം നമുക്ക്."

അവളുടെ മൃദുലമായ മേനിയുടെ സാമീപ്യവും തലയിൽ ചൂടിയി രുന്ന മുല്ലപ്പൂവിന്റെ സൗരഭ്യവും അയാളിൽ ലഹരി പടർത്തി.

"അതിനെക്കുറിച്ച് നമുക്ക് പിന്നെ ആലോചിക്കാം. ഇപ്പോ മിണ്ടാതെ കിടന്നോളൂ."

അയാൾ അവളുടെ തോളിൽ മെല്ലെ തലോടി. അവളോട് പെട്ടെന്ന് ദേഷ്യം തോന്നുന്നതുപോലെതന്നെ കിടക്കയിലെ അവളുടെ സാമീപ്യം അയാളുടെ സിരകളെ പെട്ടെന്നു ലഹരിപിടിപ്പിക്കുന്നതാണ് അത്ഭുതം. കൊഞ്ചലും പ്രേമഭാഷണങ്ങളും അയാൾക്കു വശമില്ല. വികാരത്തിളപ്പുള്ള രണ്ടു ഉടലുകൾ ചേരുന്ന നേരത്ത് ഒരു അലങ്കാരഭാഷണത്തിന്റെയും ആവശ്യമില്ലെന്ന് അയാൾ അനുഭവത്തിൽനിന്നും മനസ്സിലാക്കിയിട്ടുണ്ട്. എന്നാൽ ഇത്തരം അടുപ്പം അവരുടെയിടയിൽ എന്നും നടക്കുന്ന സംഭ വമല്ല. കാരണം അയാൾ വീടെത്തുമ്പോൾ മിക്കവാറും അവൾ ഉറങ്ങി യിട്ടുണ്ടാവും. അല്ലെങ്കിൽ തന്നോടു വഴക്കുകൂടി കുട്ടികളുടെ മുറിയിൽ ചെന്നു കിടന്നുറങ്ങുകയാവും. എങ്കിലും അടുപ്പമുണ്ടാവുന്ന സന്ദർഭങ്ങൾ മനോഹരം തന്നെ. ഇരുവരുടെയും ഉള്ളിൽ രാസമാറ്റമുണ്ടാക്കുന്ന മനോ ഹരനിമിഷങ്ങൾ. ആ നിമിഷങ്ങളാണ് അവർ തമ്മിലുള്ള ബന്ധത്തെ നിലനിർത്തുന്നതെന്നു തോന്നും. അവൾക്കും അതെല്ലാം വേണ്ടിയിരുന്നു എന്നയാൾക്കു ബോദ്ധ്യമാവും. ഉണർന്നിരിക്കുമ്പോൾ പ്രകടിപ്പിക്കാത്ത ഇണക്കവും പ്രേമവും ഇരുളിൽ അവളുടെ ശരീരഭാഷയിലൂടെ വെളിവാ ക്കപ്പെടുമ്പോൾ അത് തന്റെ പൗരുഷത്തിനു കിട്ടുന്ന അംഗീകാരമാണെന്ന ഒരു സംതൃപ്തിയുണ്ടാവുന്നു. എല്ലാം കഴിയുമ്പോൾ അവളുടെ മുഖത്ത് ഒരു കള്ളച്ചിരി! അതോ വിജയഹാസമോ! അതിപ്പോ സ്ത്രീത്വത്തിനു കിട്ടിയ വിജയമായി അവൾ കരുതിയാലും അയാൾക്ക് കുഴപ്പമൊന്നു മില്ല.

രണ്ടുപേരെയും ഒരുപോലെ ആവേശിച്ച രാസമാറ്റം അമാനുഷിക മാണെന്നു തോന്നി. അത് അവരെ അനുഭൂതിയുടെ മറ്റൊരു തലത്തി ലേക്ക് കൂട്ടിക്കൊണ്ടുപോയി. ഇരുവരുടെയും അഹന്തയെ നിശ്ശേഷം ഇല്ലാ താക്കി. അല്പം മുമ്പ് ചീറിക്കൊണ്ട് നിഷ്ഠുരയായി സംസാരിക്കുകയും കരയുകയും ചെയ്തവൾ. ഒരു പൂച്ചെണ്ടായി അയാളുടെയുള്ളിൽ

സുഗന്ധം പരത്തി. അനേകായിരം പ്രശ്നങ്ങൾ മനസ്സിൽ കൊണ്ടുനടക്കുന്നയാൾ മെഴുകുപോലെ ഉരുകിപ്പോകുന്ന നേരത്ത് ക്രോധങ്ങൾ നിറഞ്ഞ വർത്തമാനകാലം ചിന്തയിൽ നിന്നുതന്നെ ബഹുദൂരം അകന്ന കന്നുപോയി.

രാവിലെ ഉണർന്നപ്പോൾ നെറ്റിത്തടത്തിന് നല്ല കനം. ലോകത്തിലെ എല്ലാ പാപച്ചുമടുകളും വന്ന് അവിടെ അടയിരിക്കുന്നതുപോലെ. സുശീല ഉറങ്ങുകയാണ്. അവൾക്ക് നേരത്തെ എഴുന്നേല്ക്കണ്ട ആവശ്യമില്ല. കുട്ടികൾക്ക് ഇപ്പോൾ വേനലവധിയാണ്. അയാൾ ശബ്ദമുണ്ടാക്കാതെ എണീറ്റ് കുട്ടികളുടെ മുറിയിൽ ചെന്നു നോക്കി. എട്ടുവയസ്സുകാരൻ രാഹുലും ആറു വയസ്സുകാരി സുകന്യയും. അഴകും ബുദ്ധിയുമുള്ള കുട്ടികൾ. ക്ലാസിൽ എപ്പോഴും ആദ്യത്തെ അഞ്ചുസ്ഥാനങ്ങൾക്കകത്ത് ഇവർ ഉണ്ടാവുമെന്ന് സുശീല പറഞ്ഞതായി ഓർക്കുന്നു. അവരുടെ കളങ്കമറ്റ മുഖങ്ങൾ ഇന്ന് അയാളിൽ വല്ലാത്ത ആർദ്രത നിറച്ചു. എ സിയുടെ കാറ്റിൽ പറന്നു മാറിയ പുതപ്പ് നേരെയാക്കി വെയിൽ തട്ടാതിരിക്കാൻ ജനാല ക്കർട്ടനുകൾ വലിച്ചിട്ട് കതക് ശബ്ദമുണ്ടാക്കാതെ അടച്ച് പുറത്തു കടക്കവെ അയാൾക്ക് വെപ്രാളം തോന്നി. എന്റെ കുഞ്ഞുങ്ങൾക്കുപോലും സുരക്ഷയേകാൻ എനിക്കു കഴിയാതെ പോകുമോ?

സ്ഫോടനത്തിനുശേഷം അയാൾ നൂറുകണക്കിന് ആളുകളെ അറസ്റ്റുചെയ്തുകഴിഞ്ഞപ്പോൾ കമ്മീഷണർക്കു പോലും തോന്നി രഞ്ജിത്തിന് കുറേക്കൂടി സുരക്ഷ വേണ്ടതാണെന്ന്. അതിനാൽ ഇപ്പോൾ സുശീലയും കുട്ടികളും സഞ്ചരിക്കുന്ന വണ്ടിയിൽ രണ്ട് ആയുധധാരികളായ പൊലീസുകാരും ഒപ്പമുണ്ട്. വീട്ടിനുപുറത്ത് കാവലിനു രണ്ടുപേരെ കൂടുതലായി നിർത്തിയിട്ടുണ്ട്. ഇതിൽ കൂടുതൽ എന്തുചെയ്യാൻ കഴിയും.

സമുദ്രംപോലെ കിടക്കുന്ന പൊലീസ് ഡിപ്പാർട്ടുമെന്റിൽ ചാരനാരെന്നോ അനുഭാവി ആരെന്നോ കണ്ടുപിടിക്കുക സാദ്ധ്യമല്ല.

അങ്ങനെ ഒരു തേടലിലേക്കിറങ്ങിച്ചെല്ലുന്ന വിഡ്ഢിത്തത്തിന് അയാൾ ഇതുവരെ തുനിഞ്ഞിട്ടില്ല. അതിനുപകരം താഴെക്കിടയിലുള്ളവരെ സമർത്ഥമായി ഉപയോഗിക്കുകയാണ് ബുദ്ധി. അയാൾ വേണ്ടത്ര ജാഗ്രത പാലിക്കുന്നുണ്ട്. ഒന്നിടവിട്ട ദിവസങ്ങളിൽ സുരക്ഷാഭടന്മാരെ മാറുന്നുണ്ട്. പക്ഷേ, ആ രണ്ടു നാളുകൾക്കുള്ളിലും എന്തു വേണമെങ്കിലും സംഭവിക്കാം. അയാൾ ക്രിമിനലുകളെ ഭയപ്പെടുത്താനുപയോഗിക്കുന്ന അതേ അസ്ത്രം കൊണ്ടുതന്നെ അവർ തിരിച്ച് അയാളുടെ ഭാര്യയെയും ഭയപ്പെടുത്തുന്നു.

നിന്റെ കുട്ടികൾ ജീവനോടെയിരിക്കണോ?

സുശീല അയാളുടെ പ്രവൃത്തികളെ വിമർശിച്ചുകൊണ്ട് പറയാറുള്ളത് ഓർമ്മവന്നു. നീ ചെയ്തു കൂട്ടുന്ന പാപമെല്ലാം കൂടി ഒരുദിവസം നമ്മളെ തിരിച്ചടിക്കും. ഈ ജന്മത്തിൽത്തന്നെ. ഈ പൊലീസുദ്യോഗം വേണ്ട കളഞ്ഞേക്കൂ.

ക്രിമിനലുകളും പൊലീസുകാരും തമ്മിൽ വ്യത്യാസമില്ലെന്ന മട്ടിൽ അവൾ സംസാരിക്കാറുള്ളത് അയാളെ പലപ്പോഴും കുപിതനാക്കിയിട്ടു

ണ്ട്. ഇപ്പോഴും ദേഷ്യം വരുന്നുണ്ട്. താൻ ചെയ്യുന്നത് ധർമ്മയുദ്ധമാണ്. എടീ വിഡ്ഢി ദുഷ്ടരെ ഇല്ലാതാക്കുകയാണ് എന്റെ ധർമ്മം. ഇന്ത്യൻ ഭരണഘടന എനിക്കു നല്കിയിട്ടുള്ള അധികാരമാണത്. ഗീതോപദേശം ചെയ്യുന്ന ശ്രീകൃഷ്ണനെപ്പോലെ വിശ്വരൂപം എടുത്തുകഴിഞ്ഞതായ ഒരു ആത്മവിശ്വാസമോ തന്റേടമോ അയാളുടെ ഉള്ളിലുണ്ടായി.

അയാൾ ഗ്യാസ് അടുപ്പു കത്തിച്ച് ചായ ഉണ്ടാക്കിക്കൊണ്ടിരിക്കുമ്പോൾ തലേന്ന് ഫോൺ ചെയ്തത് ആരായിരിക്കും എന്ന് ആലോചിച്ചു. കരീംഖാനോ അല്ലെങ്കിൽ അയാളെ പരിരക്ഷിക്കുന്നയാളോ ആയിരിക്കാം. കരീംഖാൻ ഇനിയും പിടിക്കപ്പെട്ടിട്ടില്ല. അയാൾക്കുവേണ്ടി വലവീശിക്കൊണ്ടിരിക്കുകയാണ്. അതുകൊണ്ടാണ് ഈ ഭീഷണിപ്പെടുത്തൽ. താൻ പുറത്തുപോയ സമയവും എവിടെപ്പോയിരുന്നു എന്ന വിവരവും അറിഞ്ഞിരിക്കുന്നു. അധോലോകത്തിന്റെ കമ്യൂണിക്കേഷൻ നെറ്റ്‌വർക്ക് അത്രയും പ്രഗത്ഭമാണ്.

രഞ്ജിത്തിന്റെ ഓഫീസ് മൊബൈൽ ചിലച്ചു. മറുപുറത്ത് അയാളുടെ രഹസ്യസഹായി കമ്മത്താണ്.

"രമേഷ് വിനായക് മരിച്ചുപോയി സാർ!" രഞ്ജിത് ഞെട്ടിപ്പോയി. കരീംഖാനെക്കുറിച്ച് തനിക്കുവിവരം തന്നത് അയാളാണ്. ഇനിയും അയാളിൽനിന്ന് അറിയേണ്ടതായി പലതുമുണ്ടായിരുന്നു.

"എൻകൗണ്ടർ മരണമാണ്. സാർ ഇന്നലെ രാത്രി." കമ്മത്ത് ചുരുക്കിപ്പറഞ്ഞു. അതിനപ്പുറം അയാൾ ഒന്നും പറയേണ്ട ആവശ്യമില്ല. ഇപ്പോൾ എല്ലാ സംഭവങ്ങളും ഭീഷണികളും അച്ചിൽ വാർത്തതുപോലെ തെളിയുന്നു. സുശീലയെ ഭീഷണിപ്പെടുത്തിയത് ഛോട്ടാഷക്കീലായിരിക്കണം. കരീംഖാനെക്കുറിച്ചുള്ള വിവരം തന്നതിന് രമേഷിനെ ബലികൊടുത്തതിന്റെ ഉന്മാദത്തിലായിരുന്നിരിക്കണം അയാൾ. ചായകുടിച്ചുകൊണ്ട് രഞ്ജിത് തീവ്രമായ ആലോചനയിൽ മുഴുകി സുശീലയുടെ അച്ഛനെ മൊബൈലിൽ വിളിച്ച് സുശീലയും മക്കളും വൈകുന്നേരത്തെ വിമാനത്തിൽ ദില്ലിയിലേക്കു വരും എന്നറിയിച്ചു.

"ദില്ലിയിൽ വല്ലാതെ ചൂടാണിപ്പോൾ."

"അതുസാരമില്ല. അവിടെ ജീവനെ പേടിക്കേണ്ടല്ലോ."

അദ്ദേഹത്തിനു മനസ്സിലായി.

""ങാ വന്നോട്ടെ. സിംലയിലേക്കു പോകാനുള്ള ഏർപ്പാടു ചെയ്യാം." എന്ന് പിന്നീട് അദ്ദേഹം എസ് എം എസ് ചെയ്തു.

അദ്ദേഹം തന്നേക്കാളും കരുതലുള്ളയാളാണ് എന്നത് അയാളെ സമാധാനിപ്പിച്ചു കമ്മത്തിനോട് ടിക്കറ്റുകൾക്കു വേണ്ട ഏർപ്പാടുകൾ ചെയ്യാൻപറഞ്ഞ് സുശീലയെ ഉണർത്തി.

പുറപ്പെടാൻ നേരത്ത് സുശീല കെട്ടിപ്പിടിച്ച് കരഞ്ഞപ്പോൾ അയാൾക്ക് പിന്നെയും വിഷമമായി. അവളുടെ പ്രവൃത്തി ഒരുതരം കുറ്റാരോപണം പോലെയായിരുന്നു. ദില്ലിയിൽ എത്തിക്കഴിഞ്ഞ് ഫോൺ ചെയ്തപ്പോൾ പിന്നെയും കരഞ്ഞു. കാലത്ത് സംസാരിച്ചപ്പോഴും ഇടയ്ക്കിടെ ടേക് കേർ എന്നാവർത്തിച്ചുകൊണ്ടിരുന്നു.

അന്നാദ്യമായി ഓഫീസിലെ ഫയലുകൾക്കു നടുവിലിരിക്കെ, ഏകാന്തതയെന്തെന്ന് അയാളറിഞ്ഞു.

ഒരു കോൺസ്റ്റബിൾ കതകിൽ മുട്ടിയിട്ട് അകത്തു വന്നു. അരുണയെ നിരീക്ഷിക്കുന്നയാളാണ്.

"'ചർച്ച് ഗേറ്റിൽ വെച്ച് ഒരുലേഡി അരുണയുമായി സംസാരിച്ചു."

"സോ?"

"അവര് ഒരു ബാർ ഡാൻസറാണ്."

അയാൾ ഒന്നു നിവർന്നിരുന്നു.

"ഇന്ന് അഞ്ചര മണിക്ക് എവിടെക്കോ ചെല്ലാൻ ആവശ്യപ്പെട്ടിട്ടുണ്ട്."

"ഫോളോ ചെയ്യ്. പറ്റുമെങ്കിൽ ഒരു കാമറ എടുത്തോളൂ."

"യെസ് സാർ"

മന്ദാകിനി അടങ്ങിയിരിക്കുകയില്ലെന്ന് ഊഹിച്ചിരുന്നു. പക്ഷേ, അവൾക്ക് അരുണയെയും അറിയാമെന്ന കാര്യം അയാളെ ആശ്ചര്യത്തിലാഴ്ത്തി. വിവേക് വല്ലാത്ത തന്റേടിയാണെന്ന് ഊർജ്ജിതമായി വിശ്വസിക്കാൻ പ്രയാസം തോന്നുന്നു. ഗംഗയൊഴുകുന്ന മണ്ണുമായി ചേരാത്ത രക്തം. ബുൾഷിറ്റ് രക്തവും ഇതും തമ്മിൽ ബന്ധമൊന്നുമില്ല. അതൊക്കെ രാഷ്ട്രീയക്കാരുടെ ഡയലോഗാണ് അധോലോകത്തിന്റെ സിദ്ധാന്തം വേറെയാണ്. ചിലപ്പോൾ മന്ത്രിയുടെ സിദ്ധാന്തവും അതു തന്നെയാവണം. വിവേകിനെ അറസ്റ്റുചെയ്യുന്നതിൽ അദ്ദേഹത്തിനു പ്രത്യേക താല്പര്യമുണ്ടായിരുന്നു. അങ്ങോർക്ക് ശ്രീവാസ്തവയോട് കടുത്തവിരോധമാണ്. പരസ്യമായ രഹസ്യമാണത്.

അറസ്റ്റുവിചാരണ ചെയ്യുമ്പോൾ മാധ്യമങ്ങൾക്ക് ഒരു വിവരവും ചോർന്നു കിട്ടാൻ പാടില്ല. മന്ത്രിസഭയിലെ ഒരാളുടെ പേരും ഈ കേസുമായി ബന്ധപ്പെടുത്തരുത്. എന്ന കാര്യത്തിൽ മുഖ്യമന്ത്രിക്ക് കർക്കശമായ നിലപാടാണ്.

എന്നുപറഞ്ഞാൽ അദ്ദേഹത്തിന്റെ പേര് പുറത്തുപറയരുത് എന്ന്.

യെസ് സാർ.

അയാൾ വിവേകിനെ സംബന്ധിക്കുന്ന ഫയൽ തുറന്നു. മന്ത്രി അതിൽ താല്പര്യം കാണിക്കുന്നത് അയാൾക്കു സൗകര്യമായി. നാളെ അയാൾ വിവേകിനെ വിചാരണയ്ക്കു വിളിച്ചുവരുത്തും. സാധാരണ രീതിയിലുള്ളതായിരിക്കില്ല അത്.

പതിമൂന്ന്

ആരോ തൊട്ടുണർത്തിയതുപോലെ അയാൾ കൺമിഴിച്ചു. വിവേക് പൊടുന്നനെ എഴുന്നേറ്റിരുന്നു. ചുറ്റും കട്ടപിടിച്ച ഇരുട്ട്. അകലെയെവിടെയോ നിന്ന് യാമക്കോഴിയുടെ കൂവൽ. തുടരെത്തുടരെ കേൾക്കുന്നുണ്ട്. കനത്ത ചോലപ്രദേശത്തുനിന്ന് നൂറു ശബ്ദങ്ങൾ ഒരുമിച്ചു കേൾക്കുന്നതുപോലെ. മാത്രനേരത്തേക്ക് മരങ്ങളും ചെടികളും ചൂഴുന്ന തന്റെ മല

ബാർ ഹിൽ വസതിയിലെ സ്വന്തം മുറിയിലിരിക്കുന്നതായി ഒരു വിഭ്രാന്തി. എപ്പോഴും പക്ഷികളുടെ കളകൂജനങ്ങൾ ഉയരുന്ന വളപ്പ്. അയാളെപ്പോലെ വളരെക്കുറച്ചു സമയംമാത്രം ഉറങ്ങുന്ന പക്ഷികൾ. ഉണർന്നിരിക്കുമ്പോഴെല്ലാം അവ ചലപിലാ ചിലച്ചുശബ്ദമുണ്ടാക്കിക്കൊണ്ടിരിക്കും. ജീവിച്ചിരിക്കുന്നു എന്നതുതന്നെ ഉത്സാഹത്തിനു നിദാനമായിരിപ്പതുപോലെ.

കൈകാലുകളിൽ പെട്ടെന്ന് കൊതുകുകടിച്ചപ്പോൾ മലബാർഹിൽ ഓർമ്മയുടെ ഭ്രമാത്മകത അയാളെ വിട്ടകന്നു. അയാൾ കൈകാലുകൾ നന്നായി തിരുമ്മിയിട്ട് എഴുന്നേറ്റ് ചുറ്റും കിടക്കുന്ന മനുഷ്യശരീരങ്ങളിൽ കാലുതട്ടാതെ സൂക്ഷിച്ചു ചുവടുകൾ വെച്ച് മുറിയിലെ ജനാലയുടെ അരികിലേക്കു നടക്കുമ്പോൾ യുദ്ധക്കളത്തിൽ ജഡങ്ങളെ കടന്നുനടന്ന അശോകനാണോ താൻ എന്നു സങ്കല്പിച്ചുപോയി. ഇരുപതിൽപ്പരം പേരുടെ വിയർപ്പുനാറ്റം, ചോരയുടെ മണം കണക്ക് വമനേച്ഛയുണ്ടാക്കി. ജനലരികത്തുണ്ടായിരുന്ന മൺകലത്തിൽ നിന്ന് അതിനു മീതെ വെച്ചിരുന്ന അലുമിനിയം ഗ്ലാസിൽ വെള്ളം എടുത്തുകുടിച്ചു. എന്നിട്ട് ജനൽപ്പടിയിലിരുന്നു ജനാലയുടെ അപ്പുറത്ത് കറുത്ത ശീലവിരിച്ചതുപോലെ ഇരുട്ടു വ്യാപിച്ചു കിടക്കുന്നു.

ഇന്ന് അശോകന്റെ ഓർമ്മവന്നത് വിചിത്രമായിരിക്കുന്നു. പാപങ്ങളുടെ നടുവിലായിരിക്കുമ്പോഴാണ് ജ്ഞാനോദയങ്ങളും ഭക്തിയുമൊക്കെ അധികരിക്കുക എന്നു തോന്നിപ്പോയി. ഇവിടെയുള്ള തടവുകാരിൽ ഹിന്ദുക്കളും സിഖുകാരും നിത്യേന ശ്രദ്ധയോടെ ഭജൻ പാടുന്നു. മുസ്ലീം തടവുകാർ അഞ്ചുനേരം നിസ്കരിക്കുന്നു. അത് ദൈവവുമായിട്ടുള്ള രഹസ്യമായ ഒരു മാനസിക ഉടമ്പടിയുണ്ടാക്കലായിരിക്കാം. പാപങ്ങൾ പൊറുത്തുകിട്ടാനുള്ള യാചന പൊലീസും കോടതിയുമൊന്നും ക്ഷമിച്ചില്ലെങ്കിലും ദൈവം ക്ഷമിക്കും. അല്ലെങ്കിൽ ക്രൂരതയാർന്ന മനുഷ്യമനസ്സുകളെ അലിയിക്കും. ദൈവം വേറെ, തങ്ങളുടെ ജീവിതക്രമങ്ങളും തൊഴിൽപരമായ നിർബ്ബന്ധങ്ങളും വേറെ എന്ന് അവർ കരുതുന്നതുപോലെ കൊല്ലുന്നതുതന്നെ തൊഴിലാവുമ്പോൾ അതിൽ പുണ്യപാപങ്ങൾക്കു സ്ഥലമെവിടെ എന്ന് അവരിലൊരാൾ ചോദിക്കുന്നതു കേട്ടു.

അതു പറയുമ്പോൾ കരീംഖാനെ ഓർമ്മ വരുന്നു. അയാളുടെ വാദം ഇതിലും വിചിത്രമാണ്. മതം വേറെ, രാജ്യം വേറെ, എന്റെ മതത്തെ രക്ഷിക്കാനായി ഒരുകാര്യം ചെയ്തെന്നു വെച്ച് ഞാൻ രാജ്യദ്രോഹിയാവില്ല. ഞാൻ ഇന്ത്യയുടെ മണ്ണിൽ ജനിച്ചവനാണ്. മുംബൈക്കർ. ഈ നാടിനെ സ്നേഹിക്കുന്നവൻ മുംബൈയിലല്ലാതെ മറ്റൊരിടത്തും ജീവിക്കാൻ എനിക്കിഷ്ടമില്ല. എനിക്കതിനും കഴിയുകയുമില്ല. പക്ഷേ, പൊലീസ് ഞങ്ങളെ ദേശദ്രോഹികളാണെന്നു പറയുന്നു.

അന്ന് ദിൽഖുഷ് ബാറിൽവെച്ച് കൈയിലൊരു ഗ്ലാസ് വിസ്കിയുമായി അരങ്ങിൽനടന്നുകൊണ്ടിരുന്ന ഡാൻസും കണ്ടിരിക്കുമ്പോൾ ഇയാളുടെ പരസ്പരവിരുദ്ധമായ സംസാരത്തിൽ വെറുതെ ഒരു രസം തോന്നി. അയാൾ രണ്ട് അഞ്ഞൂറിന്റെ നോട്ടുകൾ അരങ്ങിലേക്ക് വീശിയെറിഞ്ഞു.

നൃത്തം ചെയ്യുകയായിരുന്ന മന്ദാകിനി അയാളെ വശ്യമായി നോക്കിപ്പുഞ്ചിരിച്ചു. നിറഞ്ഞ മാറിടം പുറത്തേക്കു കാണത്തക്ക വിധം മുന്നിലേക്കു കുനിഞ്ഞ് അവൾ സലാം ചെയ്തു. കരീംഖാനും താനും സൗകര്യമായി ഇരുന്നു. സംസാരിക്കുന്നതിനുവേണ്ടി ഒരിടത്തേക്കു നീങ്ങിയിരുന്നു. കരീംഖാൻ വീണ്ടും ഡ്രിങ്ക്സിന് ആംഗ്യംകാട്ടി.

"രാജ്യദ്രോഹി എന്നത് ക്രൂരമായ പ്രയോഗമാണ്." അയാൾ ഉറുദുവിൽ തുടർന്നു. "നമ്മുടെ ജാതിക്കാർക്ക് നമ്മുടെ മതത്തിന്റെ ചിഹ്നങ്ങൾക്ക് ആപത്തുണ്ടാവുമ്പോൾ അവരെയും മതത്തെയും സംരക്ഷിക്കേണ്ടത് നമ്മുടെ കടമയാണ്. ഇവിടെ ഹിന്ദുക്കളുടെ ഭരണമാണ്. ഹിന്ദു പൊലീസുകാരുടെ ഭരണം. നമ്മുടെ സഹായത്തിന് ആരുമില്ല. മുംബൈ പൊലീസിൽ 15% പോലും മുസ്ലീങ്ങളില്ല വർഗ്ഗീയകലാപമുണ്ടായപ്പോൾ എന്താണു സംഭവിച്ചതെന്നറിയാമല്ലോ? അത് ഓർമ്മ വരുമ്പോഴൊക്കെ അപമാനം കൊണ്ടു ഞാൻ ചെറുതായിപ്പോകും. എന്റെ രക്തം തിളയ്ക്കാൻ തുടങ്ങും. എന്നാലിപ്പോൾ തലയുയർത്തിപ്പിടിച്ചാണ് ഞാൻ നില്ക്കുന്നത്. എന്തുകൊണ്ടാണെന്നറിയാമോ? വിദേശത്തുള്ള ഏതോ നല്ല മനുഷ്യര് നമുക്ക് സ്വരക്ഷയ്ക്കായി ആയുധവും പണവും എത്തിച്ചുതരുന്നു. അതു നമ്മൾ വാങ്ങുന്നതിലെന്താ തെറ്റ്?"

'നമ്മൾ, എന്ന വാക്കിൽ അയാൾ തന്നെയും കൂടി ഉൾപ്പെടുത്തിയത് വിവേകിനെ വിഷമിപ്പിച്ചു. പക്ഷേ, ഒരു ന്യായവാദവും പറഞ്ഞാൽ ഏല്ക്കാത്ത പ്രത്യേകതരം മാനസികാവസ്ഥയിലാണയാൾ എന്നു തോന്നി. നീ ജീവിക്കുന്ന നിന്റെ സ്വന്തം രാജ്യത്തിനെതിരായി അതിർത്തിക്കപ്പുറത്തുള്ള തീവ്രവാദികൾ നിന്നെ ഉപയോഗിക്കുകയാണ് എന്നുപറഞ്ഞാൽ അത് ഇയാളിൽ ഒരു ചലനവും സൃഷ്ടിക്കാൻ പോകുന്നില്ല.

മതത്തിനുവേണ്ടി എന്ന പ്രയോഗം ഒരു തുറുപ്പുചീട്ടാണ്. പ്രത്യേകിച്ചും കലാപത്തിൽ ബാധിക്കപ്പെട്ടയാൾക്ക്. ജിഹാദ് എന്നത് ആവേശം കൊള്ളിക്കുന്ന പാവനമായ ഒരു പദമാണ്. അധികം വിദ്യാഭ്യാസമില്ലാത്ത തൊഴിലില്ലാത്ത ഒരു യുവാവിന് സുരക്ഷാബോധമേകുന്നത്. പാപക്കറകൾ കഴുകിക്കളയുന്നത്. കലാപത്തിനു ശേഷം തെരുവിലേക്കെറിയപ്പെട്ടവൻ ഇന്ന് ഡാൻസ് ബാറിൽ അഞ്ഞൂറിന്റെ നോട്ടുകൾ അലക്ഷ്യമായി എറിഞ്ഞു കളയുന്നു. അയാളെപ്പോലെ ആയിരക്കണക്കിനു യുവാക്കൾക്ക് ഈ രണ്ടു മാസംകൊണ്ട് പുതിയൊരു ജീവിതം കൈവന്നിരിക്കുന്നതായി. അവരുടെ അഭിമാനം വീണ്ടെടുക്കപ്പെട്ടിരിക്കുന്നതായി അയാൾ പറയുന്നു. അവരെ ഉയർപ്പിക്കുന്നവർ പാകിസ്ഥാനിലും ദുബായിലുമുള്ളവരാണെന്നും അവർ പൊലീസുകാരാൽ തെരയപ്പെടുന്നവരാണെന്നും അയാൾക്കറിയാം. പണവും ആയുധവും നല്കുന്ന കമ്പനികൾ തീവ്രവാദസംഘടനകളാണ് എന്നതുപോലും അയാളെ അഭിമാനപൂരിതമാക്കുന്നു.

പാലസ്തീൻ ബേറൂട്ട്, സൗദി, ഇറാഖ് എന്നിങ്ങനെ എല്ലായിടത്തും മുസ്ലീങ്ങളുണ്ട്. ഇന്ത്യയിൽ മാത്രമുള്ള ഹിന്ദുക്കൾ അവരോടു കളിക്കാൻ ചെന്നാൽ ഞങ്ങൾ വെറുതെയിരിക്കുമോ? എന്നാണ് അയാളുടെ ചോദ്യം.

“ഇടയ്ക്കിടെ ഒരു പേടിപ്പെടുത്തലൊക്കെ വേണം.” എന്ന് അയാൾ പറഞ്ഞത് നോട്ട്ബുക്കിൽ കുറിക്കുമ്പോൾ കരീംഖാൻ പേന പിടിച്ചുവാങ്ങി.

“നോക്കൂ, എന്റെ പേരു മാത്രം എഴുതരുത്.”

“ഇല്ല. എഴുതുകയില്ല. പേടിക്കുകയേ വേണ്ട.” എന്ന് സത്യം ചെയ്യുന്നതുപോലെ പറയേണ്ടിവന്നു.

“എനിക്ക് ഇംഗ്ലീഷ് വായിക്കാനറിഞ്ഞുകൂട. എവിടെയെങ്കിലും എന്റെ പേര് വെളിപ്പെടുത്തിയാൽ എന്നെക്കൊണ്ടാവില്ല. തനിക്കാപത്ത്. എല്ലാം എന്റെ കമ്പനി നോക്കിക്കൊള്ളും.”

അതു കേട്ടപ്പോൾ നട്ടെല്ലിലൂടെ ഭയം അരിച്ചുകയറി.

“ഏതാണ് നിങ്ങളുടെ കമ്പനി?”

“അതൊന്നും തന്നോടു പറയാൻ പറ്റില്ല. എന്റെ മുതലാളിമാരുമായി നേരിട്ടുബന്ധമൊന്നും എനിക്കില്ല. അവർക്കുവേണ്ടി ഇവിടെയുള്ളവർ തന്നെയാണ് സാധനങ്ങൾ തരുന്നത്. ഉത്തരവുകൾ തരുന്നതും അവർ തന്നെ.”

“എന്തു സാധനങ്ങളാണ്? എന്തുത്തരവുകളാണ്?”

“ഇയാൾ ഒന്നിനും കൊള്ളാത്തൊരു മുസ്ലീമാണെന്നു നേരത്തെ തോന്നിയതാണ്. ഇതിപ്പൊ അതിലും കൊള്ളാത്തൊരു പത്രപ്രവർത്തകനാണെന്നാ തോന്നുന്നത്. തോക്കുകൾ തരും, ബ്രദർ. ഭാഗ്യമുണ്ടെങ്കിൽ എ കെ 47, എ കെ 56 ഒക്കെ കിട്ടും.”

“നിങ്ങൾക്കു ഭാഗ്യമുണ്ടായോ?”

“ഉവ്വ്.”

“കിട്ടിയാൽ മതിയോ? വെടി വെക്കാനറിയണ്ടേ?”

“ആദ്യം ഒന്നുരണ്ടെണ്ണമൊക്കെ മിസ്സാകും. പിന്നെ പരിചയമാകും. ലക്ഷ്യം തെറ്റുകയില്ല.”

“ഇയാൾ ആരെയെങ്കിലും വെടിവെച്ചിട്ടുണ്ടോ?”

“ഒന്നരമാസം കൊണ്ട് അഞ്ചുപേരെ കഥ കഴിച്ചു.”

“ആരൊക്കെയാണ്?”

“അതെനിക്കറിഞ്ഞുകൂടാ. കമ്പനി പറയും ഇന്ന സ്ഥലത്ത് ഇന്ന ആൾ ഇന്ന നേരത്തു വരും. ബൈക്കിൽ ചെന്നു വെടിവെച്ചിട്ട് ഓടിരക്ഷപ്പെട്ടോളാൻ.”

“വെടിവെക്കുമ്പോ പേടിതോന്നാറില്ലേ? തെറ്റാണു ചെയ്യുന്നതെന്ന് വിചാരിക്കാറുണ്ടോ?”

“ഒരു തൊഴിലായിട്ട് ചെയ്യുമ്പോ ആ വക സംശയങ്ങളൊന്നും ഉണ്ടാവില്ല. പൊലീസ് പിടിക്കുമോ എന്നുള്ള പേടി മാത്രമേ കാണൂ.”

ഇതുവരെയും പിടിക്കപ്പെട്ടിട്ടില്ല.

“ഇല്ലേ ഇല്ല!” കരീംഖാൻ ചിരിച്ചു. ഇപ്പോ വെടിവെക്കുന്നത് ശീലമായിക്കഴിഞ്ഞു. തോക്ക് എടുക്കുമ്പോൾ ഇഷ്ടകാമുകിയെ തൊടുമ്പോഴെന്നപോലെ ശരീരമാസകലം ഒരു പ്രവാഹമാണ്. ഒരെണ്ണം ഇയാൾക്കും തരട്ടെ?”

"വേണ്ട. വേണ്ട."

"അതെന്താ? ഇയാൾക്കും ആവശ്യം വരും. ഞാൻ തരാം ഒരു എ കെ 47. ഇയാൾടെ അച്ഛൻ ഒരു ഹിന്ദുവാണെന്ന് എനിക്കറിയാം. ഇയാളൊരു മുസ്ലീമാണെന്നാണല്ലോ എന്നോടു പറഞ്ഞത്. അതെനിക്കു പെരുത്തു സന്തോഷമായി. കാരണം അമ്മ ഒരു മുസ്ലീമാണെന്ന കാര്യം ഇയാൾക്കു മറക്കാൻ കഴിഞ്ഞിട്ടില്ലല്ലോ."

അയാളുടെ വ്യാഖ്യാനം തന്നെ ഞെട്ടിച്ചുകളഞ്ഞു. മതത്തെക്കുറിച്ചുള്ള ചിന്ത തനിക്കിതുവരെ ഉണ്ടായിട്ടില്ല എന്നു പറഞ്ഞാൽ അയാൾക്കു സംശയമുണ്ടാവും.

"കരീംഖാൻ നിങ്ങളുടെ ആവശ്യങ്ങളും നിർബ്ബന്ധങ്ങളും ഭാഗ്യത്തിന് എനിക്കില്ല.,"

കരീംഖാൻ അയാളെ നോട്ടം കൊണ്ട് ആകെ ഒന്നളന്നു.

എപ്പോഴാണ് ആവശ്യം വരിക എന്നുപറയാൻ പറ്റില്ലല്ലോ. നമ്മുടെ ജാതിക്കാരായ പിള്ളേർ വെറും അമ്പതുരൂപയ്ക്കു വേണ്ടിപോലും കമ്പനിയുടെ പണി ചെയ്തിട്ടുണ്ടെന്ന് എനിക്കറിയാം. ചവറു പെറുക്കുന്ന ഒരു ചെറുക്കന്റെ ചാക്കു കീറിപ്പോയിട്ട് പുതിയൊരെണ്ണം വാങ്ങാൻ കാശില്ലാത്ത അവസ്ഥ വന്നു. ആ സമയത്ത് കമ്പനീടെ ആള് 'എടാ നീ അവനെച്ചെന്നു വെടിവെച്ചുകൊന്നിട്ട് വന്നാൽ അമ്പതുരൂപ തരാം' എന്നുപറഞ്ഞപ്പോ എന്നാ അങ്ങനെ എന്നുവെച്ച് അവൻ ചെന്നു കൊന്നിട്ടു വന്നു. പൊലീസ് പിടിച്ചിട്ട് അവനിപ്പോ ജയിലിലാണ്. പതിനാലു വയസ്സേ ഉള്ളൂ. ഇപ്പൊ എന്തിനാണ് ഇതു പറഞ്ഞതെന്നാവും? ഞാൻ അഞ്ഞൂറിന്റെ നോട്ട് വലിച്ചെറിഞ്ഞപ്പോ ഇയാൾ അന്തം വിട്ടില്ലേ? എന്റേത് ഭയങ്കര റിസ്കുള്ള ജീവിതമാ. പക്ഷേ, ഏല്പിക്കുന്ന ജോലി കൃത്യമായി ചെയ്യും. അതുകൊണ്ട് കമ്പനി എന്നെ പ്രത്യേകമായിട്ട് നോക്കിക്കൊള്ളും. പോരെങ്കിൽ ഇപ്പൊ ഒരു വലിയ ജോലിയുടെ പ്ലാൻ നടപ്പാക്കാനുണ്ട്."

"എന്തുമാതിരി ജോലിയാണ്?"

"അതൊക്കെയുണ്ട്. ചിലപ്പോ മുംബൈയെ മൊത്തം പിടിച്ചുകുലുക്കുന്നമാതിരിയാവാം." കരീംഖാൻ തമാശ പറയുമ്പോലെ തലയുറഞ്ഞു ചിരിച്ചു.

അയാൾ ഞെട്ടിപ്പോയി

"വർഗ്ഗീയകലാപം പോലെ വല്ലതുമാണോ?""

കരീംഖാൻ മറുപടിയൊന്നും പറഞ്ഞില്ല. ഒരു വിസ്കികൂടി എന്ന് ബാറിലെ ജീവനക്കാരനോട് സംജ്ഞ കാണിച്ചു. മന്ദാകിനി അപ്പോഴും നൃത്തം തുടരുകയാണ്. കരീംഖാൻ എണീറ്റ് ഒരു അഞ്ഞൂറിന്റെ നോട്ടുകൂടി അവളുടെ നേർക്കു വലിച്ചെറിഞ്ഞു. മന്ദാകിനി അയാൾക്ക് ഒരു പറക്കുംമുത്തം കൊടുത്തു. അയാളുമായി കിടപ്പറബന്ധം പുലർത്തുന്നവളാണ് അവളെന്ന് അവളുടെ ശരീര ഭാഷ വെളിപ്പെടുത്തി.

കരീംഖാൻ അവളെ നോക്കി പുഞ്ചിരിച്ചിട്ട് വീണ്ടും വന്ന് ഇരുന്നു.

"അവൾക്കു കാശു കൊടുക്കുന്നതോടെ തൃപ്തിപ്പെടേണ്ടി വരുന്നു."

വിവേക് മനസ്സിലാവാതെ മിഴിച്ചു നോക്കി.

"ഇപ്പോ വയ്യാണ്ടായി! ശരീരത്തിന് ഓജസ്സറ്റുപോയി."

അയാൾക്കു ചിരി വന്നു. "നിങ്ങൾക്കു മുപ്പതുപോലും പ്രായം വരുമെന്ന് തോന്നുന്നില്ല."

""ശരീരം ക്ഷീണിക്കാൻ കിളവനാകുകയും മറ്റുംവേണ്ട." കരീംഖാൻ ഇപ്പോൾ ചിരിച്ചില്ല. "എങ്കിലുംപണം വലിച്ചെറിയുമ്പോ അവളുമായി ബന്ധപ്പെട്ടതുപോലെ ഒരു കിക്ക് കിട്ടുന്നുണ്ട്."

"തോക്കെടുക്കുമ്പോഴാണ് അങ്ങനെ തോന്നുന്നതെന്ന് നിങ്ങൾ മുമ്പു പറഞ്ഞു."

''അതെ!'' കരീംഖാൻ ആവേശപൂർവ്വം തുടർന്നു. ''തമാശ തോന്നുന്നു ഇല്ലേ? ശരീരം കൊണ്ടു ചെയ്യാൻപറ്റാത്തതെല്ലാം മനസ്സു ചെയ്യുകയാണ്. മറ്റൊരു തരത്തിൽ. ഇല്ലെങ്കിൽ പ്രാന്തു പിടിക്കും."

കരീംഖാൻ വന്നത് എന്തിനാണെന്ന് ആ സംഗതി മറന്നുപോയെന്ന് വ്യക്തമായി.

"നിങ്ങളുടെ മുതലാളിയുമായി നേരിട്ടു ബന്ധമുള്ള ആളെ ഇന്നു കാണാൻ പറ്റുമെന്ന് പറഞ്ഞിരുന്നല്ലോ. അയാളെവിടെയാണ്?" വിവേകിന് ഓർമ്മിപ്പിക്കേണ്ടി വന്നു.

"അതാണ് മനസ്സിലാവാത്തത്. ഞാൻ സെൽ ഫോണെടുക്കാൻ മറന്നു. നിങ്ങളുടെ ഫോൺ തരൂ. ഒന്നു വിളിച്ചുനോക്കട്ടെ."

അപ്പറഞ്ഞത് വിശ്വസിക്കാനായില്ലെങ്കിലും അയാൾ തന്റെ ഫോൺ കരീംഖാനു കൊടുത്തു. കരീംഖാൻ വേഗത്തിൽ ചില നമ്പരുകൾ അമർത്തി. ഒരു ഓരം ചേർന്ന് നിന്നു ആരോടോ സംസാരിക്കാൻ തുടങ്ങി.

ആരോ അരികത്തു നില്ക്കുന്നതുപോലെ തോന്നി. നോക്കുമ്പോഴേക്കും ഒരു കൈ അയാളുടെ പുറംകൈയിൽ അമർന്നു. ചിരിതൂകുന്ന മിഴികളുമായി മന്ദാകിനിയാണ്.

നമസ്തേ! ഒരു മന്ദസ്മിതത്തോടെ അവൾ എതിർവശത്തുള്ള കസേരയിലിരുന്നു. തീരെചെറുപ്പം അതിസുന്ദരി.

"നമസ്തെ!" അയാൾ ഒട്ടൊരു സങ്കോചത്തോടെ പ്രതിവചിച്ചു.

അടുത്ത നിമിഷങ്ങൾക്കുള്ളിൽത്തന്നെ അയാളെക്കുറിച്ചുള്ള സർവ്വവിവരങ്ങളും അവൾ മനസ്സിലാക്കിയിരിക്കുന്നു എന്നയാൾക്കു വ്യക്തമായി. അയാൾ ആശ്ചര്യഭരിതനായി.

ബാറിൽ വന്നത് നൃത്തക്കാരെപ്പറ്റി ലേഖനപരമ്പര തയ്യാറാക്കാനാണ് എന്നു പറഞ്ഞ് അയാൾ തടി തപ്പി.

"എങ്കിൽ താങ്കൾ കൂടെക്കൂടെ ഇവിടം സന്ദർശിക്കണം" അവൾ കുഴഞ്ഞുകൊണ്ട് പറഞ്ഞു.

"വരുന്നതിനു കുഴപ്പമൊന്നുമില്ല. പക്ഷേ, എനിക്കു വലിച്ചെറിയാൻ അഞ്ഞൂറിന്റെ നോട്ടുകളൊന്നുമില്ല."

"എല്ലാവരിൽനിന്നും ഞാനതു പ്രതീക്ഷിക്കുന്നില്ല." അവൾ ചിരിച്ചു.

കരീംഖാൻ മടങ്ങിവരുന്നതു കണ്ട് അവൾ എണീറ്റു അകത്തേക്കു പോകുന്നതിനു മുമ്പ് ഇങ്ങനെ പറഞ്ഞു.

"നല്ല ഭംഗിയുള്ള കണ്ണുകളാണ് നിങ്ങൾക്ക്."

കരീംഖാൻ മൊബൈൽ തിരിച്ചുകൊടുത്തു. "ഇന്നു വരാൻ സൗകര്യപ്പെട്ടില്ലത്രെ. രണ്ടു ദിവസത്തിനുള്ളിൽ ചാൻസ് കിട്ടിയേക്കും."

അയാൾ ഏകദേശം പതിനഞ്ചു മിനിറ്റ് ഫോണിൽ സംസാരിച്ചിട്ടുണ്ടാവുമെന്ന് വിവേക് അനുമാനിച്ചു. ബാത്ത്റൂമിൽ പോയിട്ടുവരുമ്പോൾ അയാൾ നമ്പരുകൾ നോക്കി. ഒന്ന് ബോംബെയിലെ ബൈക്കുളാ നമ്പറാണ്. അതു കൂടാതെ രണ്ടു നമ്പറുകൾ കൂടി ഉണ്ടായിരുന്നു. പാകിസ്ഥാനോ ദുബായോ ആവും. വിവേക് സംഭ്രമത്തോടെ നമ്പരുകൾ സേവ് ചെയ്തു. അധോലോകത്തെക്കുറിച്ചുള്ള ലേഖനപരമ്പരയെഴുതാൻ ആ നമ്പറുകൾ പ്രയോജനപ്പെട്ടേക്കും. അതോ യഥാർത്ഥ ദാദാമാരുടെ നമ്പരുകളാവുമോ? ഏതായാലും തന്റെ അനുവാദമില്ലാതെ കരീംഖാൻ തന്റെ മൊബൈലിൽനിന്നു വിദേശത്തേക്കു വിളിച്ചത് അയാളെ അരിശം കൊള്ളിച്ചു.

കരീംഖാൻ പ്രലപിക്കാൻ തുടങ്ങി.

"എന്റെ മനസ്സ് നിറയെ ചോദ്യങ്ങളാണ്. ദൈവം എന്നുപറഞ്ഞാൽ ആരാണ്? അങ്ങനെയൊന്നുണ്ടോ? അതോ ഉണ്ടെന്നു നമ്മൾ സങ്കല്പിക്കുന്നതാണോ? ഏതാശരി? ഏതാ തെറ്റ്? ഇതൊക്കെ എന്നെ വല്ലാതെ കുഴയ്ക്കുകയാണ്. എങ്കിലും ഒരു കൊല ചെയ്തു വരുമ്പോൾ മനസ്സിനു സമാധാനം കിട്ടുന്നു. എന്തോ നേട്ടമുണ്ടായതുപോലെ."

വിവേക് അതിനു മറുപടിയൊന്നും പറഞ്ഞില്ല. തീവ്രവാദികൾക്ക് ഈ വക ചിന്തകളോ? വിശ്വസിക്കാൻ തോന്നുന്നില്ല. ഒരുതരത്തിൽ കരീംഖാന്റെ ലോകം അയാൾക്ക് ആകർഷകമായിത്തോന്നി. സാഹസകൃത്യങ്ങൾ നിറഞ്ഞ നിറപ്പകിട്ടേറിയ ഒരത്ഭുതലോകമാണെന്ന വിഭ്രാന്തിയുളവാക്കി. പുറത്തുള്ള യഥാർത്ഥ ലോകം വിരസവും അലസത നിറഞ്ഞതുമാണെന്നും തോന്നി.

എന്നാൽ കരീംഖാനുമായുള്ള കൂടിക്കാഴ്ചയുടെ അനുഭവം അരുണയുമായി പങ്കുവെക്കാൻ കഴിയുന്ന ഒന്നായിരുന്നില്ല.

നിങ്ങൾ ഒരു മുസ്ലീമാണെന്ന് ഓർമ്മയിരിക്കട്ടെ. നിങ്ങളുടെ അമ്മ ഒരു ഹിന്ദുവിനെ കല്യാണം കഴിച്ചിട്ടുണ്ടാവാം. എങ്കിലും നിങ്ങൾ ഒരു മുസ്ലീമിന്റെ ഗർഭത്തിൽ കിടന്നവനാകുന്നു.

ഈ വാക്കുകൾ ഏതോ തരത്തിൽ കരീംഖാനുമായി തന്നെ അടുപ്പിക്കാൻ പ്രേരകമായി എന്ന് അരുണയോടു പറയാൻ കഴിയുമോ? എങ്ങനെ പറയും?

കരീംഖാൻ തന്നെ കുഴക്കുന്നതായി പറഞ്ഞ ചോദ്യങ്ങൾ ഇപ്പോൾ അയാളെ മഥിക്കുകയാണ്. വൈകുന്നേരം അഞ്ചു മണിക്ക് തടവുകാർ കാൽകഴുകി വന്നിരുന്ന് ജയജഗദീശഹരേ! എന്നു കണ്ണടച്ചു പ്രാർത്ഥിക്കുമ്പോൾ അവ മുന്നിൽ വന്നു നിലയുറപ്പിക്കുന്നു. ദൈവം ഉണ്ടോ? രക്ഷകനോ? അതോ ശിക്ഷകനോ? നീതിമാനോ അതോ പക്ഷപാതിയോ. ആരതി കഴിയുന്ന സമയത്ത് ദൈവം എന്നത് മനുഷ്യമനസ്സിന്റെ സങ്കല്പമാണെന്ന് തീർച്ചയാവുന്നു. കുറ്റബോധമുണ്ടാവുന്നു.

വാതിലിന്റെ താഴ് തുറക്കുന്ന ശബ്ദം കേട്ട് അയാൾ തിരിഞ്ഞു നോക്കി. ടോർച്ചിന്റെ പ്രകാശവൃത്തം മുറി മുഴുവനും കറങ്ങിയിട്ട് ജനാലയിലേക്കു വന്ന് അയാളെ ഉഴിഞ്ഞു നിന്നു.

"പുറത്തുവാ! തന്നെ വിളിക്കുന്നു." ടോർച്ചുപിടിച്ചിരുന്ന പൊലീസുകാരൻ പറഞ്ഞു.

ഇങ്ങനെയൊരു വിളിക്കായി കാത്തിരുന്നവനെപ്പോലെ അയാൾ ശബ്ദം കേട്ട ദിക്കിലേക്കു നടന്നു. കുറ്റവാളികളിൽനിന്ന് സത്യം പുറത്തെടുക്കാൻ അർദ്ധരാത്രി കഴിഞ്ഞവേളയാണ് അനുയോജ്യം എന്ന് രഞ്ജിത് ഷിരോദ്കർ പറഞ്ഞിട്ടുണ്ട്. അയാളെ അവർ ഒരു മുറിയിലേക്ക് ഉന്തിക്കൊണ്ടുപോയി. അവിടെ രണ്ടു പൊലീസുകാരുണ്ടായിരുന്നു. രഞ്ജിത്തിനെ കണ്ടില്ല. പൊടുന്നനെ അടി തുടങ്ങി. പകപ്പുകൊണ്ട് ശബ്ദിക്കാൻ പോലും കഴിഞ്ഞില്ല. തുടരെത്തുടരെയുള്ള പ്രഹരം. ഒന്നും ചോദിക്കാതെ തന്നെ അവർ അയാളുടെ കൈകൾ വശങ്ങളിലേക്കു നീട്ടിവെച്ച് കയറുകൊണ്ട് ചുമരിലെ ആണികളിൽ ബന്ധിച്ചു. അവർ അടുത്തതായി എന്താണു ചെയ്യുക എന്ന് അയാൾക്കറിയാം. കാലുറയും അടിവസ്ത്രവും വലിച്ചു താഴെയിടും. വൈദ്യുത കമ്പികൾ മർമ്മസ്ഥാനത്ത് ചേർത്തുവയ്ക്കും. അതെ. അതുതന്നെയാണുണ്ടായത്. സ്വയമറിയാതെ, ശബ്ദം നിർത്താത്ത ഒരു അലർച്ചയായി പുറത്തേക്കു വന്നു.

വൈദ്യുത കമ്പികൾ മാറ്റപ്പെട്ടു. അയാൾ ശ്വാസം മുട്ടി പൂർണ്ണനഗ്നനായി നില്ക്കവെ രഞ്ജിത് ഷിരോദ്കറുടെ ശബ്ദം കേൾക്കായി. ആ ശബ്ദം ആരുടേതാണെന്നു തിരിച്ചറിയലും സ്വന്തം നഗ്നതയും നിമിഷനേരത്തേക്ക് അയാൾ അങ്ങേയറ്റത്തെ അപമാനബോധമുളവാക്കി. ചുമരിൽ ബന്ധിക്കപ്പെട്ടിരുന്ന കൈകൾ നഗ്നത മറയ്ക്കാനായി വെമ്പി.

രഞ്ജിത് തികച്ചും സാധാരണമായി ചോദിച്ചു.

"കരീംഖാനുമായി തനിക്കെന്താണു ബന്ധം?"

തലയിൽ മിന്നൽപ്പിണർ പാഞ്ഞു. ഈ ചോദ്യം അയാൾ പ്രതീക്ഷിച്ചതല്ല.

"അതാരാണ് കരീംഖാൻ?"

"ഒരുപാട് സ്മാർട്ടാകാൻ നോക്കണ്ട!" രഞ്ജിത് കയർത്തു.

പൊലീസുകാർ തുകൽച്ചാട്ടകൊണ്ട് തലങ്ങും വിലങ്ങും തല്ലി.

"തനിക്ക് കരീംഖാനല്ലേ എ കെ 47 തന്നത്?"

"എനിക്ക് കരീംഖാൻ എന്ന ഒരാളെയും അറിയില്ല. എന്റെ കൈയിൽ എ കെ 47 ഉം ഇല്ല."

വീണ്ടും പ്രഹരമഴ

പുറത്ത്. വയറ്റത്ത്. തോളുകളിൽ. തൊലിയുരിഞ്ഞ് പലയിടത്തും ചോര പൊടിഞ്ഞു.

"കരീംഖാനെപ്പറ്റി താൻ വിവരം തന്നില്ലെങ്കിൽ എനിക്ക് മൂന്നാംമുറ പ്രയോഗിക്കേണ്ടിവരും." രഞ്ജിത് ഇംഗ്ളീഷിലാണതു പറഞ്ഞത്.

അയാളുടെ അടിവയറ്റിൽ ഭയം ഉരുണ്ടു കയറി. മരണത്തേക്കാൾ ഭയാനകമാണത്. ബോധം മറഞ്ഞുകൊണ്ടിരിക്കെ അയാൾ പറഞ്ഞു.

"എനിക്കറിയില്ല."

കൈകളിലെ കെട്ടുകളഴിച്ച് അവർ അയാളെ കമഴ്ത്തിക്കിടത്തി. ആസനത്തിൽ കനലുകോരിയിട്ടതുപോലെ. അയാൾ തൊണ്ടപൊട്ടുമാറ് ഉച്ചത്തിൽ അലറി വിളിച്ചു.

"വയ്യ... ഇനി വയ്യ.."

കരീംഖാൻ മന്ദാകിനിയോടൊത്ത് മുന്നിൽ.

എന്റെപേരു പറഞ്ഞാൽ തന്റെ അച്ഛൻ പിന്നെ ജീവനോടെയുണ്ടാവില്ല. വിവേകിന്റെ ബോധം മറഞ്ഞു.

പതിനാല്

ഹരേകൃഷ്ണ ക്ഷേത്രത്തിലെ കൂറ്റൻഹാളിന്റെ മുൻവശത്തുള്ള മുറിയിലൂടെ ഭക്തജനങ്ങൾ നിശ്ശബ്ദരായി വരിവെച്ചുനീങ്ങവെ സ്റ്റൂളിലിരുന്ന് ഒരു വെള്ളക്കാരൻ സന്ന്യാസി പ്രസന്നഭാവത്തോടെ ഓരോരുത്തരുടെയും നീട്ടിയ കൈയിലേക്ക് നിവേദ്യം വെച്ചു കൊടുക്കുന്നു. ഹാളിൽ നിന്നു കേൾക്കുന്ന ഭജന സംഗീതത്തിനനുസൃതമായി അയാളുടെ ശരീരവും കുടുമയും ചലിക്കുന്നുണ്ട്. അമ്മയുടെ കൈയും പിടിച്ച് ക്ഷേത്രാങ്കണത്തിൽ നിന്നുകൊണ്ട് അരുണ ഇതെല്ലാം ശ്രദ്ധിച്ചുകൊണ്ടിരുന്നു.

അന്നു രാവിലെ ഉണർന്നപ്പോൾത്തന്നെ, തലേന്ന് അപരിചിതയായ ഒരു സ്ത്രീ തന്നോട് ഹരേ കൃഷ്ണാ ക്ഷേത്രത്തിലേക്കു വരാൻ പറഞ്ഞത് അവളോർത്തു. സത്യം പറഞ്ഞാൽ ആ സംഗതി ഇന്നലത്തെ ദിവസം മുഴുവനും അവളെ അസ്വസ്ഥയാക്കിക്കൊണ്ടിരുന്നു. നിങ്ങളോട് അല്പം സംസാരിക്കാനുണ്ട് എന്നാണു പറഞ്ഞത്. എന്തിനാണെന്നു മനസ്സിലായില്ല. അവളും വിവേകും തമ്മിൽ എന്തു ബന്ധമാണ് ഉണ്ടാവാനിടയുള്ളത് എന്ന ഉൽക്കണ്ഠ വിട്ടുമാറാതെ ഒപ്പം കൂടി. തന്നെപ്പറ്റി വിവേക് അവളോടു സംസാരിച്ചിരിക്കുന്നു എന്നത് അവളിൽ സങ്കോചം നിറച്ചു. ഒപ്പം അവളെക്കുറിച്ച് ഒന്നും തന്നോടു പറയാത്തതെന്ത് എന്ന വിഷമവും ഉണ്ടായി.

"വിവേകിനെപ്പറ്റി നിങ്ങൾക്കെന്തറിയാം. അയാൾ പത്രപ്രവർത്തകനാണെന്നല്ലാതെ?"

രഞ്ജിത് വെല്ലുവിളിക്കുന്നതുപോലെയാണ് അന്ന് ചോദിച്ചത്.

വിവേകിന് താനറിയാത്ത ഒരു മുഖമുണ്ടെന്നാണ് അയാളുടെ സംസാരത്തിലെ ധ്വനി. അന്ന് താനതു വീറോടെ നിഷേധിച്ചു. പക്ഷേ, പെട്ടെന്നൊരു ദിനം, ആവശ്യത്തിലധികം മേക്കപ്പിട്ട ഒരു വെളുത്ത സുന്ദരി നിങ്ങളോടു സംസാരിക്കാനുണ്ടെന്ന് ട്രെയിൻപിടിക്കാനോടുന്ന നേരത്ത് തന്നോടു വന്നുപറഞ്ഞാൽ എന്താണ് അർത്ഥമാക്കേണ്ടത്? അതിൽ ഒളിഞ്ഞിരിക്കുന്ന സൂചനകൾ മനസ്സിലാക്കാൻ തനിക്കു കഴിയുന്നില്ല. എന്തായാലും അവൾ മാന്യതയുള്ളവളല്ല എന്നു തോന്നുന്നു. വിവേകിന്

ഇത്തരം ബന്ധങ്ങളുണ്ടെന്നുള്ള കാര്യം ദഹിക്കുന്നതായിരുന്നില്ല. ഇനി, വിവേകിന്റെ അറസ്റ്റിനു മുമ്പുള്ള സംഗതികൾ അവൾക്കറിയാമെന്നായിരിക്കുമോ? വിവേക് തന്നോടു പറയാൻ കൂട്ടാക്കാതിരുന്ന വിവരങ്ങൾ അവൾക്കറിയാമോ? ആ സ്ത്രീ എന്താണു പറയാൻ പോകുന്നതെന്നാലോചിച്ച് വല്ലാത്ത ആശങ്കയുണ്ടായി. എങ്കിലും അവളെ കാണേണ്ടത് ആവശ്യം തന്നെ എന്നു തീരുമാനിച്ചു. ഓഫീസിൽ ജോലിയിൽ ശ്രദ്ധ ചെലുത്താൻ കഴിയാതെ അരുണ നട്ടം തിരിഞ്ഞു. ആ സ്ത്രീ ആരാണ്? ഏതുതരം സൗഹൃദമാണ് അവർ തമ്മിൽ? അയാൾ അവളോടൊപ്പം കിടക്ക പങ്കിട്ടു കാണുമോ?

വേണ്ട. ഓരോന്ന് ആലോചിക്കുമ്പോൾത്തന്നെ സങ്കോചമാകുന്നു.

ഓഫീസിലേക്ക് പുറപ്പെടാൻ നേരത്താണ് അവൾ അമ്മയോട് പറഞ്ഞത്.

"ഇന്ന് ആപ്പീസിൽ നിന്ന് ഒരു സ്ഥലംവരെ പോകാനുണ്ട്. ഒരു കൂട്ടുകാരിയെ കാണാനാണ്. വരാൻ ലേറ്റാകും."

"എവിടെയാ പോകുന്നത്?"

"ഹരേ കൃഷ്ണ ക്ഷേത്രത്തിൽ."

"ഹരേ കൃഷ്ണ ക്ഷേത്രത്തിലേക്കോ ഞാനും വരുന്നു മോളേ." അമ്മ ഉത്സാഹവതിയായി. അരുണ ഇതു തീരെ പ്രതീക്ഷിച്ചില്ല.,

""ഞാൻ ഇതുവരെ അവിടെ പോയിട്ടേ ഇല്ല!" പറഞ്ഞത് അബദ്ധമായിപ്പോയി എന്നു ചിന്തിച്ചുകൊണ്ട് അവൾ നിഷേധാർത്ഥത്തിൽ തല കുലുക്കി. "ഞാൻ തൊഴാനല്ല പോകുന്നത് ഒരാളെ കാണാനാണ്. അവിടെ വന്നാൽ തമ്മിൽ സംസാരിക്കാമെന്നു പറഞ്ഞതുകൊണ്ടാണ്."

"നീ സംസാരിച്ചോ. ഞാൻ എന്റെ പാട്ടിനു അകത്തു ചെന്നു തൊഴുതോളാം. മനോഹരമായ ക്ഷേത്രമാണെന്നു കേട്ടിട്ടുണ്ട്. ഇത്രയും കാലമായി മുംബൈയിൽ കഴിഞ്ഞിട്ട്. അവിടെ ഇതുവരെ പോകാൻ പറ്റിയിട്ടില്ല. ഇനി എനിക്കു തനിച്ചുപോകാൻ കഴിയുമോ എന്നറിഞ്ഞുകൂടാ." അവൾ ചിന്താഭാരത്തോടെ അമ്മയെ നോക്കി. അമ്മ യാചനാഭാവത്തിൽ നില്ക്കുകയാണ്. അമ്മയ്ക്ക് പെട്ടെന്ന് പ്രായാധിക്യം സംഭവിച്ചതു പോലെ. സ്വന്തം നിസ്സഹായാവസ്ഥ അമ്മയെ ഭയപ്പെടുത്തുന്നുണ്ടെന്ന് മന്ദഗതിയിലായിക്കൊണ്ടിരുന്ന അവരുടെ ചലനങ്ങളിൽനിന്ന് വായിച്ചെടുക്കാൻ കഴിഞ്ഞു. അമ്മയെ ക്ഷേത്രത്തിലകത്തിരുത്തിയിട്ട് ആ സ്ത്രീയുമായി സംസാരിക്കാമെന്ന് അവൾ ആലോചിച്ചു. അമ്മയ്ക്കും ഒരു മാറ്റം ആവശ്യമാണ്. ശരിക്കു പറഞ്ഞാൽ ബാന്ദ്രയിലെ ഓഫീസിൽനിന്ന് ജൂഹുവിലുള്ള ഈ ക്ഷേത്രം വളരെ അടുത്താണ്. ഓഫീസിൽ നിന്നു പോവുകയാണ് എളുപ്പം. അതുപറഞ്ഞാൽ അമ്മയ്ക്കു നിരാശയാവും. എന്നാൽ ഞാൻ വരുന്നില്ലെന്നു പറഞ്ഞുകളയും. അതിനാൽ "ശരി അപ്പൊ നാലു മണിക്ക് പോകാം. റെഡിയായിരുന്നോളൂ." എന്നു പറഞ്ഞപ്പോൾ ആ മുഖം വിടർന്നു. ഓഫീസിൽ നിന്ന് ഉച്ചയ്ക്കു പെർമിഷൻ വാങ്ങി വീട്ടിലെത്തിയപ്പോളാകട്ടെ അമ്മ ക്ഷേത്രത്തിൽ പോകുന്ന കാര്യം അപ്പാടെ മറന്നുപോയിരുന്നു.

അരുണ ഓർമ്മിപ്പിച്ചപ്പോൾ "ശ്ശോ ഞാനതങ്ങു മറന്നു!" എന്നു പരിഭ്രമം പൂണ്ട് ഉഷാറായി അവൾക്കുവേണ്ടി ഉപ്പുമാവും ചായയും ധൃതിയിൽ തയ്യാറാക്കി. അതുകണ്ട് അവളുടെ മനസ്സ് കിനിഞ്ഞു. അമ്മയിൽ പ്രകടമായിക്കൊണ്ടിരുന്ന മാറ്റം വെറും ശാരീരികപ്രശ്നങ്ങൾ കൊണ്ടു മാത്രമാണോ എന്ന സംശയം കുറേ നാളായി തന്നെ അസ്വസ്ഥയാക്കിക്കൊണ്ടിരിക്കുന്നതിനാലാണ് ഇന്നലെത്തന്നെ കുടുംബഡോക്ടറായ ദേശായിയെ ചെന്ന് കണ്ട് വിവരം പറഞ്ഞത്.

"നിങ്ങൾ പറയുന്നതുകേട്ടിട്ട് അൽഷിമേഴ്സിന്റെ ലക്ഷണം പോലെയുണ്ട്. ടെസ്റ്റ് ചെയ്തു നോക്കാം. ഡോക്ടർ ആ രോഗത്തെക്കുറിച്ച് വിശദീകരിച്ചു. പ്രായം കൂടുമ്പോൾ തലച്ചോറിനു മൂപ്പു കൂടുന്നു. അതാണ് അൽഷിമേഴ്സ് രോഗം. അതിനു മരുന്നില്ലെന്നും ചികിത്സിച്ചു ഭേദമാക്കാൻ കഴിയില്ലെന്നും അദ്ദേഹം പരോക്ഷമായി സൂചിപ്പിച്ചു. അതിനുള്ള ഒരേ ഒരു മരുന്ന് സ്നേഹപൂർവ്വമുള്ള പരിചരണമാണ്. Tender Loving care, TLC എന്നാണ് ഞങ്ങൾ ചുരുക്കിപ്പറയുക. നിങ്ങൾക്ക് അനന്തമായ ക്ഷമ ആവശ്യമായി വരും."

അരുണ അമ്മയെയും കൂട്ടി വീട്ടിൽ നിന്നിറങ്ങി ഒരു ടാക്സി വിളിച്ചതും ഒന്നും മിണ്ടാതെ അമ്മ വണ്ടിയിൽ കയറിയത് മാറ്റത്തിന്റെ ഒരടയാളമായി. അമ്മ ഒരിക്കലും ടാക്സിക്കു പണം ചെലവാക്കാൻ സമ്മതിക്കാറില്ല.

ക്ഷേത്രത്തിലെത്തുമ്പോൾ അഞ്ചു മണിയായി. ക്ഷേത്രവളപ്പിൽ നിന്നുകൊണ്ട് ചുറ്റുപാടും കണ്ണോടിച്ചെങ്കിലും തലേന്ന് സ്റ്റേഷനിൽവെച്ചു കണ്ട സ്ത്രീയെ എങ്ങും കാണാൻ കഴിഞ്ഞില്ല. കാവി വസ്ത്രമണിഞ്ഞ് കുടുമവെച്ച ചില യൂറോപ്യൻ സന്ന്യാസിമാർ ഇന്ത്യൻ സന്ന്യാസിമാരോടൊത്ത് അവിടവിടെ ഓരോ ജോലിയിൽ മുഴുകിയിരിക്കുന്നു.

ഏഴെട്ടടി ഉയരംവരെ മാർബിൾ പടവുകൾ. അവ കയറിച്ചെല്ലുമ്പോൾ ചുറ്റോടുചുറ്റും നാലുവശത്തേക്കു നീളുന്ന ഇളംതിണ്ണ. അതിനുമപ്പുറത്താണ് വിസ്തൃതമായ ഹാളോടുകൂടിയ ക്ഷേത്രം.

പ്രസാദത്തിനുള്ള ക്യൂ കണ്ടിട്ട് ഒരു ബാലിയുടെ കുതൂഹലത്തോടെ അമ്മ പറഞ്ഞു.

"നമുക്ക് തൊഴുതു വന്നിട്ട് പ്രസാദം വാങ്ങാം."

അരുണ പുഞ്ചിരിച്ചുകൊണ്ട് അമ്മയുടെ കൈപിടിച്ച് പടവുകൾ കയറി. വിശാലമായ ഹാളിലേക്കു കടന്നു. ഒറ്റനോട്ടത്തിൽത്തന്നെ സമ്പന്നമായ ഒരു ക്ഷേത്രമാണെന്നു മനസ്സിലായി. ശ്രീകൃഷ്ണന്റെയും രാധയുടെയും ആഡംബരപൂർണ്ണമായ പളുങ്കുവിഗ്രഹങ്ങൾ. ലക്ഷണമൊത്തവ. കൃപാരസം തുളുമ്പുന്ന കരിമിഴികളാണവയ്ക്ക്.

അമ്മ വികാരപരവശയായി.

"നോക്കൂ മോളേ എത്ര മനോഹരമായിരിക്കുന്നു"

വിഗ്രഹങ്ങളുടെ സന്നിധിയിൽ ഭക്തജനങ്ങൾ ഇരിക്കുന്നുണ്ട്. സന്ദർഭോചിതമായ ചമയങ്ങളണിഞ്ഞ് ഒരു യുവതി മൈക്കിനു മുന്നിലിരുന്നു പാടുന്നു. ഹാളിനുള്ളിൽ നാലു ചുറ്റിലും മ്യൂസിയത്തിലെന്നപോലെ

ദേവീദേവന്മാരുടെ അലങ്കരിച്ച ശില്പങ്ങൾ. അവയുടെ ചുവട്ടിലായി പുരാണങ്ങളിൽനിന്നുള്ള വിവരണങ്ങൾ ഇംഗ്ലീഷിൽ കൊടുത്തിരിക്കുന്നു. ഒരു പീഠത്തിൽ ഹരേകൃഷ്ണാ പ്രസ്ഥാനത്തിന്റെ സ്ഥാപകൻ പ്രഭാപാദരുടെ വലിയ ശില്പം സ്ഥാപിച്ചിരിക്കുന്നു. ഗൗരവം സ്ഫുരിക്കുന്ന കണ്ണുകളാണ് ആ ശില്പത്തിന്.

അരുണ ഹാളിലിരിക്കുന്നവരെ കാട്ടി അമ്മയോട് പറഞ്ഞു.

"അമ്മ ഇവരുടെ കൂടെയിരുന്നോളൂ."

"നീ എവിടെപ്പോണു?"

"ദാ ഇവിടെത്തന്നെ പുറത്തുണ്ടാവും. പേടിക്കണ്ടമ്മേ, ഞാൻ വന്നു കൂട്ടിക്കൊണ്ടു പോകാം."

"ശരി."

"ഇവിടെത്തന്നെയിരിക്കണം കേട്ടോ. എവിടെയും പോകരുത്."

"ഓ! ഇരിക്കാം എന്റെ കുട്ടീ! എത്ര പ്രാവശ്യമാ ഇപ്പറയുന്നത്?"

അമ്മയെ അകത്തിരുത്തിയിട്ട് അരുണ പുറത്തു കടന്നു. ക്ഷേത്രത്തിലേക്കുള്ള പടവുകളിലൊന്നിൽ തന്നെ എളുപ്പത്തിൽ തിരിച്ചറിയത്തക്കവിധത്തിൽ ഇരിപ്പുറപ്പിച്ചു. അഞ്ചരമണിയായി ആളുകൾ സായാഹ്ന പ്രാർത്ഥനയ്ക്കായി കൂട്ടംകൂട്ടമായി എത്തിത്തുടങ്ങി. ആ സ്ത്രീയെ കാണാനില്ല. പത്തുമിനിറ്റുകൂടി നോക്കാം. അതിനുശേഷവും അവർ വന്നില്ലെങ്കിൽ അമ്മയെയും കൂട്ടി ജുഹു ബീച്ചിലേക്കു പോകാം. ഇവിടെ നിന്ന് നടക്കാനുള്ള ദൂരമേയുള്ളൂ. ഇരുട്ടുന്നതുവരെ അവിടെയിരുന്നിട്ട് പാവ്ഭാജി വാങ്ങിക്കഴിച്ച് ടാക്സി പിടിച്ച് വീട്ടിലേക്ക് മടങ്ങാം. അങ്ങനെ അവളുടെ ചിന്തകൾ പലവഴിക്കു തിരിഞ്ഞു.

ഇനി അവർ ഹാളിലെത്താൻ ഇരിക്കുന്നുണ്ടാവുമോ? അവൾ എഴുന്നേറ്റ് ഹാളിൽ കയറി ചുറ്റും കണ്ണോടിച്ചു. അമ്മ കണ്ണടച്ചിരിക്കുന്നുണ്ട്. ആ സ്ത്രീയെ എങ്ങും കണ്ടില്ല. വന്നിട്ടുണ്ടായിരുന്നെങ്കിൽ ഇതിനകം തന്നെ അന്വേഷിച്ചു വരേണ്ടതാണ്.

"ഇവിടേക്കു വരൂ സഹോദരി!" എന്ന ശബ്ദം കേട്ട് അവൾ തിരിഞ്ഞു നോക്കി.

ചെമ്പൻമുടി പിന്നിയിട്ട ഒരു യൂറോപ്യൻ സന്ന്യാസിനി.

"ഗുരുജിയുടെ സന്നിധിയിലേക്കു വരൂ." ശുദ്ധമായ ഹിന്ദിയിൽ വീണ്ടും.

"അവിടെ എന്താണ്?" അരുണ മടിച്ചുമടിച്ച് സന്ന്യാസിനിയെ പിന്തുടർന്നുചെന്നു.

ഗുരുവിന്റെ സന്നിധിയിൽ ആരുമില്ല. പ്രഭുപാദർ 75-ാം വയസ്സിൽ അമേരിക്കയിലേക്കു പോയതും പിന്നീടുള്ള പതിനൊന്നുവർഷം കൊണ്ട് ഇരുപത്തിയഞ്ചുരാജ്യങ്ങളിൽ നൂറ്റിയെട്ടു ക്ഷേത്രങ്ങൾ നിർമ്മിച്ചതുമെല്ലാം വിശദമായി എഴുതിവച്ചിരിക്കുന്നു. പല വർഗ്ഗക്കാരായ ശിഷ്യർ, അല്പംപോലും പ്രസാദാത്മകതയില്ലാത്ത ഗുരുവിനെ ഭക്തിപാരവശ്യത്തോടെ നോക്കിക്കൊണ്ട് നില്ക്കുന്നുണ്ട്.

"ക്ഷമിക്കണം എനിക്ക് ഒരാളെ കാണാനുണ്ട്." അരുണ അവിടെ നിന്നു പോകാൻ തുടങ്ങി.

ഗുരിജിയുടെ മുഖത്തേക്കു തന്നെ സൂക്ഷിച്ചു നോക്കി. "നില്ക്കൂ സഹോദരി" സന്ന്യാസിനി അടക്കംപറയുന്ന മട്ടിൽ താണശബ്ദത്തിൽ പറഞ്ഞു.

"അദ്ദേഹം ത്രികാലജ്ഞാനിയാണ് നിങ്ങൾ സുഹൃത്തിനെ രക്ഷപ്പെടുത്തണമെന്ന് ആഗ്രഹിക്കുന്നു. അതു വളരെ ബുദ്ധിമുട്ടുള്ള സംഗതിയാണ്."

അരുണ അവരെ നല്ലവണ്ണം സൂക്ഷിച്ചു നോക്കി. അരുണ സ്തബ്ധയായി നിന്നുപോയി. സ്റ്റേഷനിൽ കണ്ടുമുട്ടിയ സ്ത്രീതന്നെ. മേക്കപ്പിടാൻ നല്ല വിരുതുണ്ടെന്നു തോന്നുന്നു. തന്നെ ഭീഷണിപ്പെടുത്താൻ ആരോ അയച്ചതാവണം ഇവരെ.

"നിങ്ങൾ രഞ്ജിത് ഷിരോദ്ക്കറുടെ ആളാണോ?"

"എന്റെ ദൈവമേ! അല്ല! ശിലയിലേക്കു നോക്കൂ."

"നിങ്ങളാരാണ്? വിവേകുമായി എങ്ങനെയാണ് പരിചയം?"

"അതല്ലല്ലോ ഇപ്പോൾ പ്രധാനം. മുന്നറിയിപ്പു തരാൻ വിളിച്ചതാണ് വിവേകിനെ ജയിലിൽ ചെന്നു കാണരുത്."

"അതെന്താ?"

"പോയാൽ അയാൾക്ക് ആപത്തു പിണയാനും മതി."

"അതെങ്ങനെ?"

"സഹോദരി! അതൊന്നും എനിക്കു വിശദീകരിക്കാൻ പറ്റില്ല. അതിനു സമയവുമില്ല. അത് ഒരു വലിയ വലയാണ്. പെട്ടുപോയാൽ നിങ്ങൾക്ക് അപകടം. അയാൾക്കും അപകടം."

അയാൾക്ക് ഇതിൽക്കൂടുതൽ എന്താപത്തുവരാനാണ് എന്ന് ചോദിക്കാൻ തുടങ്ങുമ്പോഴേക്കും സന്ന്യാസിനി അടുത്തുണ്ടായിരുന്ന ഒരു കർട്ടനു പിന്നിലെ മുറിയിലേക്ക് മറഞ്ഞു. അരുണ അല്പസമയം മതിഭ്രമം ബാധിച്ചകണക്ക് ശിലകളെ നോക്കിനിന്നു. അടിവയറ്റിൽ നിന്ന് ഭീതിയുടെ അലകൾ ഉയർന്നുവന്നു. അയാളെ ചെന്നു കണ്ടാൽ അപകടമാണത്രെ.

പൊലീസിന്റെ അനുവാദത്തോടെയാണല്ലോ പോകുന്നത്? പിന്നെ എവിടെ നിന്ന് ആപത്തുവരാനാണ് എന്നു മനസ്സിലായില്ല. പൊലീസ് പറയുന്നത് എല്ലാം വിദേശഗൂഢാലോചനയാണെന്നാണ്. വിവേക് ശരിക്കും അതിൽ അകപ്പെട്ടിരിക്കുമോ? അവൾക്ക് അറിഞ്ഞുകൂടാത്ത ഒരു വിവേക് ഉണ്ടെന്നു വിശ്വസിക്കാൻ അവളുടെ മനസ്സനുവദിച്ചില്ല.

ഉച്ചത്തിലുള്ള മണിയടി ശബ്ദം അവളിൽ പരിസരബോധമുണ്ടാക്കി. ദീപാരാധന നടക്കുന്നു. ഹരേ രാമ ഹരേ കൃഷ്ണ എന്ന ഭജന വാദ്യങ്ങളുടെ അകമ്പടിയോടൊത്ത് കേൾക്കുന്നുണ്ട്. ചില യൂറോപ്യൻ സന്ന്യാസിമാർ കൈകളുയർത്തി കണ്ണുകളടച്ച് നൃത്തം ചെയ്യുന്നു.

അതൊരു വലിയ വലയാണ്.

ആ വലയ്ക്കുള്ളിലെ വലകൾ തന്നെ ചുറ്റിപ്പടരുന്നതായും അതിൽ താൻ അകപ്പെട്ടു കഴിഞ്ഞിരിക്കുന്നതായും തോന്നിപ്പോയി. നിമിഷനേരത്തേക്ക് അവിടത്തെ ശബ്ദഘോഷങ്ങളുടെ പ്രകമ്പനങ്ങൾ അവളെ വിമൂഢയാക്കി.

"രാധാകൃഷ്ണ കീ ജയ്!" എന്നു പൂജാരി പറഞ്ഞത് ഭക്തജനങ്ങൾ എണീറ്റ് നിന്ന് ഏറ്റുചൊല്ലി ഘോഷമുണ്ടാക്കി. നിർത്താതെയുള്ള മണിയടിയൊച്ച. ഉച്ചസ്ഥായിയിലെത്തുന്ന ഘോഷശബ്ദങ്ങൾ. തലയ്ക്കുമീതെ ഉയരത്തിൽ നിന്നു തൂങ്ങിയാടുന്ന തോരണങ്ങൾ.. അവൾക്കു ശ്വാസം മുട്ടി. പെട്ടെന്നാണ് അമ്മയെപ്പറ്റി ഓർത്തത്. പരിഭ്രമത്തോടെ അവൾ ആൾക്കൂട്ടത്തെ വകഞ്ഞുമാറ്റി അമ്മ ആദ്യം ഇരുന്ന സ്ഥലത്തേക്കു ചെന്നു. അമ്മയെ കാണുന്നില്ല. ഭീതിപൂണ്ട് അവൾ ആളുകൾ തിങ്ങിനിന്നിരുന്ന ഹാളിനുള്ളിൽ അങ്ങുമിങ്ങും അമ്മയെത്തേടിയലഞ്ഞു.

ശ്ശൊ ഇന്ന് ഇവിടെ വന്നതേ തെറ്റായിപ്പോയി. അമ്മയെ കൂട്ടിക്കൊണ്ടുവന്നതും തെറ്റ്. തനിച്ച് ഒരിടത്തിരുത്തിയത് തെറ്റ്. അമ്മയ്ക്കു സുഖമില്ലെന്ന് അറിയാമായിരുന്നിട്ടും അശ്രദ്ധയോടെയിരുന്നത് എല്ലാറ്റിനേക്കാളും വലിയ തെറ്റ്. ഇനിയിപ്പോ എന്തുചെയ്യും? എവിടെയെങ്കിലും പുറത്തുപോയിട്ടുണ്ടെങ്കിൽ... എവിടെയെന്നുവെച്ചാണ് അന്വേഷിക്കുക? പുറത്ത് ഇരുട്ടു വീണു തുടങ്ങി. അമ്മയ്ക്ക് വീട്ടഡ്രസ്സ് ഓർമ്മയുണ്ടാവില്ല. ചർച്ച് ഗേറ്റിലെ തെരുവുകൾ മറന്നുപോയ ആൾ ജുഹുവിലെ തെരുവുകളിൽ പകച്ചു നിന്നുപോകും. അരുണയ്ക്ക് ആധികൊണ്ട് തൊണ്ട വറ്റി. ഹാളിൽനിന്നു പുറത്തു കടന്ന് ഭ്രാന്തിയെപ്പോലെ അമ്മയെ വിളിച്ചുകൊണ്ട് നടന്നു നിറക്കൂട്ടങ്ങളെപ്പോലെ അവിടെ തിങ്ങിനിറഞ്ഞു നിന്നിരുന്ന സ്ത്രീകളുടെ ഇടയിൽ അമ്മയുടെ രൂപം കാണാനായില്ല. അവൾ അതീവദുഃഖത്തോടെ ഒരു സന്ന്യാസിയോട് പ്രശ്നം അവതരിപ്പിച്ചു.

"വിഷമിക്കണ്ട അമ്മയുടെ പേരും നിങ്ങളുടെ പേരും എഴുതിത്തരൂ. മൈക്കിൽ വിളിച്ച് പറയാം." എന്ന് അദ്ദേഹം ആശ്വസിപ്പിച്ചു. അല്പനിമിഷങ്ങൾക്കുള്ളിൽത്തന്നെ അറിയിപ്പ് മൈക്കിലൂടെ വിളിച്ചുപറയുന്നത് കേൾക്കായി. "രുഗ്മിണി ത്യാഗരാജൻ നിങ്ങളുടെ മകൾ അരുണ നിങ്ങളെ അന്വേഷിക്കുന്നു. പുറത്ത് ഏറ്റവും മുകളിലത്തെ പടിയിൽ നിങ്ങളെയും കാത്തു നില്ക്കുന്നു."

മൂന്നുതവണ വിളിച്ചുപറഞ്ഞു. അമ്മയെ കാണുന്നില്ല. അമ്മ തന്റെ പേരും മറന്നിട്ടുണ്ടാവുമോ എന്നവൾ ഭയപ്പെട്ടു. ക്ഷേത്രവളപ്പിൽ നല്ല പ്രകാശമുള്ള ലൈറ്റുകൾ തെളിയിച്ചിട്ടുണ്ട്. അമ്മയ്ക്ക് തന്നെ കണ്ടുപിടിക്കാൻ ബുദ്ധിമുട്ടുണ്ടാവില്ല. ഇനിയും വന്നില്ലല്ലോ. അമ്മ എവിടെയെങ്കിലും ഇരുട്ടത്ത് ജൂഹുവിലെ പരിചയമില്ലാത്ത വഴികളിലൂടെ നടക്കുന്നുണ്ടാവുമോ?

"സിസ്റ്റർ!" ഒരു പുരുഷശബ്ദംകേട്ട് അരുണ തിരിഞ്ഞു നോക്കി. അമ്മയുടെ തോളത്തു പിടിച്ചുകൊണ്ട് ഒരു സ്ത്രീ നില്ക്കുന്നു. അമ്മയെ കണ്ടപ്പോൾ സമാധാനമായി. അവൾ ഓടിച്ചെന്ന് അമ്മയെ ചേർത്തു പിടിച്ചു.

"എവിടെയാമ്മേ പോയത്?" കണ്ണുനീർ അടക്കാനായില്ല. അമ്മ മിഴിച്ചു നിന്നു.

"ഈ ലേഡി വഴിയറിയാത്തതുപോലെ പുറത്തിങ്ങനെ നടക്കുകയായിരുന്നു. അറിയിപ്പു കേട്ടപ്പോൾ മദ്രാസിപ്പേര് ഇവരുടേതാവുമെന്നു സംശയിച്ച് ചോദിച്ചു."

അരുണ അതിശയത്തോടെ ആ സ്ത്രീയെ നോക്കി ശബ്ദവും മുഖവും പുരുഷന്റേത് ഹിജഡയാവുമോ?

"നിങ്ങളോട് എങ്ങനെ നന്ദി പറയണമെന്ന് അറിഞ്ഞുകൂടാ മിസ്റ്റർ.."

"മിസ് കരീനാ! അതു സാരമില്ല." അവൾ ചിരിച്ചു പല്ലിൽ സിഗരറ്റു കറയുണ്ട്.

അമ്മ എവിടെയാ പോയത്? അവൾ വീണ്ടും ചോദിച്ചു.

"പ്രസാദം വാങ്ങാൻ പോയതാണ്." എന്ന് അമ്മ മന്ത്രിക്കുന്നതു പോലെ പറഞ്ഞപ്പോൾ വീണ്ടും അരുണയുടെ കണ്ണു നിറഞ്ഞു.

ചർച്ച് ഗേറ്റിലേക്ക് ഒരു ടാക്സി കിട്ടിയാൽ പോകാമായിരുന്നു.

"എനിക്കു പരിചയമുള്ള ഒരു ടാക്സിയുണ്ട് വരൂ. ഞാൻ തന്നെ നിങ്ങളെ കൊണ്ടാക്കാം."

അരുണ സങ്കോചത്തോടെ നിരസിച്ചു.

"വേണ്ട ഞങ്ങൾ പൊയ്ക്കൊള്ളാം താങ്ക്സ്."

"സാരമില്ല. എനിക്കു ബുദ്ധിമുട്ടൊന്നുമില്ല. ഞാനും ആ ഭാഗത്തേക്കാണു പോകുന്നത്."

നിഷേധിക്കാനാവാതെ ആ സ്ത്രീ കൂട്ടിക്കൊണ്ടുവന്ന ടാക്സിയിൽ അമ്മയോടൊപ്പം അരുണ കയറി. കരീനാ മുൻസീറ്റിലിരുന്നു. വണ്ടി പുറപ്പെട്ടപ്പോൾ അരുണ നന്ദിപൂർവ്വം പറഞ്ഞു. "അമ്മയെ നിങ്ങൾ കൂട്ടിക്കൊണ്ടു വന്നില്ലായിരുന്നെങ്കിൽ ഞാനെന്തു ചെയ്യുമായിരുന്നോ?" എന്തോ വീണ്ടും അവളുടെ കണ്ണുകൾ നിറഞ്ഞൊഴുകി.

"ഇതിനു മുമ്പ് മാതാജിക്ക് ഇങ്ങനെ വന്നിട്ടുണ്ടോ?"

നാലുനാൾ മുമ്പ് അഡ്രസ് മറന്നുപോയിട്ട് അമ്മ എവിടെയോ ചെന്നിരുന്നത് അവൾ പറഞ്ഞു.

"അങ്ങനെയുള്ളപ്പോ മാതാജിയെ തനിച്ചാക്കിയിട്ടു പോയത് തെറ്റായിപ്പോയി."

ഒരു മുൻപരിചയവുമില്ലാത്ത ആ ഹിജഡയുടെ ശബ്ദത്തിൽസ്ഫുരിച്ചു നിന്ന ആത്മാർത്ഥത അരുണയെ ദുർബ്ബലയാക്കി. ആകെ തകർന്നതുപോലെ അവൾ മുഖം പൊത്തിക്കരഞ്ഞു.

"കരയാതെ അരുണാ. കരയാതെ." അമ്മ ആശ്വസിപ്പിക്കാൻ ശ്രമിച്ചു.

"സിസ്റ്റർ കരയാതിരിക്കൂ. ഏതായാലും അമ്മയെ കിട്ടിയല്ലോ."

"എന്റെ സമയം ശരിയല്ല കരീനാ. എന്റെ കൂട്ടുകാരൻ ആരോ ചെയ്ത തെറ്റിനായി ജയിലിൽ കിടക്കുന്നു. അവനെ മോചിപ്പിക്കാനുള്ള മാർഗ്ഗമെന്തെന്നറിയാതെ ഞാൻ കഷ്ടപ്പെടുകയാണ്. വീട്ടിലെത്തിയാലോ അമ്മയെയും കാണുന്നില്ല."

കരീനാ ഒന്നും മിണ്ടിയില്ല. തീരെ പരിചയമില്ലാത്ത ഒരാളുമായി തന്റെ സ്വകാര്യദുഃഖങ്ങൾ പങ്കുവെച്ചതോർത്ത് അവൾക്കു സങ്കോചം തോന്നി.

വീടെത്തി. കരീനാ അവരോടൊപ്പം അഞ്ചാം നിലയിലേക്കു ചെന്നു. കതകു തുറന്നപ്പോൾ അനുഗമിച്ച് അകത്തു കടന്നു. അവരുടെ കണ്ണുകൾ ക്ഷീണം വിളിച്ചോതുന്നുണ്ടായിരുന്നു. കാപ്പി കുടിച്ചിട്ട് പോകാം. എന്ന അരുണയുടെ ഉപചാരം അവൾ നിരസിച്ചു. അരുണയോട് രഹസ്യം പറയുന്നതുപോലെ ഇപ്രകാരം പറഞ്ഞു.

"സിസ്റ്റർ ഒരു കാര്യം ഓർമ്മവെച്ചോളൂ. നമുക്ക് അമ്മയുമായുള്ള ബന്ധത്തേക്കാളുപരി മറ്റൊരു ബന്ധവും പ്രധാനമല്ല. നമുക്കെതിരായി ചിന്തിക്കാത്ത ഒരേയൊരാൾ ഈ ലോകത്ത് അമ്മ മാത്രമാണ്."

അവർ അമ്മയുടെ അടുത്തു ചെന്ന് കാൽതൊട്ടുവണങ്ങി നെറ്റിയിൽ ഒറ്റിയപ്പോൾ അവരുടെ ഇടത്തേ കൈയുടെ ദൃഢമായ പേശികളും അവിടെ ഇംഗ്ലീഷിൽ പച്ചകുത്തിയിരുന്ന പേരും കണ്ണിലുടക്കി. അരുണ ചെറിയൊരു വിസ്മയത്തോടെ തലയുയർത്തി നോക്കി. കരീനയുടെ കണ്ണുകളിൽ നനവു പടർന്നിരിക്കുന്നു. അത് അവളുടെ വിസ്മയം ഒന്നുകൂടി വർദ്ധിപ്പിച്ചു.

പതിനഞ്ച്

പ്രാണവേദനയനുഭവിക്കുന്ന ഒരു ശ്വാനന്റെ തുടർച്ചയായ ഓലിയിടൽ പോലെ കേട്ട ആ ആർത്തനാദം നിലച്ചു. പെട്ടെന്ന് മുറിയെ ആകമാനം ഗ്രസിച്ച നിശ്ശബ്ദത രഞ്ജിത് ഷിരോദ്കറിന്റെ നാഡീവ്യൂഹത്തിലേക്ക് ഞൊടിയിട വൈദ്യുതി പായിച്ചു.

"ഡോ ശ്രദ്ധിച്ച്." അയാൾ പൊലീസുകാർക്ക് ശാസന നല്കി.

"വെറും ബോധക്കേടാണു സാറേ!"

"ശരി ഇന്ന് ഇത്രമതി. ഡ്രസൊക്കെ ഇടുവിച്ച് ഇവിടെത്തന്നെ കുറച്ചുനേരം കിടത്ത്. കണ്ണുതുറന്ന ഉടനെ ചൂടുള്ളചായ കൊടുക്കണം."

"യെസ് സാർ!"

അവിടത്തെ മരബെഞ്ചിൽ നഗ്നമായി കമഴ്ന്നുകിടക്കുന്ന ആ ശരീരവും കണ്ണടച്ച നിലയിലുള്ള മുഖവും ഒരുവട്ടം നോക്കിയിട്ട് അടുത്തമുറിയിൽ ചെന്നിരിക്കുമ്പോൾ രഞ്ജിത്തിന്റെ ഉള്ളിൽ വിവരണാതീതമായ അമർഷവും ദേഷ്യവും പൊന്തിവന്നു. അയാളുടെ കണക്കുകൂട്ടൽ തെറ്റിയിരിക്കുന്നു. തല്ലുകൊണ്ടാൽത്തന്നെ വിവേക് എല്ലാംപറയുമെന്നു വിചാരിച്ചത് നടക്കാതെ വന്നപ്പോൾ അയാൾക്ക് അമ്പരപ്പും മനസ്സിന് ആയാസവും ഒരേസമയം ഉണ്ടായി. സാധാരണ ക്രിമിനലുകൾ മരണത്തെ ഭയക്കുന്നവരാണ്. അടികൊള്ളാനുള്ള ശക്തി അവർക്കില്ല. മരണത്തെ ഭയമില്ലാത്തവർ അടിയെയും ഭയക്കുകയില്ല. സർവ്വം ത്യജിച്ച ജ്ഞാനികളെപ്പോലെ വിശ്വാസം എന്ന തൂണിനെ മുറുകെപ്പിടിച്ചുകൊണ്ട് ചിതയിൽ നിന്ന ജെവാൻ ഓഫ് ആർക്കിനെപ്പോലെ.

പക്ഷേ, ഇയാൾ സംഗമില്ലാത്തവനല്ല. സംഗം ഉള്ളതുകൊണ്ടാണ് മരണത്തെ വരിക്കാൻ തയ്യാറാവുന്നത്. അല്ലാതെ യജമാനനോടുള്ള കൂറോ മണ്ണാങ്കട്ടയോ ഒന്നുമല്ല. അയാൾ വെറും അടിയാളാണ്. ആർക്കു വേണ്ടിയാണോ ഇതെല്ലാം ചെയ്യുന്നത് അയാളുടെ പേരുപറഞ്ഞാൽ കുടുംബത്തിനാപത്താണ്. വെറും ബലിയാടാണിയാൾ. അയാളുടെ ബലി കുടുംബത്തെ രക്ഷിക്കും.

മുമ്പൊരിക്കൽ വിവേക് പറഞ്ഞിട്ടുള്ളത് ഓർമ്മ വരുന്നു. ഒരു പത്ര പ്രവർത്തകന് അയാൾക്കു ലഭിക്കുന്ന വിവരങ്ങളുടെ സ്രോതസ്സിനെക്കുറിച്ച് ആരോടും പൊലീസിനോടുപോലും വെളിപ്പെടുത്തേണ്ട കാര്യമില്ല പോൽ. അത് വെളിപ്പെടുത്താൻ നിർബ്ബന്ധിക്കുന്നതിന് പൊലീസിന് അധികാരമില്ല എന്ന്. ബുൾഷിറ്റ്.

തന്റെ അവകാശങ്ങൾ സംരക്ഷിക്കുന്നതിനുവേണ്ടി മരിക്കാനൊരുങ്ങുന്ന മടയനല്ല വിവേക്. അതു തീർച്ച. അയാൾ ആർക്കോവേണ്ടി പണിയെടുക്കുകയാണ്. മരിക്കാൻപോലും തയ്യാറായി. ആരെയോ രക്ഷിക്കാൻ. അച്ഛനുമായി വലിയ അടുപ്പമൊന്നും അയാൾക്കുണ്ടാവില്ലെന്ന് രഞ്ജിത് അനുമാനിച്ചു. ഹിന്ദുവായ അച്ഛനിൽ നിന്ന് നിരാശയുളവാക്കുന്ന പെരുമാറ്റമുണ്ടായതുകൊണ്ടാവാം ഇസ്ലാം തീവ്രവാദികളുമായി കൂട്ടുകൂടിയത്. തീവ്രവാദികളുടെയും അധോലോകദാദാമാരുടെയും കുടുംബപശ്ചാത്തലം നോക്കിയാൽ മിക്കവാറും അച്ഛനും മകനും തമ്മിലുള്ള ബന്ധം മിനുസമുള്ളതായിരിക്കില്ല എന്നാണ് രഞ്ജിത്തിന്റെ വിശ്വാസം. കാമുകിയെക്കുറിച്ചുള്ള ചിന്തയാണ് വിവേകിന്റെ പിടിവാശിക്കു നിദാനം. അവൾക്കു സംഭവിച്ചേക്കാവുന്ന അപകടങ്ങളെക്കുറിച്ചുള്ള പേടിയാവണം അയാളെ നിശ്ശബ്ദനാക്കിയത്. രാജേഷ് ശ്രീവാസ്തവ മകന്റെ ജാമ്യത്തിനുവേണ്ടി ശ്രമിച്ചില്ല. മകനെ കാണാനുംകൂടി പോയിട്ടില്ല. അയാളുടെ കാമുകിയാണ് ഭാര്യയെപ്പോലെ, അരുണയുടെ മുഖവും അവൾ വിവേകിനുവേണ്ടി വാദിച്ചതുമെല്ലാം ഓർമ്മവന്നു.

അയാൾ ക്രിമിനലല്ല എന്നറിയാം. അവളുടെ വാക്കുകളിൽ തെളിഞ്ഞുനിന്ന വിശ്വാസവും തന്റെ നേർക്കുള്ള നോട്ടത്തിൽ നിറഞ്ഞു നിന്ന വെറുപ്പും മനസ്സിനെ വിട്ടകലുന്നില്ല. ഒരു യുവതിയുടെ അത്തരത്തിലുള്ള വിശ്വാസം നേടാൻ വിവേകിന് എന്തു യോഗ്യതയാണുള്ളത് എന്നു മനസ്സിലായില്ല. പൊയ്മുഖമണിയാൻ അറിയാമെന്നതാവും യോഗ്യത.

സംസ്കാരമുള്ള വിചാരണയുമായി സഹകരിക്കാത്തവൻ രഞ്ജിത്തിനെ പ്രകോപിപ്പിക്കുന്നവരാകുന്നു. കാരണം അവർ അയാളുടെ ഉള്ളിലുള്ള മൃഗത്തെ പുറത്തേക്കാനയിക്കുന്നവരാണ്. ആ മൃഗവെറിയുടെ വെളിപ്പെടൽമൂലം പിന്നീട് കുറ്റബോധംകൊണ്ട് അയാൾക്ക് ദിവസങ്ങളോളം ഉറക്കം നഷ്ടപ്പെടുന്നത് അറിയാത്തവരാണവർ.

തോല്വി സമ്മാനിച്ച ക്ഷീണവുമായി രഞ്ജിത് എണീറ്റു. പുറത്തു കാത്തുനിന്ന ജീപ്പിൽ കയറിയിരുന്നപ്പോൾ പെട്ടെന്ന് സുശീലയെ ഓർത്തു. ഇന്ന് വിവേകിനു കിട്ടിയ പ്രഹരം അവൾ കണ്ടിരുന്നെങ്കിൽ എന്തു വിചാരിക്കുമായിരുന്നു എന്ന് മുമ്പൊരിക്കലും തോന്നിയിട്ടില്ലാത്ത

വിധം ഒരു വിചാരം മനസ്സിലേക്കു നൂണ്ടു വന്നു. ഭയം കൊണ്ട് നടുങ്ങി വിറച്ചുപോയേനെ. ആരോടും ചോദിക്കാതെ തന്നത്താൻ ചെന്നു ടിക്കറ്റു വാങ്ങി കുട്ടികളേയുംകൂട്ടി ദില്ലിയിലേക്കു വിമാനം കയറിപ്പോയിരുന്നിരിക്കാം. യാത്രപറയാൻ പോലും കൂട്ടാക്കാൻ തോന്നാത്തത്ര വെറുപ്പോടെ. അയാൾ വേഗം തന്നെ ആ വക ചിന്തകളെ വകഞ്ഞുമാറ്റി. കുറ്റവാളികളെ വിചാരണ ചെയ്യുന്നതും വിരട്ടുന്നതുമൊക്കെ അയാളുടെ ജോലിയുടെ ഭാഗമാണ്. ജോലി സംബന്ധമായ നടപടിവ്യൂഹങ്ങളെ ചോദ്യംചെയ്യാൻ ആർക്കും അധികാരമില്ലതന്നെ. അതെ. ഭാര്യയ്ക്കു പോലുമില്ല. സത്യം പുറത്തു കൊണ്ടുവരാൻ വേണ്ടി പ്രയോഗിക്കേണ്ടിവരുന്ന ചില ആവശ്യനടപടികളാണവ. എടുകുടുക്കേ എടുകുടുക്കേ എന്നുപറയുന്നതുപോലെയുള്ള സംഗതിയല്ലിത്.

ഇന്ന് മാരകമായ പ്രഹരങ്ങളേറ്റിട്ടും വിവേക് സത്യം പറയാൻ വിസമ്മതിക്കുന്നു എന്നതിൽനിന്നുതന്നെ അയാളെക്കുറിച്ചുള്ള ഊഹം ബലപ്പെടുകയാണ്. അയാൾ ഒരുപാവം പത്രപ്രവർത്തകനൊന്നുമല്ല. ജനിച്ച മണ്ണിനു നാശം വരുത്തുന്ന ശത്രുക്കളുടെ സംഘവുമായി കൂട്ടുകൂടിയവനാണ്. അത് മതത്തിന്റെ പേരിലാണോ അതോ പണത്തിനുവേണ്ടിയാണോ എന്നുള്ളത് കുറേക്കഴിയുമ്പോൾ അറിയാം. മൊത്തത്തിൽ അതു രാജ്യദ്രോഹംതന്നെ. അതിന് മാരകമായ പ്രഹരത്തേക്കാൾ മറ്റെന്തുശിക്ഷയാണ് ഉചിതമായിട്ടുള്ളത്?

കരീംഖാനെക്കുറിച്ച് ഇത്രപെട്ടെന്ന് അയാളോടു ചോദിക്കേണ്ടായിരുന്നു എന്ന് ഇപ്പോൾ തോന്നുന്നു. നിന്റെ മുറിയിൽ നിന്റെ കിടക്കയുടെ അടിയിൽ എ കെ 47 തോക്ക് എങ്ങനെ വന്നു? എന്നു ചോദിക്കാമായിരുന്നു. നിന്റെ മൊബൈലിൽ അധോലോക തീവ്രവാദികളുടെ നമ്പരുകൾ എങ്ങനെ വന്നു എന്ന് ചോദിക്കാമായിരുന്നു. തുടർബോംബു സ്ഫോടനമുണ്ടായ ദിവസം നീ അവരുമായി സംസാരിച്ചിരുന്നു എന്നതിന്റെ തെളിവുകൾ മൊബൈൽ കമ്പനിയിൽ നിന്ന് കിട്ടിയിട്ടുണ്ട്. എന്താണു സംസാരിച്ചത് എന്നു ചോദിക്കേണ്ടതായിരുന്നു. നിന്റെ ഹീറോ ഹോണ്ടാ എങ്ങനെയാണ് ബോംബുമായി കാണപ്പെട്ടത്, എന്ന ചോദ്യത്തോടെ വേണ്ടിയിരുന്നു ആരംഭിക്കാൻ. എല്ലാ ചോദ്യങ്ങൾക്കും അറിഞ്ഞുകൂടാ എന്നുത്തരംപറഞ്ഞേനെ. എല്ലാ ക്രിമിനലുകളും അങ്ങനെയാണ്. ആനയെ മുറംകൊണ്ടു മൂടാൻ ശ്രമിക്കും. പൊലീസുകാരൊക്കെ വിഡ്ഢികളാണെന്നാണ് വിചാരം. നിനക്കെതിരെ നിന്റെ അച്ഛനേക്കാളും വലിയ സാക്ഷി ആവശ്യമുണ്ടോ? എന്നു ചോദിച്ച് കാർക്കിച്ചു തുപ്പേണ്ടതായിരുന്നു.

ഇതാണ് എന്റെ മകന്റെ മുറി. ഇത് അവൻ കിടക്കാറുള്ള കട്ടിൽ. അവനല്ലാതെ മറ്റാരും ഈ മുറി ഉപയോഗിക്കാറില്ല.

ഇതാണ് എന്റെ മകന്റെ സെൽഫോൺ ആറുമാസം മുമ്പു വാങ്ങിയതാണ്.

ഇത് അവന്റെ വണ്ടി കഴിഞ്ഞകൊല്ലം ഞാൻ അവനു പിറന്നാൾ സമ്മാനമായി നല്കിയതാണ്.

തന്റെ അച്ഛന് ഇത്രയേ അറിയൂ തന്റെ കൂട്ടുകെട്ടിനെപ്പറ്റി അറിയില്ല. തന്റെ വക്രബുദ്ധിയെക്കുറിച്ച് അദ്ദേഹത്തിന് ഒന്നുമറിഞ്ഞുകൂട. അതിനാൽത്തന്നെ ആ മനസ്സിനേറ്റ ആഘാതത്തിന്റെ പരിമാണം അളക്കുക മനഷ്യയത്നത്തിനതീതമായിരിക്കും. പക്ഷേ, അദ്ദേഹം പാവം അതിമാന്യനാണ്. യഥാർത്ഥത്തിൽ അവൻ കുറ്റവാളിയാണെങ്കിൽ നിയമം അവനെ ശിക്ഷിക്കട്ടെ എന്ന് ഒതുങ്ങി മാറിയ ആൾ ജാമ്യത്തിലിറക്കാൻ വല്ല വഴിയുമുണ്ടോ എന്നുപോലും ചോദിച്ചില്ല. പൊലീസ് ജീപ്പിൽ വിവേകിനെ കയറ്റിയപ്പോൾ വേദന തിങ്ങുന്ന ആ മുഖത്തേക്കു നോക്കി സോറി മി. ശ്രീവാസ്തവ എന്ന് അറിയാതെ പറഞ്ഞുപോയത് അദ്ദേഹം കേട്ടതായി തോന്നിയില്ല.

അർദ്ധരാത്രിക്കുശേഷം മുംബൈയിലെ റോഡുകളിലൂടെ കടൽക്കാറ്റു മുഖത്തേറ്റു വാങ്ങിക്കൊണ്ട് ജീപ്പിൽ യാത്ര ചെയ്യുമ്പോൾ വാക്കുകളിലൂടെ വ്യക്തമാക്കാൻ കഴിയാത്ത തരത്തിൽ മനസ്സ് തരളമായി.

ജീവൽസ്പന്ദനങ്ങളോടെ, നില്ക്കാതെ ഓടുന്ന നഗരം. കാൽക്കീഴിലുള്ളത് മായക്കമ്പളമാണെന്നറിയാതെ ഉത്സാഹത്തോടെ പറക്കാൻ യത്നിക്കുകയാണ് അയാളുടെ പ്രിയ മുംബൈ.

ഇത് പൊന്മുട്ടയിടുന്ന താറാവ്.

പലതരത്തിലുള്ള മോഹങ്ങളാണ് അത് ഉദ്ദീപിപ്പിക്കുന്നത്. അതുകൊണ്ടാവുമോ ഇവിടെ ഇത്രയധികം കൊള്ളക്കാരുള്ളത്? അതുകൊണ്ടാവണം അവർ വിരിക്കുന്ന വലയിൽ കുടുങ്ങുന്ന സാധുക്കളും നിരവധിയാണ്. അധോലോകയുദ്ധങ്ങൾക്ക് ആവശ്യമായി വരുന്ന കൂലിപ്പടയും വേണ്ടത്ര.

തുടർബോംബു സ്ഫോടനത്തിനുശേഷം സംശയത്തിന്റെ പേരിൽ പൊലീസ് കുറേപ്പേരെ അറസ്റ്റു ചെയ്തപ്പോൾ വീണ്ടും പല തുടർക്കൊലപാതകങ്ങളുമുണ്ടായി. മരിച്ചവരെല്ലാം മുസ്ലീങ്ങളായിരുന്നു. ധാരാവിയിൽ പ്രവർത്തിക്കുന്ന ഒരു ഷൂ കമ്പനിയിൽ ജോലി ചെയ്യുന്നവർക്ക് അതുമായി ബന്ധമുണ്ടെന്നു മനസ്സിലായപ്പോൾ രഞ്ജിത് അവിടേക്കു പാഞ്ഞുചെന്ന് പലരേയും അറസ്റ്റുചെയ്തത് ഇന്നലത്തെപ്പോലെതന്നെ തോന്നുന്നു.

ഗുഹപോലെയുള്ള ചെറിയ കുടുസ്സുമുറികൾ പതിന്നാലുമണിക്കൂർ അവയ്ക്കുള്ളിൽ മങ്ങിയ ഇരുട്ടിലിരുന്ന് ചെരുപ്പുകൾ തുന്നുന്ന യുവാക്കൾ. പണിതീർന്ന ചെരുപ്പുകൾക്കുമാത്രമേ കൂലി കിട്ടൂ. ഓർഡർ കൂടുതലാണെങ്കിൽ ഞായറാഴ്ചയും ജോലി ചെയ്യണം. അവരുടെ ഒരേയൊരു വിനോദം മറാത്താ മന്ദിർ തിയേറ്ററിൽ സിനിമ കാണുന്നതാണ്. അതിനു പറ്റിയില്ലെങ്കിൽ ബീച്ചിൽ ചെന്നിരുന്നു കാറ്റുകൊള്ളും. ക്രിമിനൽ സംഘങ്ങൾക്ക് അവരെ ചാക്കിട്ടു പിടിക്കാൻ എളുപ്പമാണ്. ഒരു മാസം മുഴുവനും ചെരുപ്പു തയ്ച്ചാലും ആയിരത്തഞ്ഞൂറുരൂപ കൈയിൽ വരാത്തവരെ മോഹിപ്പിച്ച് വലയിലാക്കുന്ന അത്ര പ്രയാസമുള്ള കാര്യമല്ല. ഒരു മദ്ധ്യാഹ്നത്തിൽ ഇന്ന സ്ഥലത്ത് ഇന്നയാൾ വരുമെന്ന വ്യക്തമായ സൂചനയനുസരിച്ച് വെടിവെച്ചിട്ട് രക്ഷപ്പെടാൻ അവർ കൊടുക്കുന്ന തോക്കു

പയോഗിച്ച് കൊല്ലുവാൻ ചില നിമിഷങ്ങളേ വേണ്ടൂ. ആ ജോലിക്കു അവരുടെ ഒരു മാസത്തെ ശമ്പളത്തേക്കാളധികം വരുന്ന സംഖ്യ കൈയിൽ കിട്ടും. ചെലവു കഴിഞ്ഞു മിച്ചമാകുന്ന പണംകൊണ്ട് ബാറിൽ പോകാം. മാന്യമായ വസ്ത്രങ്ങൾ വാങ്ങി ധരിക്കാം. അതല്ല പൊലീസ് പിടിക്കാൻ വന്നാലോ. അവർക്കു വായ്ക്കരിയിടാനും അതുപകരിക്കും.

പക്ഷേ, അവരുടെ കഷ്ടകാലത്തിനാണ് രഞ്ജിത് അവരെ പിടികൂടാനിറങ്ങിയത്. വേട്ടനായെപ്പോലെ തിരഞ്ഞുതിരഞ്ഞ് അവരെ പിടിച്ചകത്താക്കിയപ്പോൾ അയാൾക്കുപോലും അവരോടു സഹതാപം തോന്നി. അധോലോകം അവരുടെ സ്വന്തം പോരാട്ടങ്ങൾക്കായി മതത്തിന്റെ പേര് ഉപയോഗിച്ചു. മുംബൈ സ്ഫോടനത്തിനുശേഷം ഹിന്ദുസംഘത്തിന്റെ തലവനാണെന്നു സ്വയം പ്രഖ്യാപിച്ച ഛോട്ടാരാജന്റെ പണിയാണിത് എന്നു പൊലീസിൽ പരക്കെ എല്ലാവർക്കും അറിയാമായിരുന്നു. എങ്കിലും അയാളെ പിടിക്കാൻ സാധിക്കില്ല. അയാളെ സഹായിക്കാൻ ഉന്നതതലത്തിൽ ആളുകളുണ്ട്. ഗവൺമെന്റിലും പൊലീസിലും. നമുക്കു ചെയ്യാൻ പറ്റാത്തത് അയാൾ ചെയ്യുന്നു ചെയ്യട്ടെ!

സ്വന്തം വാലിനെത്തന്നെ ചുറ്റിച്ചുറ്റി വന്നു കരയുന്ന നായയെപ്പോലെയായിരിക്കുന്നു മുംബൈ. ഗുണ്ടായിസം വ്യാപകമായി. നഗരത്തിന്റെ അംഗപ്രത്യംഗം, നാഡീഞരമ്പുകളിലടക്കം അത് നുഴഞ്ഞുകയറിയിരുന്നു. ലഹരി മരുന്ന് മുതൽ ഹവാലാ ഇടപാട്, സിനിമ റിയൽ എസ്റ്റേറ്റ്, ഓഹരിവിപണി. ഗവൺമെന്റ് മാധ്യമങ്ങൾ എന്നുവേണ്ട എല്ലാറ്റിനെയും ഒരു രാക്ഷസ ഒക്ടോപാസിന്റെ കരങ്ങൾ കൊണ്ടെന്നപോലെ പിടിമുറുക്കി. അന്താരാഷ്ട്ര തീവ്രവാദവുമായി ബന്ധമുണ്ടെന്ന കാര്യം അറിഞ്ഞിട്ടോ അറിയാതെയോ പുറംലോകം അതുമായി കൈകോർത്തു. ജനാധിപത്യത്തിന്റെ കാവല്ക്കാരാകേണ്ട പത്രപ്രവർത്തനരംഗം പോലും അതിൽ നിന്നൊഴിവായില്ല. ച്ഛേ! നിരാശ തോന്നുന്നു.

രഞ്ജിത് ചിന്തകളിൽനിന്നു പരിസരത്തേക്കു തിരിച്ചുവന്നു. ഭരണരംഗത്തെ ഒന്നും ചെയ്യാൻ കഴിയുന്നില്ല എന്ന നിരാശയാണ് തന്റെ ദേഷ്യത്തിനു കാരണം എന്ന കുറ്റബോധത്തോടെ അയാൾ റോഡിലേക്കു നോക്കി. ഇന്നലെ തന്നെ വിളിച്ചുവരുത്തിയ മന്ത്രിയുടെ വീട് ഇവിടെ അടുത്താണ്. റോഡിന്റെ വളവിനരികിലായി ഒരു ടാക്സി നില്ക്കുന്നുണ്ട്. മുംബൈ വീഥികളിൽ കൂടുതലായി കാണപ്പെടുന്ന ഫിയറ്റ് കാറാണത്. ജീപ്പിന്റെ ഹെഡ് ലൈറ്റിന്റെ പ്രകാശത്തിൽ ടാക്സിയുടെ നമ്പർ പ്ലേറ്റ് കണ്ണിൽപ്പെട്ടു. വളവു തിരിഞ്ഞാൽ മെയിൻ റോഡിനഭിമുഖമായിട്ടാണ് മന്ത്രിമന്ദിരം. നിബിഡമായി നില്ക്കുന്ന ഉദ്യാനവൃക്ഷങ്ങൾക്കപ്പുറത്തുള്ള വീടിന്റെ മുൻവശത്തെ മുറിയിൽ ലൈറ്റിട്ടിരിക്കുന്നത് രഞ്ജിത് ശ്രദ്ധിച്ചു. ഇന്നലെ താനിരുന്നത് അദ്ദേഹത്തിന്റെ ആ ഓഫീസ് മുറിയിലാണ്. മന്ത്രി ഒരു നിശാചരനാണെന്നു തോന്നുന്നു. രാത്രികാലങ്ങളിൽ അദ്ദേഹം ആരെയാണ് കൂടിക്കാഴ്ചയ്ക്കു വിളിച്ചു വരുത്തുന്നത് എന്നു നിരീക്ഷിക്കണം എന്ന ചിന്ത ഉദിച്ചയുടനെ തന്നെ അസ്തമിച്ചുകളഞ്ഞു.

അയാൾക്കതിനു കഴിയില്ല. വേലിക്ക് വിളവു തിന്നാനാവില്ല. മന്ത്രിയായിരിക്കുന്നത് എന്തൊരു സൗകര്യമാണ്?

സുശീല പറയുന്നതുപോലെ ഈ പൊലീസുദ്യോഗം എന്നേക്കുമായി വലിച്ചെറിഞ്ഞിട്ട് കണ്ണെത്താ ദൂരത്ത് അകലെയേതെങ്കിലും സ്ഥലത്തേക്കു ഓടിപ്പോകണം. അല്ലെങ്കിൽ താൻ പിതൃഭൂതന്മാർ എന്നോ ഉപേക്ഷിച്ച ഗ്രാമത്തിലേക്കു മടങ്ങിച്ചെന്ന് കൃഷിയും മറ്റും നോക്കിനടത്തി അവിടെത്തന്നെ കഴിയണം. സുശീല വെറുക്കുന്ന ഈ യൂണിഫോം ഉഴുതു മറിച്ച മണ്ണിനടിയിൽ കുഴിച്ചിടണം. അത് ദ്രവിച്ച് മണ്ണിനോടു ചേർന്നുകൊള്ളും. പിന്നെ അതിൽ നിന്നു ഭൂതങ്ങൾ എഴുന്നുയർന്നു വരില്ല. എങ്കിലും എവിടെപ്പോയാലും അയാളെ ദുർഭൂതങ്ങൾ പിന്തുടരുകയില്ല എന്ന് ഉറപ്പിക്കുക വയ്യ. നിന്റെ കുഞ്ഞുങ്ങൾ ജീവിച്ചിരിക്കണമോ? എന്ന ഭീഷണി നിലയ്ക്കുമെന്നും പറഞ്ഞുകൂടാ. ഇത് പ്രതികാരദാഹിയായ, ബലിമോഹിയായ ലോകമത്രേ. തന്റെ പാപച്ചുമടുകളിറക്കിവെക്കാൻ അയാൾക്കു സന്ദർഭം കിട്ടുമെന്നു തോന്നുന്നില്ല.

രാവിലെ സുശീല ദില്ലിയിൽ നിന്ന് വിളിച്ച് കുറേയധികം നേരം സംസാരിച്ചു. ദില്ലിയിലെ ചൂടിനെപ്പറ്റി, അവളുടെ അമ്മ സ്നേഹവായ്പോടെ ഉണ്ടാക്കിക്കൊടുത്ത മേത്തിറൊട്ടിയെപ്പറ്റി എല്ലാം അവൾ വിസ്തരിച്ചു സംസാരിച്ചു. നിങ്ങളുടെ പരിപാടിയെക്കുറിച്ചു എനിക്കു എസ് എം എസ് അയക്കൂ എന്ന് അവൾ പരോക്ഷമായി ഓർമ്മിപ്പിച്ചു. പിന്നീട് കുറേ വെറും വർത്തമാനങ്ങൾക്കു ശേഷം ഫോൺ വെക്കുന്നതിനു മുമ്പ് ഇങ്ങനെയും. ആ പൊലീസുദ്യോഗം വേണ്ടെന്നുവെച്ചാൽ നിന്നോടെനിക്ക് ഇപ്പോഴുള്ളതിനേക്കാളും പ്രേമമുണ്ടാവും.

ഈ പെണ്ണുങ്ങളൊക്കെ ഇങ്ങനെ വിഡ്ഢികളായിപ്പോയല്ലോ എന്ന് സ്ത്രീവർഗ്ഗത്തോടാകമാനം അരിശം പ്രകടിപ്പിച്ചുകൊണ്ട് അയാൾ തിടുക്കത്തിൽ യൂണിഫോം എടുത്തണിഞ്ഞു.

യൂണിഫോമണിഞ്ഞതും അയാളിൽ ഒരു രാസമാറ്റമുണ്ടായി. അയാൾ ശൗര്യത്തോടെ താഴെയിറങ്ങി ജീപ്പിൽ കയറിയിരുന്നു.

അന്നു രാവിലെ പൊലീസ് ഓഫീസർമാരുടെ യോഗം വിളിച്ചിട്ടുണ്ട്, മുഖ്യമന്ത്രി. അദ്ദേഹത്തിന്റെ ഓഫീസിൽവെച്ചാണ് യോഗം നടക്കുന്നത്.

ബോംബു സ്ഫോടനത്തെക്കുറിച്ച് ഇതുവരെ ശേഖരിച്ച വിവരങ്ങളെക്കുറിച്ച്, കൈക്കൊണ്ടിട്ടുള്ള കരുതൽ നടപടികളെക്കുറിച്ച് എല്ലാം ചോദ്യങ്ങളുണ്ടായി. രഞ്ജിത്തിന്റെ പരിശ്രമങ്ങളെ അദ്ദേഹം പരസ്യമായി പുകഴ്ത്തി. മറ്റ് ഓഫീസർമാർക്ക് ഇത് ദഹിക്കില്ല എന്നയാൾക്കറിയാം. അതിനാൽ വിഷയം മാറ്റിക്കൊണ്ട് മുംബൈ ഓഫീസിൽ വേണ്ടത്ര അംഗബലമില്ലാത്തതിനെക്കുറിച്ച് പരാമർശിച്ചു സംസാരിച്ചു.

നമ്മെ അഭിമുഖീകരിക്കുന്ന പ്രശ്നങ്ങൾ കൈകാര്യംചെയ്യാൻ വേണ്ടത്ര ആളുകളില്ല. ആധുനിക ഉപകരണങ്ങളൊന്നുമില്ല. എതിരാളിയുടെ കൈയിൽ എ കെ 47 നും എ കെ 56 ഉം ഒക്കെയാണ്. നമ്മുടെ കൈയിൽ ഇപ്പോഴും രണ്ടാം ലോകമഹായുദ്ധകാലത്തുപയോഗിച്ചിരുന്ന 303 റൈഫിളുകളാണ്. അതു ലോഡ് ചെയ്ത് ഉന്നം നോക്കി വെടിയു

തിർക്കുമ്പോഴേക്കും എതിരാളി ദുബായിലേക്കു രക്ഷപ്പെടും എന്നുപറഞ്ഞപ്പോൾ എല്ലാവരും ചിരിച്ചു.

യോഗം ഉച്ചവരെ നീണ്ടു. ഭക്ഷണം കഴിച്ച് ഓഫീസിലേക്കു മടങ്ങുമ്പോൾ വങ്കിബാത്തിന്റെ രുചിയും പൂരൺബോളിയുടെ മണവും ഒപ്പം വന്നു. മനസ്സ് ലാഘവമായതു പോലെ. അയാളുടെ പേര് പ്രസിഡന്റിന്റെ മെഡലിനായി ശുപാർശ ചെയ്തിട്ടുണ്ടെന്ന് മുഖ്യമന്ത്രി അയാളോട് രഹസ്യമായി പറഞ്ഞിരുന്നു.

ഓഫീസിന്റെ വാതിൽക്കൽ രണ്ടുപേർ അരുണയെ പിന്തുടർന്നു പോയവരാണ്– ഇരിപ്പുണ്ടായിരുന്നു. അയാളെ കണ്ടപ്പോൾ അവർ എഴുന്നേറ്റു നിന്ന് സല്യൂട്ട് ചെയ്തു.

അവരോട് അകത്തേക്കുവരാൻ പറഞ്ഞ് അയാൾ സീറ്റിലിരുന്നു. അവൾ അകത്തുകടന്ന് വീണ്ടും സല്യൂട്ട് ചെയ്ത് അയാൾക്കഭിമുഖമായി ഇരുന്നു. ഒരാൾ ഫോട്ടോകളടക്കംചെയ്ത കവർ രഞ്ജിത്തിന്റെ മുന്നിലേക്കു നീക്കിവെച്ചു.

"ങാ, ദിവാകർ പറയൂ. ഇന്നലെ എവിടെയാണു പോയിരുന്നത്?"

"അരുണയും അവളുടെ അമ്മയും കൂടി ഹരേകൃഷ്ണാ ക്ഷേത്രത്തിലേക്കുപോയി. പക്ഷേ, ആ ബാർ ഡാൻസർ വന്നേയില്ല സാർ." ദിവാകറിന്റെ മറാത്തി ഉച്ചാരണത്തിന് മലയാളച്ചുവയുണ്ടായിരുന്നു.

"നല്ലവണ്ണം നോക്കിയില്ലേ?"

"യെസ് സാർ അരുണ ഡാൻസറെ കാണാനല്ല പോയതെന്ന് ഞങ്ങൾക്ക് തോന്നുന്നു. ഇന്നലെ അമ്മയെ വെറുതെ അമ്പലത്തിലേക്കു കൂട്ടിക്കൊണ്ടു പോയതാവണം."

"അപ്പോ അരുണ അവിടെ ആരോടും സംസാരിച്ചില്ലേ?"

"ഇല്ല കുറച്ചുനേരം പുറത്ത് ആരെയോ കാത്തിരിക്കുന്നതുപോലെ ഇരിക്കുന്നതുകണ്ടു. കുറച്ചുകഴിഞ്ഞപ്പോൾ എഴുന്നേറ്റ് അകത്തേക്കുപോയി."

"ഫൂൾ! ചിലപ്പോ ഡാൻസറെ പ്രതീക്ഷിച്ച് ഇരുന്നതാവും!"

""യെസ് സാർ. പക്ഷേ, ആ ഡാൻസർ വന്നില്ല സാർ.""

"അകത്തു ചെന്നിട്ട് അവൾ ആരെയെങ്കിലും കണ്ടു സംസാരിച്ചോ"

"ഇല്ല സാർ. അവിടെയുള്ള ഒരു ശില്പത്തെക്കുറിച്ച് ഒരു സന്ന്യാസി പതിവുപോലെ വിശദീകരിച്ചുകൊണ്ടിരുന്നു. അത്രേയുള്ളൂ."

"അരുണയുടെ കൂടെ വേറെ ആരെങ്കിലുമുണ്ടായിരുന്നോ?"

"ആരുമില്ലായിരുന്നു സാർ."

"വിഡ്ഢി! ആ സന്ന്യാസിനി ചിലപ്പോൾ ഡാൻസറായിരുന്നിരിക്കാം."

"ആയിരിക്കാൻ വഴിയില്ല. സാർ സന്ന്യാസിനി ഒരു വിദേശവനിതയായിരുന്നു. ചെമ്പൻമുടിക്കാരി."

"ഫോട്ടോ എടുത്തോ?"

"എടുത്തു പക്ഷേ, മുഖം കിട്ടിയില്ല. ശില്പം നോക്കി നിന്നതുകൊണ്ട് പിൻഭാഗമേ കിട്ടിയുള്ളൂ. കവറിൽ നിന്ന് ദിവാകരൻ ഒരു

ഫോട്ടോ തെരഞ്ഞെടുത്ത് കാണിച്ചുകൊടുത്തു. അതിൽ അരുണയുടെ മുഖം ദൃശ്യമല്ല. സന്ന്യാസിയുടെ പിൻഭാഗമേ കാണുന്നുള്ളൂ. അതുവെച്ച് ഒന്നും ഊഹിച്ചെടുക്കാൻ കഴിയുന്നില്ല. വരാൻ പറഞ്ഞിട്ട് മന്ദാകിനി ചെല്ലാതിരിക്കുമോ. അയാൾ ചിന്തിച്ചുനോക്കി. അല്ല അവരിലൊരാൾ മുന്നറിയിപ്പു നല്കിയിട്ടുണ്ടെങ്കിൽ. അതിലും അത്ഭുതപ്പെടാനൊന്നുമില്ല."

"ങാ എന്നിട്ട് പിന്നെന്തുണ്ടായി?"

അരുണ അമ്മയെ അന്വേഷിച്ചു നടന്നതും ഒടുവിൽ ഒരു ഹിജഡ അവരെ റോഡിൽ നിന്നു കൂട്ടിക്കൊണ്ടുവന്നതും അതിനുശേഷം ഒരു ടാക്സിയിൽ അവരെ ചർച്ച് ഗേറ്റിലെ വീട്ടിൽ കൊണ്ടുവിട്ടതും ദിവാകർ പറഞ്ഞപ്പോൾ ഒരു കഥ കേൾക്കുന്നതുപോലെയേ തോന്നിയുള്ളൂ.

"ഹിജഡയോ? ആ അമ്മ എങ്ങനെ കൂട്ടം തെറ്റി?"

"അവര് സുഖമില്ലാത്ത ആളാണെന്നു തോന്നുന്നു." അയാൾ തലയിലേക്കു വിരൽചൂണ്ടിക്കൊണ്ടു പറഞ്ഞു.

"ഹിജഡയുടെ ഫോട്ടോയും ഞങ്ങൾ എടുത്തിട്ടുണ്ട്."

രഞ്ജിത് ഫോട്ടോകൾ ഓരോന്നായി എടുത്തുപരിശോധിച്ചു. ഹിജഡയുടെ മുഖം പരിചയമില്ല. എല്ലാവരും ടാക്സിയിൽ കയറി ഇരിക്കുന്ന ഫോട്ടോയുണ്ട്. പെട്ടെന്ന് അയാൾ നിവർന്നിരുന്നു. ടാക്സിയുടെ മാത്രം ഒരു ഫോട്ടോയുണ്ട്. അയാൾ അതിലേക്ക് ഉറ്റുനോക്കി. സംശയമില്ല. തലേന്ന് മന്ത്രിയുടെ വീട്ടിനടുത്ത് റോഡിൽ നിന്നിരുന്ന വണ്ടിയുടെ നമ്പരും ഇതുതന്നെയായിരുന്നു.

പൊലീസുകാർ മടങ്ങിപ്പോയപ്പോൾ അയാൾ ജയിൽ സൂപ്രണ്ടിനു ഫോൺ ചെയ്തു.

"ആ റിപ്പോട്ടർക്ക് ഇപ്പോൾ എങ്ങനെയുണ്ട്?"

"ഇനിയും ബോധം തെളിഞ്ഞിട്ടില്ല." വാഡേക്കർ അറിയിച്ചു.

പതിനാറ്

ആ നിമിഷം വരെ സുദൃഢമായി ബന്ധിക്കപ്പെട്ടിരുന്ന കണ്ണികളെല്ലാം ഒന്നൊന്നായി പതുക്കെപ്പതുക്കെ താനേ അഴിഞ്ഞുവീണപ്പോൾ പരമമായ ശാന്തി അയാളെ ഗാഢമായി പുല്കി. വേദനകളോ ഭയങ്ങളോ ആശങ്കകളോ സങ്കടങ്ങളോ തെല്ലും ബാധിക്കാത്ത മൗനം മൃദുവായ ഒരു പുതപ്പെന്നപോൽ അകവും പുറവും തഴുകി നിന്നു. സർദാർജി സഖാക്കൾ അയാളുടെ ശരീരത്തിലേക്ക് ശ്രദ്ധിച്ചുകൊണ്ട് അരികെയിരുന്നു.

ശരീരവും ഞങ്ങളും തമ്മിൽ ബന്ധമൊന്നുമില്ലെന്ന നിഗമനത്തിലേക്ക് ഞങ്ങൾ എന്നോ എത്തിക്കഴിഞ്ഞിരിക്കുന്നു എന്ന് അവർ കുശുകുശുത്തു.

അത്തരമൊരു ജ്ഞാനം നേടാൻ യോഗികളായിരിക്കണമെന്നൊന്നുമില്ല. ജീവിതത്തിൽനിന്ന് ഒളിച്ചോടുന്നതല്ല സന്ന്യാസം. തോൽവാറുകൊണ്ടുള്ള അടി നഗ്നമായ ശരീരത്തിലേല്ക്കുമ്പോൾ അടി കൊള്ളുന്നത്

മറ്റാർക്കോ ആണ് എന്നു വിചാരിക്കാൻ തോന്നുന്ന ഒരു സന്ദർഭം ഉണ്ടാവുന്നുണ്ടല്ലോ. അതാണ് സന്ന്യാസം. നമ്മുടെ അനുഭവം യോഗികൾക്കുണ്ടാവുമോ?'

ചോദ്യങ്ങളും അവയ്ക്കുള്ള ഉത്തരങ്ങൾ തേടിപ്പോകലുമെല്ലാം ഇപ്പോൾ അനാവശ്യമായിത്തീർന്നിരിക്കുന്നു. ചുറ്റുമുള്ള സാഗരത്തിലേക്ക് അമിഴ്ന്ന് ശരീരം താണുതാണു പോവുകയാണ്. അയാൾ മുകളിലേക്കു പൊന്തിവന്ന് അതു മുങ്ങുന്നതും നോക്കിനിന്നു. എന്നിട്ട് പഞ്ഞിപോലെ പൊങ്ങിക്കിടന്ന് നീങ്ങി. വിവേക് അനിയാ വിവേക് എന്ന ആരോ വിളിക്കുന്നു. അതുകേൾക്കാതെ അയാൾ പൊങ്ങുതടിപോലെ മുംബൈ നഗരം വിട്ടുപോകാൻ മനസ്സില്ലാത്തതുപോലെ അങ്ങോട്ടുമിങ്ങോട്ടും അലയവെ മുംബൈയുടെ ഗർഭകോഷ്ഠത്തിലേക്കു പ്രവേശിക്കുന്നതുപോലെ. നഗരത്തിന്റെ ഹൃദയത്തുടിപ്പ് ഇപ്പോൾ വ്യക്തമായി കേൾക്കാം. ലപ്ടപ് ലപ് ടപ്. അതിന്റെ രക്തക്കുഴലുകൾ കാണാം.

നീലയും ചുവപ്പും പിന്നെ എന്തൊക്കെയോ നിറങ്ങൾ തീക്ഷ്ണമായി തിളങ്ങിനില്ക്കുന്നു. ഒരു കൂറ്റൻ യന്ത്രത്തെ പ്രവർത്തിപ്പിക്കുന്ന ചക്രങ്ങൾ പോലെ ഹൃദയത്തിന്റെ കതകുകൾ അടഞ്ഞും തുറന്നും ലപ് ടപ് ലപ് ടപ് പുറത്ത് പലതരം ഭാഷകളുടെ മണിപ്രവാളശബ്ദങ്ങളുമായി വായു കൂടിച്ചേർന്നുകഴിഞ്ഞിരിക്കുന്നു.

അതാ ഒത്ത നടുക്കായി കാവിയുടുത്ത നേതാവിരിക്കുന്നുണ്ട്. എല്ലാരെയും വിരട്ടിയോടിക്കൂ എന്ന ആഹ്വാനം അന്തരീക്ഷത്തിൽ മുഴങ്ങുന്നു. അന്യസംസ്ഥാനക്കാരുടെ കുടിയേറ്റത്തെ ചെറുത്തുനിർത്തുക. അവർ നമ്മുടെ ഭാഷയെ മാത്രമല്ല അപഹസിക്കുന്നത് ഭൂമിയും പിടിച്ചെടുക്കുന്നുണ്ട്. അവർ അവിടെ ബംഗ്ലാവുകൾ നിർമ്മിക്കുന്നു. തങ്ങളുടെ അവസരങ്ങൾ അവർക്കു ദാനമായി നല്കുന്ന സാധുമറാത്തിയന്റെ യജമാനന്മാരായി മാറുകയാണവർ. വിഡ്ഢി! നീ ഉറങ്ങുമ്പോൾ നിന്റെ വീട് കൊള്ളയടിക്കപ്പെടുന്നു. ഉണരൂ രോഷാകുലരാവൂ. തമിഴരെ ഓടിച്ചു മുസ്ലീങ്ങളെ പാകിസ്ഥാനിലേക്ക് വിരട്ടിയോടിക്കൂ.

Hang Them! എല്ലാറ്റിനെയും തൂക്കിലേറ്റണം നിങ്ങൾ വീരശിവജിയുടെ പിൻതലമുറക്കാരാണ്. ചരിത്രം മറന്നുകളയരുത്. മുസൽമാന്മാർ നമ്മുടെ പരമ്പരാഗത വൈരിയാണ്.

നേതാവിന്റെ പിന്നിൽ പുലിത്തോൽ തൂക്കിയിട്ടിരിക്കുന്നു. കാൽച്ചുവട്ടിലും ഒരെണ്ണം വിരിച്ചിട്ടുണ്ട്. കാവിയിലേക്ക് വരകൾ പടർന്നു കയറി നേതാവ് പുലിയായി മാറുന്നു. രുദ്രാക്ഷമണിഞ്ഞ പുലി. അങ്ങോർ ചിന്താമഗ്നനായി പൈപ്പ് വലിക്കുന്നു. ഞാൻ കാരണമാണ് മറാത്തിയുവാക്കൾ ചുണക്കുട്ടികളായത് എന്ന മട്ടിൽ ചിരിക്കുന്നു. ചിരിക്കുമ്പോൾ അങ്ങോരുടെ കണ്ണുകളും ചിരിച്ചുവോ എന്നറിയില്ല. കറുത്ത കണ്ണട ആ കണ്ണുകളെ മറച്ചിരിക്കുന്നു. മുംബൈയെ എങ്ങനെയാണ് രക്ഷിക്കുക? മറാത്തികൾ ഒറ്റക്കെട്ടായി സടകുടഞ്ഞെണീറ്റ് പടയൊരുക്കം നടത്തിയാൽ മുംബൈയെ രക്ഷിക്കാം.

അതെ! ആൾക്കാർ പട കൂടാൻ കാത്തിരിക്കുകയാണ്. മുംബൈയുടെ പലഭാഗങ്ങളിലും ദാരിദ്ര്യവും നിസ്സഹായതയും നിരാശയും രോഷപ്രകടനമായി പുറത്തുവന്നുകൊണ്ടിരിക്കുന്നു. പുലിയുടെ ഗർജ്ജനം കേട്ടു മനസ്സിളക്കപ്പെട്ടവനായി. മറാത്തി സംസാരിക്കാത്ത മുതലാളിയുടെ കീഴിൽ എട്ടുമണിക്കൂർ വായും കൈയും പൊത്തിനിന്നു പണിയെടുത്ത് അപമാനങ്ങളും അപവാദങ്ങളും സഹിച്ച് ഇലക്ട്രിക് ട്രെയിൻ പിടിച്ചു വീടണയുമ്പോൾ, തീർച്ചയായും ആ മുംബൈക്കറുടെ മനസ്സിൽ സംതൃപ്തി ഉണ്ടാവില്ല. ഒറ്റമുറി വീടിനുള്ളിലേക്ക് കാലെടുത്തു വെക്കുമ്പോൾത്തന്നെ കീശയിലേക്കു കൺനീട്ടുന്ന കുടുംബം. എപ്പോഴും ചെലവിനു പണം തരൂ എന്ന ആവലാതി. ഒന്നിനും കൊള്ളാത്തവനാണെന്ന പരിഹാസം നേരിടേണ്ടിവരുന്ന സന്ദർഭങ്ങൾ. പക്ഷേ, അയാൾ വെറും സീറോ അല്ല എന്നു നിരൂപിക്കപ്പെടുന്ന സന്ദർഭങ്ങളുമുണ്ട്. ആൾക്കൂട്ടത്തിലൊരാളായി മുദ്രാവാക്യങ്ങൾ മുഴക്കുമ്പോൾ. അടിക്കെടാ, കൊല്ലെടാ, വെട്ടെടാ എന്നൊക്കെ പ്രകോപിപ്പിക്കപ്പെടുമ്പോൾ അത്തരം സന്ദർഭങ്ങളിൽ അമാനുഷികമായൊരു ശക്തി അവന്റെയുള്ളിൽ പ്രവേശിക്കുകയാണ്. കാറിൽ യാത്ര ചെയ്യുന്നവനെ കോട്ടും സൂട്ടുമിട്ടു നടക്കുന്ന പ്രമുഖരെ അടിക്കാൻ ധൈര്യപ്പെടുത്തുന്ന ശക്തി. ഇത് അവരുടെ നഗരമല്ല എന്റെ നഗരമാണ്. എന്റെ സ്വന്തം നഗരം. ആ ബന്ധം കോപിക്കാനുള്ള അവകാശം അവനു നല്കുന്നുണ്ട്.

Hang Them

അയാളുടെ തൊട്ടരികിൽ നിന്നു മൂത്രമൊഴിച്ചു കൊണ്ട് ലക്ഷ്മണൻ പറയുന്നു.

"നീയും ഒഴിക്ക് നിന്റെ അവയവത്തിനു വ്യത്യാസമുണ്ടോ എന്നറിയണം."

"ഉണ്ടോ? എങ്കിൽ hang them!" അയാൾ കയറും ചുഴറ്റിക്കൊണ്ട് അടുത്തേക്കുവരുന്നു.

അയാളുടെ പിടിയിലകപ്പെടാതെ ഇപ്പോൾ കാറ്റിനെപ്പോലെ തെന്നി മാറാൻ കഴിയുന്നുണ്ട്. ബഹുദൂരം വരെ. മുസ്ലീങ്ങൾ തിങ്ങിപ്പാർക്കുന്ന മദൻപുരയിലേക്ക്. മദ്ധ്യമുംബൈയിലേക്ക്.

ബക്രീദ് പെരുന്നാളിനു തയ്യാറെടുക്കുകയാണ് മദൻപുര. ഇനി മൂന്നു നാളുകൾ കാളകളെയും ആടുകളെയും കശാപ്പുചെയ്യും. ഒപ്പം വന്ന സഹലേഖകൻ പറഞ്ഞുതന്നു. അല്ലാമിയാ ഇബ്രാഹിമിനോട് നിന്റെ മകനെ ബലി കൊടുക്കണം എന്നു പറഞ്ഞപ്പോൾ ഇബ്രാഹിം മകനെ കൂട്ടി മലയിലേക്കു ചെന്നു. കത്തിയെടുത്ത് ഓങ്ങി. അത് താഴേക്കു വന്നതും മകനുപകരം അവിടെ ഒരു ആട്. നമുക്കേറ്റവും ഇഷ്ടമുള്ള ഒന്നിനെ ദൈവത്തിനു സമർപ്പിക്കണം എന്നതാണ് ഈദ് പെരുന്നാളിന്റെ കാതൽ. ആയിരക്കണക്കിന് ആടുമാടുകൾ കാത്തുനില്ക്കുകയാണ് തങ്ങളെ സമർപ്പിക്കുവാനായി.

അവിടെ ഒരു കാളയെ നിലത്തു കശാപ്പുചെയ്തിരിക്കുന്നു. അതിന്റെ കാലുകൾ കെട്ടപ്പെട്ട നിലയിലാണ്. ആരുടെ പേരിലാണ് ബലി കൊടു

ക്കേണ്ടത് എന്ന് ഇമാം ചോദിക്കുന്നു. ഒരു കടലാസിൽ പേരുവിവരം കൊടുത്തതും ഇമാം അവർ എല്ലാവർക്കും വേണ്ടിപ്രാർത്ഥിക്കുന്നു. ഒരാൾ കാളയുടെ കഴുത്തിലേക്ക് കത്തിയിറക്കുന്നു. കഴുത്തു മുറിഞ്ഞ് രക്തം വാർന്നൊഴുകുന്നു. മൃഗത്തിന്റെ ഉടൽ താനെ പിടഞ്ഞു തുള്ളുന്നു. കാലുകൾ കുടയുന്നു.

""വീട്ടിൽ കൊണ്ടുപോയിക്കഴിഞ്ഞും മാംസത്തിനു തുടിപ്പുണ്ടാവും." എന്ന് അബ്ദുള്ള പറയുന്നു. നിലമാകെ രക്തം വീണ് എണ്ണയെന്ന പോലെ തിളങ്ങുന്നു. പുതിയ രക്തത്തിന്റെ നിറം കൃത്രിമമാണെന്ന് തോന്നിപ്പോവുന്നു. ചുമരുകൾക്കു പൂശുന്ന വർണ്ണക്കൂട്ടുപോലെ.

ബ്ലപ്പ്

ഒരു തുള്ളി രക്തം അബ്ദുള്ളയുടെ വെളുത്ത ഷർട്ടിൽ തെറിക്കുന്നു. അത് കറുത്ത വൃത്തമായി വികസിക്കുന്നു. കാളകളുടെ കശാപ്പു തുടരുകയാണ്. തറയിൽ ഉടലും തലയും വെവ്വേറെ കിടന്ന് പിടയുകയാണ്. അല്പം മുമ്പുവരെ ഒന്നായി പ്രവർത്തിച്ചിരുന്നവ ഇപ്പോൾ മനസ്സിന്റെ നിയന്ത്രണത്തിൽ നിന്നുവിട്ട് സ്വയം പ്രവർത്തിക്കുകയാണ്.

തലയില്ലാത്ത ഉടൽ മാത്രം വിസർജ്ജിക്കുന്നു. ഉടലിൽനിന്നും വേർപെട്ട തലയോ വായ തുറന്നു തുറന്ന് അടച്ചു. ഇത്രയധികം മൃഗങ്ങളും ആശ്ചര്യകരമാം വിധം നിശ്ശബ്ദമായി നിലകൊണ്ടു. ആടുകൾ ഭയന്ന് അലറിവിളിച്ചില്ല. കൺമുന്നിൽ ചെന്നുവീഴുന്ന സഹജീവികൾക്കായി അവറ്റ കണ്ണീരൊഴുക്കിയില്ല. ഊഴം വരുന്നതുവരെ വൈക്കോലും ചവച്ചുനിന്നു. കഴുത്തിലേക്ക് ഇറങ്ങാൻ വരുന്ന കത്തി അവ നേർക്കുനേർ കണ്ടു.

രക്തം പടർന്ന തെരുവിലൂടെ കുട്ടികൾ നഗ്നപാദരായി ചിരിച്ചുല്ലസിച്ചു ഓടിക്കൊണ്ടിരുന്നു. കണ്ണുകൾ തുറന്നിരുന്നു. ഒരു ജന്തുവിന്റെ തലയും കൈയിൽപ്പിടിച്ച് ചിലർ അങ്ങോട്ടുമിങ്ങോട്ടും നടക്കുന്നു.

അച്ഛൻ തീർത്തും സസ്യഭുക്കായിരുന്നു. അതിനാൽ അമ്മയും സസ്യഭക്ഷണമേ കഴിച്ചുള്ളൂ. അച്ഛനുവേണ്ടി അമ്മ എന്തൊക്കെയാണ് ത്യജിച്ചിരിക്കുക എന്ന് അമ്പരപ്പു തോന്നുന്നു. അമ്മ ഈദ് പെരുനാൾ പോലും വീട്ടിൽ ആഘോഷിച്ചില്ല. അമ്മയുടെ ബന്ധുക്കൾ പാകിസ്ഥാനിലാണെന്ന് അച്ഛൻ പറഞ്ഞുകേട്ടിട്ടുണ്ട്. അവരുമായി ബന്ധപ്പെടാൻ അമ്മ ആഗ്രഹിച്ചിരുന്നുവോ? അറിഞ്ഞുകൂടാ. അമ്മയ്ക്ക് സ്വന്തം അച്ഛൻ മാത്രമേ ഒപ്പം ഉണ്ടായിരുന്നുള്ളൂ. അദ്ദേഹം താൻ ജനിക്കുന്നതിനു മുമ്പേതന്നെ മരിച്ചുപോയി.

നിന്റെ ശരീരത്തിൽ മുസ്ലീം രക്തമാണ് ഒഴുകുന്നതെന്ന് കരീംഖാൻ പറയുന്നു.

അതെന്താണ് അങ്ങനെ വ്യത്യാസമുള്ള ഒരു രക്തം? അയാൾക്കു ചിരി വന്നു. മൃഗത്തിന്റെയും മനുഷ്യന്റെയും രക്തം തമ്മിൽ പോലും വ്യത്യാസം കാണാൻ കഴിഞ്ഞില്ല. ആടുമാടുകൾക്ക് സംസാരശേഷി ഉണ്ടായിരുന്നെങ്കിൽ ആരും അവയെ കശാപ്പു ചെയ്തു കഴിക്കുകയില്ലായിരുന്നു. എന്നും തോന്നിപ്പോയി.

ഇമ്മാതിരിയെന്ന് ആലോചിച്ച് കുഴങ്ങണ്ട. എന്നാണ് കരീംഖാന്റെ നിർദ്ദേശം.

ഒരു മുസ്ലീമിന് പിറന്നിട്ട് ഖുറാൻപോലും വായിക്കാത്തവനാണ് താനെന്നറിഞ്ഞാൽ നമ്മുടെ നേതാവ് ഇയാളെ ആദ്യം ബലി കൊടുക്കാൻ പറയും.

അയാൾക്കു ചിരി വന്നു. അമ്മ ഒരുചേരിയിലും പെടാതെ തന്നെ വളർത്തിയതിൽ നേരിയ ജാള്യത തോന്നി.

ഇയാളുടെ നിലപാട് എന്താണ്? ലക്ഷ്യം? എന്നൊക്കെ കരീംഖാൻ ചോദിക്കുമ്പോൾ മറുപടി പറയാൻ അറിയുന്നില്ല. കരീംഖാന് ഇതിനെല്ലാം സുനിശ്ചിതമായ മറുപടിയുണ്ട്. അതിനുവേണ്ടി ജീവിക്കുക എന്നതാണ് ഏറ്റവും വലിയ നേട്ടം. എന്നമട്ടിലാണ് അയാളുടെ സംസാരം. രാജ്യം വേറെ ജിഹാദ് വേറെ ആണത്രേ!

കരീംഖാൻ! നിങ്ങൾ സ്വയം വഞ്ചിക്കാതിരിക്കൂ എന്നും പറയണമെന്നുണ്ട്. ഇയാൾ ശത്രുക്കളുടെ കൂലിപ്പടയിലെ വെറും ഒരംശം മാത്രമാണ്. അതു ജിഹാദ് അല്ല. രാജ്യദ്രോഹമാണ്.

"രാജ്യം എന്നു പറയുന്നത് നാമായിട്ടുണ്ടാക്കുന്ന ചില അതിരുകളല്ലേ? ഖാൻ ചിരിക്കുകയാണ്. "രാജ്യം വെറും സങ്കല്പമാണ്. അല്ലാഹുവാണ് യാഥാർത്ഥ്യം."

ആ ചിരി വിവേകിനെ നടുക്കി.

"നിങ്ങളുടെ നേതാവ് എവിടെയാണ്? അയാളെമാത്രം കാട്ടിത്തന്നാൽ മതി. എന്റെ ലേഖനപരമ്പരയ്ക്ക് അത്രയും മതി. അതുകഴിഞ്ഞാൽ ഇയാളുടെ വഴി ഇയാൾക്ക്. എന്റെ വഴി എനിക്ക്."

കരീംഖാൻ അയാളെ സൂക്ഷിച്ചുനോക്കി.

"കാട്ടിത്തരാം പക്ഷേ, എന്റെ പേര് പുറത്തു വിട്ട് ഞങ്ങളെ ഒറ്റിക്കൊടുത്താൽ നടക്കുന്നത് മറ്റൊന്നാവും അപകടം തനിക്കാവില്ല. തന്റെ അച്ഛനായിരിക്കും."

"ഇക്കാര്യത്തിൽ എന്തിനാ എന്റെ അച്ഛനെ വലിച്ചിഴയ്ക്കുന്നത്?"

"എന്തിനെന്നോ? അയാൾ ഒരു ഹിന്ദുവാണ്."

കരീംഖാനെ കൂടെക്കൂടെ ഒരു ഭൂതം ആവേശിക്കുന്നുണ്ട്. ഇയാൾതന്നെയാണ് ചിലപ്പോൾ കണ്ണീരൊഴുക്കുന്നത്. ശരിയേത് തെറ്റേത് എന്നുതിരിയുന്നില്ല എന്നുപറഞ്ഞു കുഴങ്ങുന്നത്. ദൈവത്തെക്കുറിച്ച് സംശയങ്ങൾ ഉന്നയിക്കുന്നത്. മുംബൈ നഗരത്തിൽ പ്രതിരൂപം ഇയാളാണെന്നു തോന്നുന്നു. ബക്രീദിന് കശാപ്പുചെയ്യപ്പെട്ട നാൽക്കാലികളുടെ തലയും ഉടലും വെവ്വേറെ കിടക്കുന്നതുപോലെ. മുംബൈയുടെ ബുദ്ധിയും ഇന്ദ്രിയങ്ങളുമെല്ലാം പ്രത്യേകം പ്രത്യേകമായി സ്വയം പ്രവർത്തിക്കുകയാണ്.

"കരീംഖാന് അച്ഛനുണ്ടോ?"

"ഇല്ല കലാപത്തിന്റെ സമയത്ത് മരിച്ചു. അങ്ങോർ മരിച്ചുപോയതിൽ എനിക്കു സങ്കടമൊന്നുമില്ല. അമ്മയെ ഒരുപാട് ദ്രോഹിച്ചിട്ടുണ്ട്."

"അമ്മയോ?"

"അമ്മയെ കാണാതായി."

"കാണാതായെന്നോ? കലാപത്തിന്റെ സമയത്താണോ അതും."

"അല്ല അതിനു മുമ്പേ ചിത്തഭ്രമം പിടിപെട്ടപോലെയായിരുന്നു."

"അന്വേഷിച്ചുവോ?"

"പിന്നെ അന്വേഷിക്കാതെയാ? നായയെപ്പോലെ അലഞ്ഞുനടന്ന് തിരഞ്ഞു. പൊലീസിൽ പരാതി കൊടുത്തപ്പോൾ ദരിദ്രവാസികൾ വായിൽ തോന്നിയതൊക്കെ പറഞ്ഞു. ഒന്ന് അന്വേഷിക്കുകപോലും ചെയ്തില്ല."

കരീംഖാൻ മുഖം പൊത്തിക്കൊണ്ട് ഏങ്ങിയേങ്ങിക്കരഞ്ഞു. വിവേകിന് ന്യൂയോർക്ക് ഹോസ്പിറ്റലിൽ കിടന്ന് മരിച്ചുപോയ അമ്മയെ ഓർമ്മവന്നു. കരീംഖാനെ തോളോടുചേർത്ത് അയാളും കരഞ്ഞു. അല്പനേരത്തേക്ക് അയാൾ ഒരു കൊലയാളിയാണെന്ന കാര്യം പാടെ മറന്നുപോവുന്നു. മനുഷ്യഹൃദയത്തിനും കൊലപാതകങ്ങൾക്കുമിടയിൽ അഗാധമായ ഒരു കിടങ്ങുള്ളതായി തോന്നുന്നു. കൊലയാളികൾ ആ കിടങ്ങിന് കുറുകെ നിർമ്മിക്കുന്ന പാലങ്ങൾ വിചിത്രങ്ങളായി കാണപ്പെടുന്നു. ഹിന്ദു വർഗ്ഗീയ വാദികളും പൊലീസ് എൻകൗണ്ടർ വിദഗ്ദ്ധരും അധോലോക മതവാദതീവ്രവാദികളും നിത്യേന സ്വയം വഞ്ചിച്ചുകൊണ്ട് ആ പാലങ്ങളിൽക്കൂടി നടക്കുകയാണ്. എന്റെ ധർമ്മം ഇതാണ് എന്ന് ജപിച്ചുകൊണ്ട്.

കരീംഖാൻ നേതാവിനെ കാട്ടിത്തന്നപ്പോ അത് ഒന്നുകൂടി ദൃഢമായി. നേതാവ് വിദ്യാഭ്യാസമുള്ളയാളാണ്. നന്നായി ഇംഗ്ലീഷ് സംസാരിക്കുന്ന ബിരുദധാരി. വളരെ കരുതലോടു കൂടിയാണ് സംസാരിക്കുന്നത്. പക്ഷേ, ആ കണ്ണുകൾ ഭയം ജനിപ്പിക്കുന്നവയാണ്. കൊലവെറി ബാധിച്ചവ. സംസാരിക്കുന്നതിനിടെ കൂടെക്കൂടെ അയോദ്ധ്യയിലെ ബാബറി മസ്ജിദ് തകർത്ത വിഷയം എടുത്തിടുന്നു. അതിന്റെ ഓർമ്മ അയാൾക്ക് ശൗര്യം പകരുന്നുപോൽ "ഒരു രാജ്യത്തിന്റെ ചരിത്രത്തിലുണ്ടാവുന്ന ചില വഴിത്തിരിവുകൾ അതിന്റെ തലേലെഴുത്തു മാറ്റാൻ പോന്നവയാണ്. അത്തരമൊരു വഴിത്തിരിവാണ് ആ സംഭവം." എന്നു പറയുമ്പോൾ അയാളുടെ കണ്ണുകളിൽ നിന്നു തീ പാറുന്നു. "ചില തെറ്റുകൾ ശിക്ഷിക്കപ്പെട്ടിരുന്നുകൂടാ." അയാൾ ആവേശം കൊണ്ടു.

"ശിക്ഷിക്കാൻ നമ്മളാരാണ്? അതിനു കോടതിയും നിയമവുമൊക്കെയുണ്ടല്ലോ."

"ഹും! കോടതി! ഹും! ഒരു നിയമം! ഒക്കെ കൊണ്ടു ചവറ്റുകൊട്ടയിലിടണം. അതൊക്കെ നേരെ ചൊവ്വേ ആയിരുന്നെങ്കിൽ ഞങ്ങൾക്കിങ്ങനെ പണിയെടുക്കേണ്ടി വരില്ലായിരുന്നു."

രഞ്ജിത് ഷിരോദ്കർ പറഞ്ഞത് ഓർമ്മ വന്നു.

നനഞ്ഞിഴഞ്ഞു പ്രവർത്തിക്കുന്ന നമ്മുടെ കോടതികൾ, ഭരണസംവിധാനത്തിലുള്ള അഴിമതി. ഇവതന്നെയാണ് അധോലോകം തഴച്ചുവളരാനുള്ള കാരണങ്ങൾ.

ഇയാൾക്ക് വല്ല പ്രശ്നവുമുണ്ടെങ്കിൽ ഞങ്ങളുടെ അടുത്തുവരിക. നേതാവു പറഞ്ഞു.

"24 മണിക്കൂറിനകം തീർപ്പാക്കാം. നാമിനി സുഹൃത്തുക്കളാണ്.

ഇതു നിങ്ങളോടു പറയാൻ പറഞ്ഞ് മുകളിൽ നിന്നു വിവരം കിട്ടിയിരിക്കുന്നു.”

മുകളിൽനിന്ന് എന്നുപറഞ്ഞപ്പോൾ അയാൾ ആകാശത്തിലേക്കാണു ചൂണ്ടിക്കാണിച്ചത്. അത് ദൈവത്തെക്കുറിച്ചാണെന്നു തോന്നിയില്ല. പാകിസ്ഥാനോ ദുബായോ ആവാം.

“ഓർത്തോളൂ. ഇയാൾക്ക് ആരു പ്രശ്നമുണ്ടാക്കിയാലും ശരി. ഒരു തവണ ഞങ്ങളുടെ സഹായം കിട്ടും.”

അതിനർത്ഥം തനിക്കു വേണ്ടാത്തയാളെ കൊല്ലുക എന്നത് അവരുടെ ചുമതലയാണ് എന്ന്. തല്ക്കാലത്തെ പ്രശ്നം കരീംഖാനാണ് എന്നു പറഞ്ഞാലോ എന്നാലോചിച്ചതാണ്.

അവർ ബൈക്കുളയിലെ ഒരു ഇടവഴിയിലുള്ള പഞ്ചാബി ധാബയിൽ ചിന്നാബട്ടൂരാ കുഴിച്ചുകൊണ്ടിരിക്കുകയാണ്. പശ്ചാത്തലത്തിൽ പഴയൊരു ഹിന്ദിപ്പാട്ട്. ‘സാരെ ഹട്കേ സാര ബച്ച്കേ യഹി ബംബൈ മേരി ജാൻ.’ പാട്ടിനു താളം പിടിച്ചവാറ് നേതാവ് തലകുനിച്ചിരുന്ന് കരീംഖാനുമായി പതിഞ്ഞ ശബ്ദത്തിൽ സംസാരിച്ചത് തികച്ചും സാധാരണമായ കാര്യങ്ങൾ. പെട്ടെന്ന് അയാൾ വിവേകിന്റെ ഭാഗത്തേക്കു തിരിഞ്ഞു.

“എന്നാ ശരി. നിങ്ങൾ പൊയ്ക്കോളൂ. ഒരു കാര്യം ഓർമ്മയുണ്ടാവണം, ഞങ്ങളുടെ പേരു പറഞ്ഞാൽ നിങ്ങളുടെ കൂട്ടർക്ക് അതാപത്താവും.”

അതുകേട്ടപ്പോൾ നട്ടെല്ലിലൂടെ മിന്നൽപ്പിണർ പാഞ്ഞു.

എല്ലാവരും ധാബയിൽ നിന്നു പുറത്തുകടന്നു. അയാൾ ബൈക്ക് സ്റ്റാർട്ടു ചെയ്തിട്ട് അനങ്ങുന്നില്ല. ടയർ പഞ്ചറായിരിക്കുന്നു. അർദ്ധരാത്രി കഴിഞ്ഞിട്ടുണ്ട്. ഇനി എവിടെപ്പോയി കാറ്റുനിറയ്ക്കും?

“ബൈക്ക് ഇവിടെത്തന്നെ വെച്ചോളൂ കുഴപ്പമില്ല. ഇത് നമ്മുടെ ഏരിയതന്നെ.” തലവൻ പറഞ്ഞു. “തല്ക്കാലം ഞാൻ നിങ്ങളെ ഡ്രോപ്പു ചെയ്യാം. ബൈക്ക് കാറ്റടിച്ചിട്ട് നാളെത്തന്നെ കരീംഖാൻ വീട്ടിലെത്തിക്കും. താക്കോൽ തന്നേക്കൂ.”

നേതാവ് അയാളെ വീടിനു മുന്നിൽ കൊണ്ടുവിടുമ്പോൾ നഗരം ശാന്തമായ ഉറക്കത്തിലാണ്. അയാൾ ഒച്ചയുണ്ടാക്കാതെ പുറത്തുനിന്നു പ്രവേശിക്കാൻ പറ്റുന്ന പ്രത്യേക വാതിലിലൂടെ മുറിയ്ക്കകത്തു ചെന്നു കിടന്നു.

രാവിലെ ഉണരുമ്പോൾ കണ്ടു സുന്ദരമായ ലോകം. അധോലോകത്തെക്കുറിച്ചുള്ള ലേഖനപരമ്പരയ്ക്ക് ആവശ്യമുള്ള വിവരങ്ങളെല്ലാം ശേഖരിക്കാൻ കഴിഞ്ഞതിന്റെ സംതൃപ്തി. ഓഫീസിൽ പോകാൻ ബൈക്ക് ഇല്ല എന്നോർത്തു. കരീംഖാനുമായി ബന്ധപ്പെടാൻ പറ്റില്ല. അയാൾ മൊബൈൽ നമ്പരോ അഡ്രസോ തന്നിട്ടില്ല. അയാൾ ഉപയോഗിച്ച തന്റെ മൊബൈലിൽ ബൈക്കുളയിലെ ഒരു നമ്പർ ഉണ്ടെന്ന് മനസ്സു പറഞ്ഞു. ആ നമ്പറിൽ വിളിച്ചപ്പോൾ ഒരു സ്ത്രീശബ്ദം. ഇതൊരു സാരിക്കടയാണ്. അധോലോകത്തിൽ എല്ലാവരും കണ്ണുകെട്ടിക്കളിക്കുന്നവരാണെന്നു തോന്നുന്നു.

അച്ഛൻ ജോലിക്കായി പുറത്തുപൊയ്ക്കഴിഞ്ഞു. അയാൾ ഒരു ടാക്സി പിടിച്ച് ഓഫീസിലേക്കു പോയി.

ഉച്ചനേരത്ത് ന്യൂസ് റൂമിൽ ഒരു വാർത്ത എത്തുന്നു. പൊലീസ് ഹെഡ്ക്വാർട്ടേഴ്സിനടുത്തുള്ള പെട്രോൾ ബങ്കിൽ ബോംബ് സ്ഫോടനമുണ്ടായിരിക്കുന്നു. ആരെങ്കിലും മാലപ്പടക്കം പൊട്ടിച്ചതാവും എന്നു പറഞ്ഞ് ചിരിച്ചുംകൊണ്ട് പത്രലേഖകർ കാപ്പി നുണയുന്നു. അല്പസമയത്തിനുള്ളിൽ വാർത്തകൾ തുടരെ വന്നുകൊണ്ടിരുന്നു. തുടർ സ്ഫോടനവാർത്തകൾ പ്ലാസ തിയേറ്റർ, ഓഹരിച്ചന്ത, സെൻടാർ, ഹോട്ടൽ എയർ ഇന്ത്യാ ബിൽഡിങ്... അയാൾക്കു പരിഭ്രാന്തിയായി. കരീംഖാന്റെ വാക്കുകൾ മനസ്സിലേക്കു വന്നു. വളരെ വലിയ ഒരു പരിപാടിക്കു പ്ലാനുണ്ട്.

ഈ ദുരന്തത്തിൽ അയാൾക്കു പങ്കുണ്ടാവുമോ? നൂറുകണക്കിനാളുകൾ മരിച്ചതായി കരുതപ്പെടുന്നു. എന്നതാണ് വാർത്ത. ഈ പാതകത്തിന് അയാളും കൂട്ടുനിന്നിരിക്കുമോ? ഭീതികൊണ്ട് വയറ്റിനുള്ളിൽ ആന്തലെടുക്കുന്നു. ഉറക്കെ നിലവിളിക്കണമെന്നു തോന്നിപ്പോകുന്നു. തലയ്ക്കു ചൂടുപിടിക്കുന്നു.

ചില തെറ്റുകൾ ശിക്ഷിക്കപ്പെടാതെ പോകരുത്.

താനാരാ ഹേ! ശിക്ഷിക്കാൻ?

അയാൾ ആവേശം പൂണ്ടവനെപ്പോലെ മൊബൈലിൽ കരീംഖാൻ ബന്ധപ്പെട്ട വിദേശ നമ്പറുകളിലൊന്നിലേക്ക് വിളിച്ചു.

അപ്പുറത്ത് ഹല്ലൂ എന്ന ഒരു പുരുഷശബ്ദം. അയാൾക്കു നിയന്ത്രണം വിട്ടു.

“താനാരാണെന്നാ വിചാരം? മുംബൈ പൊട്ടിച്ചിതറിക്കൊണ്ടിരിക്കുന്നു. നിരപരാധികൾ മരിച്ചു വീഴുന്നു. ഇതാണോ തനിക്കുവേണ്ടത്? താനൊക്കെ എന്താ കരുതിയിരിക്കുന്നത്?”

മറുഭാഗത്ത് ലൈൻ കട്ട് ചെയ്ത്. അയാൾ മറ്റൊരു നമ്പറിലേക്കു വിളിച്ചു.

“കൗൻ?” എന്നു ചോദിക്കുന്നതുകേട്ടപ്പോൾത്തന്നെ അയാൾ വീണ്ടും ആവേശഭരിതനായി.

“നിരപരാധികളെ കൊല്ലണമെന്ന് തന്റെ ദൈവം തന്നോടു പറഞ്ഞോ?”

അപ്പുറത്തു വീണ്ടും ലൈൻ വിച്ഛേദിച്ചു.

ശൂന്യമായ ഓഫീസ് മുറിയിലിരുന്ന് അയാൾ ഹൃദയം പൊട്ടിക്കരഞ്ഞു.

രാത്രി ടാക്സിയിൽ വീട്ടിലേക്കു മടങ്ങുമ്പോൾ മനസ്സിൽ ശൂന്യത കുടിയേറിയിരുന്നു. കതകുതുറന്ന് അകത്തു കടന്നപ്പോൾത്തന്നെ ആ വസ്തു കണ്ണിൽപ്പെട്ടു. പുറത്തേക്കു തുറക്കുന്ന ജനാലയുടെ താഴെ നിലത്ത് ഒരു തോക്ക്. അയാൾ ചകിതനായി. ബൈക്ക് പുറത്തുണ്ടോ എന്ന് ജനലിലൂടെ നോക്കി. ഇരുട്ടിൽ ഒന്നും വ്യക്തമാവുന്നില്ല. ആരോ കതകിനു മുട്ടുന്ന ശബ്ദം. അയാൾ വേഗം തോക്കെടുത്ത് കിടക്കയുടെ അടിയിലേക്ക് വെച്ചു.

പുറത്ത് വാഡേക്കർ നില്ക്കുന്നു.

"ബോധം വന്നോ?" അയാൾ അന്വേഷിക്കുന്നു.

"ഇല്ല." എന്ന് സർദാർജിമാർ.

പതിനേഴ്

"ആ പയ്യന്റെ വിവരം വല്ലതും കിട്ടിയോ?" അമ്മ അന്വേഷിച്ചു.

"ഏത് പയ്യൻ?"

"അതന്നേന്ന്. നിന്റെ സ്നേഹിതൻ. അന്ന് പൊലീസ് പിടിച്ചോണ്ടു പോയില്ലേ. അവൻതന്നെ. എന്താ അവന്റെ പേര്?"

അരുണ ഞെട്ടിത്തിരിഞ്ഞു നോക്കി. ഇന്ന് പതിവില്ലാത്തവിധം അമ്മയ്ക്കു പെട്ടെന്ന് വിവേകിന്റെ ഓർമ്മ എങ്ങനെ വന്നു? അവൾക്ക് അതിശയം തോന്നി. ഇതിന് എന്താ മറുപടി പറയുക എന്ന് ഒരുമിനിറ്റ് ആലോചിച്ചു.

"അറിയില്ലമ്മേ. എന്താ ഇപ്പോ പെട്ടെന്ന് അയാളുടെ ഓർമ്മ വരാൻ?"

"എന്തോ!"

അരുണ മൗനം കാത്തു. അമ്മയുടെ ചിന്തകൾക്ക് ഇപ്പോഴൊക്കെ വിചിത്രമായ തിരിവുകളാണ്.

ബോംബെ ഹോസ്പിറ്റലിന്റെ ഇടനാഴി മുഴുവനും രോഗി കളെക്കൊണ്ടു നിറഞ്ഞിരിക്കുന്നു. മേരിജോസഫ് എന്ന നെയിംപ്ലേറ്റ് ധരിച്ച ഒരു നഴ്സ് അടുത്തുവന്നു.

"അമ്മയെ സ്കാനിങ്ങിനു കൊണ്ടുപോകണം."

അരുണ അമ്മയെ വിളിച്ചു.

"എണീക്കൂ അമ്മേ."

"എവിടെപ്പോകാനാ?"

"തലയുടെ സ്കാനിങ്ങിനാണ്."

"എനിക്കു വട്ടുപിടിച്ചെന്ന് അവരൊക്കെ കൂടിയങ്ങു തീരുമാനിച്ചോ?"

അമ്മയുടെ മുഖത്തെ ദൈന്യത കണ്ട് അവൾക്കു സഹതാപം തോന്നി.

"അതൊന്നുമില്ലമ്മേ. എല്ലാ ടെസ്റ്റുകളും ചെയ്തു നോക്കുകയാണ് നല്ലതെന്ന് ഡോക്ടർ പറഞ്ഞു."

രണ്ടു ദിവസങ്ങളായി എന്നും ഓരോരോ പരിശോധനകളാണ്. അമ്മയെ ആശുപത്രിയിലേക്കു കൂട്ടിക്കൊണ്ടു വരുമ്പോഴേക്കും മതിയാകും. ഹരേ കൃഷ്ണാ ക്ഷേത്രത്തിൽ വെച്ചുണ്ടായ സംഭവത്തിനു ശേഷം അവൾ പേടികൊണ്ട് ഡോക്ടർക്ക് ഫോൺ ചെയ്തിരുന്നു. അപ്പോഴാണ് ഡോ. ദേശായി എല്ലാ പരിശോധനകളും നടത്താമെന്നു പറഞ്ഞത്. ഭാഗ്യത്തിന് ഫ്ളാറ്റ് നില്ക്കുന്ന അതേ റോഡിൽത്തന്നെയാണ് ആസ്പത്രിയും. അതിനാൽ എല്ലാം കഴിഞ്ഞ് പത്തു മണിക്കുള്ളിൽ ഓഫീസിലെത്താൻ സാധിച്ചു. അമ്മയുടെ മറവി അനുദിനം വർദ്ധിച്ചു വന്നത് അവളെ ആശങ്കാകുലയാക്കി.

നഴ്സ് വീൽച്ചെയറിൽ അമ്മയെ ഇരുത്തി കൂട്ടിക്കൊണ്ടുപോകവേ അമ്മ തിരിഞ്ഞു നോക്കിപ്പറഞ്ഞു.

"എനിക്കൊന്നുമില്ല. മോളേ... നീ വിഷമിക്കാതിരിക്ക്."

അവളുടെ കണ്ണുകൾ നിറഞ്ഞു. അമ്മയല്ലാതെ തനിക്ക് ആരും ബന്ധുക്കളായിട്ടില്ല എന്ന അറിവ് മനസ്സിനു ഭാരമേകി. അമ്മയ്ക്കു താനേ ഉള്ളൂ എന്ന് അമ്മയ്ക്കുമറിയാം. അതുകൊണ്ടാവണം. ഒരുനാൾ വിവേകിനെ വീട്ടിലേക്കു കൂട്ടിക്കൊണ്ടുവന്ന്. 'സ്നേഹിതനാ'ണെന്നു പറഞ്ഞു പരിചയപ്പെടുത്തിയപ്പോൾ അമ്മ സംഭ്രമം പൂണ്ടത്.

അന്നു രാത്രി അമ്മ ചോദിച്ചു

"എന്തുമാതിരി സ്നേഹമാണ് നിങ്ങൾ തമ്മിൽ?"

അവർ രണ്ടുപേരും കൂടി അന്ന് സംസാരിക്കുകയും ചിരിക്കുകയും ചെയ്ത രീതിയിൽ നിന്ന് അമ്മ എന്തോ ഊഹിച്ചിട്ടുണ്ടാവണം.

"എന്തു മാതിരിയാണെന്നാണ് അമ്മയ്ക്കു തോന്നുന്നത്?"

"നേരെ ചൊവ്വേയുള്ളതാണെന്നു തോന്നുന്നില്ല."

"എന്നുവെച്ചാൽ?""

"പ്രേമമോ മറ്റോ ആണെന്ന് നീ പറയുമെന്നു തോന്നി."

"അതെ. പ്രേമം തന്നെ."

അമ്മ അവളെ രൂക്ഷമായി നോക്കി.

"ങേ? പ്രേമമോ? ആരാ അവൻ? ഏതു വീട്ടിലെയാ? ആരുടെ മകനാ? കണ്ടിട്ട് നമ്മുടെ കൂട്ടരെപ്പോലെ തോന്നുന്നില്ലല്ലോ എനിക്ക്?"

അവൾക്ക് ദേഷ്യം ഇരച്ചുകയറി.

"അമ്മേ! ഞാൻ കൊച്ചുകുട്ടിയൊന്നുമല്ല. എന്തു ജാതിയാണ്, എന്തു ഭാഷയാണ് എന്നൊന്നും നോക്കിയിട്ടല്ല ഇഷ്ടം തോന്നുക. അവന് പഠിത്തമുണ്ട്. നല്ലവനാണ്. പരിചയം കൂടിക്കൂട്ടി എനിക്കവനെ ഇഷ്ടമായി. രാജേഷ് ശ്രീവാസ്തവ എന്ന വലിയൊരു മനുഷ്യന്റെ മകനാണ് എന്ന് ഒരുപാട് കഴിഞ്ഞാണ് ഞാൻ പോലുമറിഞ്ഞത്. ഉത്തർപ്രദേശുകാരാണവർ. ഹിന്ദിയാണ് സംസാരിക്കുന്നത്. അവന് അമ്മയില്ല."

"അവന്റെ അച്ഛൻ എന്തുചെയ്യുന്നു?"

"വ്യവസായിയാണ്."

"ഇവനോ"

"പത്രമാപ്പീസിൽ ചീഫ് റിപ്പോർട്ടർ."

"അവന്റെ അച്ഛൻ എന്തുപറയുമോ എന്തോ?"

"അറിഞ്ഞുകൂടാ. സംഗതി അദ്ദേഹത്തിന്റെ അടുത്തെത്തിയിട്ടില്ല."

"വലിയ ആളാണന്നു പറയുമ്പോ അങ്ങോർ സമ്മതിക്കുമെന്നു തോന്നുന്നില്ല. നിന്റെ ഇഷ്ടമൊക്കെ ഒരുപരിധിവരെ മതി. ഒടുവിൽ എനിക്കുമാനക്കേടുണ്ടാക്കരുത്."

"ഞാൻ കാരണം അമ്മയ്ക്കു മാനക്കേടുണ്ടാവില്ല. അതോർത്തു വിഷമിക്കേണ്ട."

അമ്മയുടെ സംശയത്തെപ്പറ്റി വിവേകിനോടു സംസാരിച്ചപ്പോൾ അവൻ ചിരിക്കുകയാണുണ്ടായത്.

"എന്റെച്ഛനെക്കൊണ്ട് ഒരുപ്രശ്നവും വരില്ല." അയാൾ വാത്സല്യത്തോടെ അവളുടെ തലയിൽ കിഴുക്കി. "അച്ഛനും പ്രേമിച്ചു കല്യാണം കഴിച്ചതാണ്. മുത്തച്ഛനും മുത്തശ്ശിയും അക്കാരണം പറഞ്ഞ് അവരെ കൂട്ടിയില്ല. അതിൽ അച്ഛന് വലിയ വിഷമമുണ്ടായിരുന്നു."

"എന്താ കൂട്ടാഞ്ഞത്?"

"അന്ന് പ്രേമവിവാഹമൊക്കെ തെറ്റാണെന്നുള്ള കാലം. പോരാത്തതിന് എന്റെ അമ്മ ഒരു മുസ്ലീമായിരുന്നു."

ഇക്കാര്യം അമ്മയോടു പറഞ്ഞാൽ ലഹളയുണ്ടാവും എന്നതുകൊണ്ട് പറഞ്ഞില്ല. അമ്മ ശുദ്ധഗതിക്കാരിയാണ്. ചിന്തിച്ചു രൂപപ്പെടുത്തിയെടുത്തിട്ടുള്ള മൂല്യങ്ങളല്ല അമ്മയ്ക്കുണ്ടായിരുന്നത്. മറിച്ച് ജീവിതത്തിൽ ഒപ്പമുണ്ടായിരുന്ന പരമ്പരാഗതസംഗതികളുടെ ഭാണ്ഡക്കെട്ടിൽനിന്ന് തന്റെ സൗകര്യത്തിനു പറ്റിയവ പുറത്തേക്കെടുക്കുന്നു. അത്രമാത്രം. വിവേക് അറസ്റ്റു ചെയ്യപ്പെട്ടതിൽ ഏറ്റവും സന്തോഷിച്ചിരിക്കുക അമ്മയാവാനും മതി. അമ്മയുടെ ചോദ്യം ക്ഷണനേരത്തേക്ക് തന്നിൽ പകപ്പുണ്ടാക്കി. ആ സമയം തന്റെ മനസ്സിലും വിവേകിനെക്കുറിച്ചുള്ള ചിന്തയായിരുന്നു. ആശുപത്രിയിലെ അന്വേഷണകൗണ്ടറിന്റെ അടുത്ത് ചുമരിൽ വലിയൊരു കലണ്ടറുണ്ട്. അതിൽ നോക്കിയപ്പോഴാണ് ഇന്നു ശനിയാഴ്ചയാണെന്ന് ഓർത്ത് മനസ്സ് അസ്വസ്ഥമാകുന്നു. വിവേകിനെ കാണാൻ ചെല്ലേണ്ട ദിവസമാണ്. മിനിഞ്ഞാന്ന് ഹരേകൃഷ്ണ ക്ഷേത്രത്തിലേക്കു ചെന്നില്ലായിരുന്നെങ്കിൽ താൻ ഇന്ന് പോകുമായിരുന്നു. എന്താണു സംഭവിച്ചതെന്ന് ആവർത്തിച്ചു ചോദിക്കാമായിരുന്നു. അവൻ, പക്ഷേ, അപ്പോഴും ഒന്നും പറയാതെയിരിക്കുമായിരുന്നോ എന്തോ. അവൻ വല്ലാത്തൊരു കുരുക്കിൽപ്പെട്ടിരിക്കുകയാണ് എന്നതിനു യാതൊരു സംശയവുമില്ല. വലയ്ക്കുള്ളിൽ പിന്നെയും വലകളാണെന്നാണ് ഈ സ്ത്രീ പറഞ്ഞത്.

നിങ്ങൾ അയാളെ ചെന്നു കണ്ടാൽ അയാൾക്ക് ആപത്തുണ്ടാവും.

വെളിപ്പെടുത്താൻ പാടില്ലാത്ത ഏതോ ഒരു വിവരം അവൻ അബദ്ധത്തിൽ തന്നോടു പറയാനിടയുണ്ട് എന്നതാണ് ഈ മുന്നറിയിപ്പിന്റെ പിന്നിലുള്ള സൂചന. അതു പറഞ്ഞാൽ അവന് ആപത്ത് പിണഞ്ഞേക്കും. ഇപ്പോൾ അവൻ അനുഭവിച്ചുകൊണ്ടിരിക്കുന്നതിനേക്കാൾ വലിയ ആപത്ത് മരണമാവാനേ വഴിയുള്ളൂ. പൊലീസ് അവനെതിരെ തിരിഞ്ഞിരിക്കുന്നു. രാജേഷ് ശ്രീവാസ്തവ ധർമ്മപുത്രരെക്കണക്ക്, എല്ലാം നിയമം നോക്കിക്കൊള്ളുമെന്നുപറയുന്നു. സുഹൃത്താണെന്നു കരുതിയിരുന്ന അജയ് മുഖം തിരിച്ചു നടക്കുന്നു. തനിക്ക് അറിഞ്ഞുകൂടാത്തൊരു ലോകവുമായി വിവേകിനു ബന്ധമുണ്ടായിരുന്നു എന്നത് അവളെ പരിക്ഷീണയാക്കി. പത്രപ്രവർത്തനവുമായി ബന്ധപ്പെട്ട് അവൻ പരിചയപ്പെടുന്നവരെയെല്ലാം അവൾ അറിഞ്ഞുകൊള്ളണമെന്നില്ല. തൊഴിലുമായി സമ്പർക്കമുള്ള വിവരങ്ങൾ അവളുമായി പങ്കുവെക്കാൻ വിവേക് ഒരിക്കലും താല്പര്യപ്പെട്ടിരുന്നില്ല. അയാളുടെ ആ പ്രകൃതത്തെ അവൾ മാനിച്ചിരുന്നു. അതിനാൽത്തന്നെ ചോദ്യങ്ങൾ ചോദിക്കുന്നത് ഒഴിവാക്കിയി

രുന്നു. പക്ഷേ, ഇപ്പോൾ ചില ചോദ്യങ്ങൾ ചോദിക്കേണ്ടതായിട്ടുണ്ട്. കാരണം, ഉത്തരങ്ങൾ ആവശ്യമായ സന്ദർഭമാണിത്. എന്നാൽ ഉത്തരം പറഞ്ഞാൽ അയാൾക്ക് ആപത്തു പിണയും. പറഞ്ഞില്ലെങ്കിൽ മോചനത്തിനുള്ള വഴിതെളിയുകയുമില്ല. ഈശ്വരാ, ഈ ചക്രവ്യൂഹത്തിൽ നിന്ന് ആര് എങ്ങനെ അവനെ രക്ഷിക്കും? തുടർബോംബുസ്ഫോടനം നടന്ന ദിവസം.

അന്ന് അവൻ എവിടെയാണെന്നറിയാതെ തനിക്കു വല്ലാത്ത ഉൽക്കണ്ഠയായിരുന്നു. അവന്റെ മൊബൈലിലേക്ക് പലവട്ടം വിളിച്ചു നോക്കി. ആദ്യം സിഗ്നൽ കിട്ടിയില്ല. കിട്ടിയപ്പോഴൊക്കെ ആരോടോ സംസാരിക്കുകയായിരുന്നു. പിന്നെ മൊബൈൽ ഓഫാക്കി. മുംബൈ നഗരത്തിൽ അന്നുവരെ ഉണ്ടായിട്ടില്ലാത്ത ഒരു അസാധാരണ സംഭവം നടക്കുന്ന സമയത്ത് അവന് തന്നെക്കുറിച്ചു യാതൊരു വിചാരവുമില്ലാതെ പോയതിൽ അന്നു മുഴുവനും വിഷമിച്ചു കഴിച്ചുകൂട്ടി. അടുത്ത ദിവസം രാവിലെ വീണ്ടും ഫോൺ ചെയ്തു നോക്കി.

"എന്റെ ബുദ്ധി നേരെ പ്രവർത്തിക്കുന്നില്ല. അരുണാ." എന്ന് അവൻ ദുർബ്ബലമായ ശബ്ദത്തിൽ പറയുന്നതാണ് കേട്ടത്.

"വല്ലാത്ത മനഃപ്രയാസം തോന്നുന്നു. മുംബൈയിൽ ഇങ്ങനെയൊരു സംഭവമുണ്ടാകുമെന്ന് നമ്മൾ വിചാരിച്ചതാണോ?" അവന്റെ ശബ്ദം ഇടറിയിരുന്നു. കരയുകയാണെന്ന് മനസ്സിലായി. അടുത്തുചെന്ന് ആശ്വസിപ്പിക്കാൻ അവൾ വെമ്പി.

നേരിട്ടു കാണുമ്പോ പറയാം. എന്നുപറഞ്ഞതാണ് പക്ഷേ, അതിനുള്ള സന്ദർഭമുണ്ടായില്ല. പത്രങ്ങൾ അവന്റെ അറസ്റ്റിനെക്കുറിച്ച് പറഞ്ഞുതന്നു.

അവൻ നിരപരാധിയാണെന്ന് തനിക്കു പരിപൂർണ്ണവിശ്വാസമുണ്ട്. അതിനുള്ള തെളിവുകൾ എവിടെനിന്നു കൊണ്ടെത്തിക്കും? വിവേകിന്റെ പുറം പരിചയങ്ങളെക്കുറിച്ചറിവില്ലാത്ത സ്ഥിതിക്ക് ആരെയാണ് സഹായത്തിനായി സമീപിക്കുക? ഭയങ്കരമായ ഘോരവിപിനത്തിൽ കണ്ണുകൾ കെട്ടിക്കൊണ്ട് അലയുന്നതുപോലെ.

കണ്ണിലെ കെട്ടിനപ്പുറത്ത് അവളുടെ ഉറ്റതോഴൻ ആപത്തിൽപ്പെട്ടിരിക്കുന്നു. രക്ഷപ്പെടാൻ ഒരു മാർഗ്ഗവുമില്ലാതെ.

"ഹലോ, മേഡം അരുണാ!"

അവൾ കണ്ണുതുറന്നു. നഴ്സ് അമ്മയെ തിരികെ കൊണ്ടുവന്നിരിക്കുന്നു. വീൽച്ചെയറിലിരുന്ന അമ്മ അവളുടെ കണ്ണിലെ നനവ് കണ്ടു.

"നീ എന്തിനാ കരയുന്നെ? എനിക്കൊന്നുമില്ല?"

അവൾ കണ്ണുതുടച്ച് മന്ദഹസിച്ചു.

"എല്ലാ ടെസ്റ്റും കഴിഞ്ഞു. റിസൽട്ടറിയാൻ നാലു മണിക്ക് ഡോക്ടർക്കു ഫോൺ ചെയ്തു ചോദിച്ചോളൂ." എന്ന് നഴ്സ് പറഞ്ഞു.

അവയ്ക്കു നന്ദി പറഞ്ഞ് അമ്മയെ വീൽച്ചെയറിൽ നിന്നിറക്കി കൈപിടിച്ച് കൂട്ടിക്കൊണ്ടുപോകാൻ തുടങ്ങുമ്പോൾ അരുണ പെട്ടെന്ന് നിന്നുപോയി. മിനഞ്ഞാന്ന് തങ്ങളെ ഹരേകൃഷ്ണ ക്ഷേത്രത്തിൽ നിന്നു

വീടുവരെ കൊണ്ടാക്കിയ കാഴ്ചയിൽ കരീനയെപ്പോലെ തന്നെയുള്ള ഒരു പുരുഷൻ ഗേറ്റിലേക്ക് നടന്നുപോകുന്നു. കരീന ഇന്ന് ആൺവേഷത്തിൽ വന്നതാവുമോ എന്നു സംശയം തോന്നി. പക്ഷേ, ആ രൂപം അതിശീഘ്രം ഗേറ്റുകടന്ന് റോഡിലേക്കിറങ്ങി.

ഓഫീസിലെത്തി തന്റെ ക്യുബിക്കിളിനകത്തേക്കു കയറുമ്പോൾ ഷോഭാ സൗഹൃദപൂർവ്വം എത്തിച്ചു നോക്കി.

“ഹായ്! അമ്മയ്ക്കെങ്ങനെയിരിക്കുന്നു?”

“എല്ലാ ടെസ്റ്റും ചെയ്തു. വൈകുന്നേരമേ റിസൽട്ടുകിട്ടൂ. വീട്ടിൽ തനിച്ചാക്കിയിട്ട് വരാൻ തന്നെ പേടിയാവുന്നു ഷോഭാ.”

“സഹായത്തിന് വരാൻ ബന്ധുക്കളാരുമില്ലേ?”

“ആരുമില്ല. വീട്ടിൽ സ്ഥിരമായിട്ടു നില്ക്കാനായി ഒരാളെ അന്വേഷിക്കുകയാണു ഞാൻ.”

“നല്ലോണം അന്വേഷിച്ചിട്ട് ആളെ നിർത്തിയാൽ മതി. ഇപ്പോഴൊന്നും ആരെയും വിശ്വസിക്കാൻ കഴിയുന്നില്ല. മുംബൈയിൽ ഇങ്ങനെ ബോംബു പൊട്ടുമെന്ന് നമ്മൾ വിചാരിച്ചതാണോ? നമ്മുടെ ആൾക്കാര് തന്നെ അതിന് ഒത്താശ ചെയ്യുമെന്ന് നമ്മൾ കരുതിയതാണോ?”

അരുണ മറുപടിയൊന്നും പറഞ്ഞില്ല. ഷോഭ പരോക്ഷമായി വിവേകിനെയാണ് ഉദ്ദേശിക്കുന്നതെന്ന് തോന്നി. കമ്പ്യൂട്ടറിന്റെ സ്വിച്ച് ഓണാക്കിയിട്ട് അതു മുഴുവനായി പ്രവർത്തനസജ്ജമാകുന്നതു വരെ അവൾ കാത്തു. ഷോഭ മനസ്സിൽ തോന്നുന്നതൊക്കെ സംസാരിച്ചുകൊണ്ടിരുന്നു.

ഇപ്പൊ പേപ്പറില് അതിനൊക്കെ കാരണങ്ങൾ തിരയുകയാണ്. എവിടെയോ ഒരിടത്ത് പ്രവർത്തിക്കാത്ത പള്ളി പൊളിച്ചതിനാണത്രേ ഈ ബോംബാക്രമണം. എങ്ങനെയുണ്ട്? മുസ്ലീങ്ങൾ എത്ര ക്ഷേത്രങ്ങൾ ഇടിച്ചു നിരത്തിയിട്ടില്ല?

അരുണ കുറച്ചുനേരത്തേക്ക് ഒന്നും മിണ്ടിയില്ല. അതുകഴിഞ്ഞ് ചെറിയൊരു നീരസത്തോടെ ഇങ്ങനെ പറഞ്ഞു.

“ഷോഭാ, ഇതില് രണ്ടുസംഗതികളുണ്ട്. അതുകൂടി കണക്കിലെടുക്കണം. പ്രവർത്തിക്കാത്ത പള്ളി എന്നതല്ല കാര്യം. അന്നു തകർക്കപ്പെട്ടത് മതത്തിന്റെ വെറുമൊരടയാളമല്ല. എത്രയോ കാലമായി സമൂഹത്തിലുണ്ടായിരുന്ന സൗഹാർദ്ദമാണ്. നമ്മുടെ ക്ഷേത്രങ്ങൾ അവർ തകർത്തില്ലേ എന്ന് ഷോഭ ചോദിക്കുന്നു. അതു നടന്നത് ഏകാധിപത്യ ഭരണകാലത്താണ്. ഇപ്പോൾ ഇതു നടന്നത് ജനാധിപത്യകാലത്തല്ലേ?”

ഷോഭയുടെ മുഖം വികാരാധീനമായി

“അപ്പോൾ അരുണ ബോംബുസ്ഫോടനത്തെ ന്യായീകരിക്കുകയാണ്. അല്ലേ? അല്ലെങ്കിലും താൻ അങ്ങനെയല്ലേ പറയൂ. സ്നേഹിതൻ അതിൽപ്പെട്ടിരിക്കുമ്പോൾ അങ്ങനെയല്ലാതെ പറയാനൊക്കുമോ?”

അരുണ ഞെട്ടിത്തിരിഞ്ഞ് ഷോഭയെ നോക്കി. ഷോഭ പെട്ടെന്ന് സംയമനം വീണ്ടെടുത്തു.

"സോറി, അരുണാ, അറിയാതെ പറഞ്ഞുപോയതാണ്. എനിക്ക് ഇപ്പോഴും ആ സ്ഫോടനത്തെക്കുറിച്ച് ഓർക്കുമ്പോ സഹിക്കുന്നില്ല."

അരുണയുടെ കണ്ണുകൾ നിറഞ്ഞിരുന്നു. "എനിക്കും സഹിക്കാൻ പറ്റുന്നില്ല." അവൾ സാവധാനം പറഞ്ഞു. "ആർക്കും ഈ സംഭവത്തെ ന്യായീകരിക്കാൻ കഴിയില്ല. എങ്കിലും ഇതുപോലെയുള്ള സമയത്ത്, സംശയത്തിന്റെ പേരിൽ നിരവധി അറസ്റ്റുകൾ നടക്കുന്നു. അറസ്റ്റു ചെയ്യ പ്പെടുന്നവരെല്ലാം കുറ്റവാളികളാണെന്ന് അർത്ഥമില്ലല്ലോ."

ഷോഭ മറുപടിയൊന്നും പറഞ്ഞില്ല. അവൾ എല്ലാം കേട്ടുകേൾവി കളും വിശ്വസിക്കുന്ന കൂട്ടത്തിലാണ്. എല്ലായിടത്തും ബോംബു വെച്ചത് വിവേകാണെന്ന് അവൾ വിശ്വസിക്കുന്നുണ്ടാവണം.

"ഓർക്കുമ്പോ സഹിക്കുന്നില്ല."

എന്നു ഷോഭ സങ്കടപ്പെടുന്നതിനേക്കാളധികം വിവേക് അന്നു സങ്ക ടപ്പെട്ട് പതം പറഞ്ഞു എന്നു കേട്ടാൽ ഇവൾ വിശ്വസിക്കുകയില്ല.

ഉച്ചയൂണിന്റെ സമയത്ത് അരുണയ്ക്ക് ഫോൺ വന്നു.

മറുപുറത്തുനിന്ന് രഞ്ജിത് ഷിരോദ്കറുടെ ശബ്ദം കേട്ടപ്പോൾ അറി യാതെ ഉള്ളൊന്ന് ആളി.

"കഴിഞ്ഞ ശനിയാഴ്ച വിവേകിനെ കാണാൻ പോയിരുന്നോ?"

"ഉവ്വ്."

"ഇന്നു പോകുന്നുണ്ടോ?"

"ഇല്ല."

"അതെന്താ?"

അല്പം മൗനത്തിനുശേഷം അവൾ പറഞ്ഞു.

"എന്റെ അമ്മയ്ക്കു സുഖമില്ല."

"ഓ എന്തുപറ്റി?"

"അറിയാറായിട്ടില്ല. അൽഷിമേഴ്സ് ആയിരിക്കുമെന്നാണ് ഡോക്ടർമാർ പറയുന്നത്."

ഇയാളോടു സംസാരിക്കുമ്പോൾ എന്തോ ഒരു പരാധീനത അനുഭ വപ്പെടുന്നു. താൻ നേരിടുന്ന ഓരോ പരീക്ഷണവും അയാളുടെ വിജയ മാണെന്ന തോന്നലിൽ നിന്നുണ്ടാവുന്ന അസഹിഷ്ണുത അതാണ് പരാ ധീനതയ്ക്കു കാരണം.

"ഓ സോറി റ്റു ഹിയർ ദാറ്റ്. അമ്മയെ നന്നായി നോക്കണം."

"അതെ. എന്തെങ്കിലും വിവരമുണ്ടോ?"

"ഉം? ഒന്നുമില്ല. വിവേക് ആരെയെങ്കിലും സംശയിക്കുന്നതായി പറ ഞ്ഞാൽ എന്നോടു പറയണം."

"അവൻ എന്നോട് ഒന്നും മിണ്ടിയില്ല. താൻ നിരപരാധിയാണെന്ന തൊഴിച്ച്."

"കരീംഖാൻ എന്നോ മറ്റോ ഒരുപേര് പറഞ്ഞോ?"

"ഇല്ല."

"അടുത്തയാഴ്ച നിങ്ങൾ അയാളെ കാണാൻ പോകുമ്പോൾ ചോദി ക്കൂ. കരീംഖാൻ ആരാണെന്ന്."

രഞ്ജിത് ഫോൺ കട്ട് ചെയ്തു.

വിവേകിനോടു നേരിട്ടു ചോദിക്കാതെ എന്തിനാണിയാൾ തന്നോടു ചോദിക്കുന്നത്. അവൾ പകച്ചുനിന്നു. ഇതിനുമുമ്പ് ആ പേര് എവിടെ വെച്ചാണു കേട്ടതെന്ന് ആലോചിച്ചുനോക്കി. പക്ഷേ, ഓർമ്മ വന്നില്ല.

ടെലിഫോൺ വീണ്ടും ശബ്ദിച്ചു.

അപ്പുറത്ത് അമ്മയുടെ ശബ്ദം.

അവൾക്കു വേവലാതിയായി.

"എന്താ അമ്മേ! അമ്മയ്ക്ക് അസുഖമൊന്നുമില്ലല്ലോ?"

"ഒന്നുമില്ല മോളേ. അന്നു നമ്മളെ ക്ഷേത്രത്തിൽ നിന്നു വീട്ടിലേക്കു കൂട്ടിക്കൊണ്ടുവന്നില്ലേ ഒരാള്! എന്താ പേര്. ങാ! കരീനാ! അവൾ വന്നിട്ടുണ്ട്. വീട്ടിലേക്ക് മുഴുവൻ നേരവും സഹായത്തിനായി ഒരാൾ വേണമെന്ന് നീ പറഞ്ഞിരുന്നോ? ഒരു മറാത്തിപ്പെണ്ണിനെയും കൂട്ടിക്കൊണ്ടു വന്നിട്ടുണ്ട്. നീ ഒന്നു വരാമോ? അവരോട് ഇരിക്കാൻ പറയട്ടെ?"

അമ്മയുടെ ശബ്ദത്തിൽ പ്രകടമായ ഉത്സാഹം പുതിയ ഒരനുഭവമായി.

അവൾ സമയം നോക്കി. "നാലുമണിയായിട്ടില്ല. പെർമിഷൻ വാങ്ങി പോകാം."

"ഇരിക്കാൻ പറയൂ. ഞാൻ അരമണിക്കൂറിനകം എത്താം."

പെട്ടെന്നാണ് അതോർമ്മ വന്നത്. കരീനയുടെ കൈയിൽ കരീം ഖാൻ എന്നു പച്ച കുത്തിയിരുന്നു. രഞ്ജിത് വല വീശുന്ന ആളാവുമോ ഈ കക്ഷി? വിവേകിന്റെ പരിചയക്കാരി? കരീനാ ഇതൊക്കെയായിരിക്കുമോ? ആ ചിന്തപോലും അവളെ ശ്വാസം മുട്ടിച്ചു.

ബാന്ദ്രാ സ്റ്റേഷനിൽനിന്നും ചർച്ച് ഗേറ്റ് സ്റ്റേഷനിലെത്തുന്നതുവരെ അനേകായിരം വിചാരങ്ങൾ തലച്ചോറിനകത്തു മുരണ്ടുകൊണ്ടിരുന്നു. ഒപ്പം തന്നെ ആരോ പിന്തുടരുന്നുണ്ടെന്ന സംശയമുണ്ട്. കുറേ നാളുകളായി അങ്ങനെയൊരു സംശയമുണ്ടെങ്കിലും ഇന്ന് പുതിയതായി ഒരു പേടി. രഞ്ജിത് ഷിരോദ്കർ അവരെ വെറുതെയങ്ങനെ അയയ്ക്കുകയൊന്നുമില്ല. അവളെ പിന്തുടർന്നാൽ എന്തെങ്കിലും തുമ്പു കിട്ടിയേക്കും. എന്നെ വിശ്വാസമാവും. അതിൽ അയാൾ വിജയിക്കാനും മതി.

അമാനുഷികമായ ഒരു വല തനിക്കു ചുറ്റും രൂപപ്പെടുന്നതായി അവൾ ഭയന്നു. അത് എങ്ങനെയുള്ളതായിരിക്കുമെന്ന് അറിഞ്ഞുകൂടാത്ത ഒരുതരം ശൂന്യാവസ്ഥയിലാണ് താൻ കഴിയുന്നത്. ഇക്കാര്യം അവളുടെ സംശയത്തെ വർദ്ധിപ്പിച്ചു.

അമ്മയുടെ ആരോഗ്യസ്ഥിതിയിൽ വന്നുകൊണ്ടിരിക്കുന്ന വേഗത്തിലുള്ള മാറ്റവും, അവർക്കു തീർത്തും പരിചയമില്ലാത്ത ഒരു ഹിജഡയുടെ വരവും അയാൾ അമ്മയോടു കാണിക്കുന്ന ഇഷ്ടവും പരസ്പരബന്ധമില്ലാത്തവയാണെങ്കിലും ഏതോ ബിന്ദുക്കളെ വിചിത്രമായ രീതിയിൽ യോജിപ്പിക്കുന്ന രേഖകളായി തന്നെയും വലിച്ചുകൊണ്ടുപോകുന്നതു പോലെ.

അവൾ ഓഫീസിൽ നിന്നു പുറപ്പെടുന്നതിനുമുമ്പ് ഡോ. ദേശായി ഫോൺ ചെയ്തു. "നിങ്ങളുടെ അമ്മയ്ക്ക് ശാരീരികമായി ഒരു കുഴപ്പവുമില്ല. പക്ഷേ, ഞാൻ സംശയിച്ചതുപോലെ അൽഷീമേഴ്സിന്റെ ലക്ഷണങ്ങൾ കാണാനുണ്ട്." അദ്ദേഹം തുടർന്നു.

"ഇതിനു മരുന്നില്ല വളരെ ക്ഷമയോടെ നോക്കണം. നിങ്ങൾ നോക്കിക്കൊള്ളും എന്ന് എനിക്കറിയാം. നിങ്ങളല്ലാതെ അവർക്കു മറ്റാരുമില്ലല്ലോ?"

എനിക്കും അമ്മയല്ലാതെ മറ്റാരുമില്ല. കൂടെയുണ്ടാവുമെന്നു വിശ്വസിച്ചയാൾ ജീവിതത്തിനും മരണത്തിനുമിടയിൽ.

വീട്ടിലെത്തി, അകത്തു കടക്കുമ്പോൾ ആകെയൊരു ഭാരവും തളർച്ചയും തോന്നി.

മദ്ധ്യവയസ്കയായ ഒരു സ്ത്രീ മുറിയുടെ ഒരരികിൽ നില്ക്കുന്നുണ്ട്. കരീനാ സോഫയിൽ ഇരിക്കുന്നു. അരുണയെ കണ്ടതും 'നമസ്തേ! അരുണാ ബഹൻ!' എന്ന് അഭിവാദ്യംചെയ്തു. ഇന്ന് മുഴുക്കൈയൻ ബ്ലൗസാണ് ഇട്ടിരിക്കുന്നത്. മുഖത്ത് ക്ഷീണക്കൂടുതലുണ്ട്. രാവിലെ ആസ്പത്രിയിൽക്കണ്ട പുരുഷൻ ഇതാണോ എന്ന് തിരിച്ചറിയാനാവുന്നില്ല.

"നമസ്തേ!"

"നിങ്ങൾക്ക് അമ്മയെ നോക്കാൻ ഒരു ഫുൾടൈം ആൾ ആവശ്യമാണ് ബഹൻ. ഇവരെ എനിക്കു നന്നായി അറിയാം. ഹിന്ദുവാണ്. ഭർത്താവില്ല. എല്ലാ പണിയും ചെയ്യും."

അരുണ ആലോചനാമഗ്നയായി. അവൾ നേർത്തസ്വരത്തിൽ പറഞ്ഞു. "അമ്മയ്ക്ക് സുഖമില്ല. കരീനാ. എനിക്കു നല്ല വിശ്വാസമുള്ള ഒരാളു വേണം."

"അതിന്റെ ഉത്തരവാദം ഞാനേല്ക്കുന്നു ബഹൻ!"

"വളരെ നന്ദി കരീനാ." അവൾ സങ്കോചത്തോടെ തുടർന്നു. നിങ്ങളെ എനിക്കു പരിചയമില്ല എനിക്ക് ഇപ്പൊ വല്ലാത്ത കഷ്ടകാലമാണു കരീനാ. തുടരെത്തുടരെ പരീക്ഷണംപോലെ ഓരോന്നുവന്നാൽ എനിക്കു താങ്ങാനുള്ള ശേഷിയില്ല."

"നിങ്ങൾക്ക് എന്തെങ്കിലും സംശയമുണ്ടെങ്കിൽ ഞാൻ നിർബ്ബന്ധിക്കുന്നില്ല. ബഹൻ.

"നിങ്ങൾ ആരാണ്? എന്നെ സഹായിക്കണമെന്ന് വിചാരിക്കുന്നത് എന്തുകൊണ്ടാണ്?"

കരീന മറുപടി പറയുന്നതിനുമുമ്പ് അമ്മ അപ്രതീക്ഷിതമായി മുന്നിൽ വന്നു നിന്നു.

"നീയെന്താ മോളേ ഇങ്ങനെ ചോദിക്കുന്നെ? ഇത്ര പെട്ടെന്ന് നീ മറന്നോ? അന്ന് എന്റെ കൈ പിടിച്ച് ഇവിടേക്കു കൂട്ടിക്കൊണ്ടുവന്നില്ലേ? അവളാ ഇത്. ആണുങ്ങടെ ശബ്ദമായതുകൊണ്ട് നീ വല്ലാതെ പേടിച്ചുപോയെന്നു തോന്നുന്നു."

അരുണ അമ്മയെ പുതുതായി കാണുന്നതുപോലെ നോക്കി. അമ്മ

യുടെ സംസാരരീതി പോലും മാറിവരുന്നു. ഒരു കുട്ടിത്തം. കുറേ നാൾ കഴിഞ്ഞ് അമ്മ അമ്മയെത്തന്നെ മറക്കും. കുറച്ചുമുമ്പ് ഡോക്ടർ പറഞ്ഞത് സംസാരവും നില്ക്കുമെന്നാണ്. പെട്ടെന്ന് ആകെത്തകർന്നതുപോലെ അവൾ അമ്മയുടെ ഇടുപ്പിൽ ചുറ്റിപ്പിടിച്ചുകൊണ്ട് തേങ്ങിക്കരയാൻ തുടങ്ങി. അടക്കിവെച്ചിരുന്ന സങ്കടമെല്ലാം കൂടി ഒന്നായി പ്രവഹിച്ചു ഏങ്ങിയേങ്ങി ആ കരച്ചിൽ വലിയൊരു നിലവിളിയായി. അമ്മ അവളുടെ ശിരസ്സിൽ തലോടി.

"അരുണാ, കരയാതെ മോളേ. എന്തിനാ നീ ഇപ്പൊ ഇങ്ങനെ കരയുന്നത്?"

അരുണയുടെ കരച്ചിലടങ്ങിയില്ല. പുറത്തു പറയാൻ വയ്യാത്ത സംഗതികളോർത്ത്. ആറ്റുമണൽപോലെ ഊർന്നുപോയ ജീവിതത്തെയോർത്ത്. സഹിക്കാൻ ആളില്ലാതെ ജയിലിൽ കിടന്ന് മരിച്ചുകൊണ്ടിരിക്കുന്ന ഒരുജീവനെ നിനച്ച് കരച്ചിൽ തുടർന്നുകൊണ്ടിരുന്നു.

അമ്മ പുടവത്തുമ്പുകൊണ്ട് അവളുടെ കണ്ണും മുഖവും തുടച്ചുകൊടുത്തു.

"കരയാതെ ഞാൻ കാപ്പിയും പലഹാരവും കൊണ്ടുവരാം. വിശപ്പുള്ളതുകൊണ്ടാ ഇങ്ങനെ കരച്ചിൽ വരുന്നത്."

അമ്മയെ വിടുവിച്ച് അരുണ തൂവാലകൊണ്ട് മുഖം അമർത്തിത്തുടച്ചു. ഈ ഹിജഡ എന്തു വിചാരിച്ചാലും തരക്കേടില്ല എന്നു കരുതിക്കൊണ്ട് അമ്മ അടുക്കളയിലേക്കു പോയ തക്കം നോക്കി അവൾ വേഗത്തിൽ പറഞ്ഞുതുടങ്ങി.

"അമ്മയ്ക്ക് മരുന്നുകൊടുക്കാൻപോലും കഴിയാത്ത അസുഖമാണ്. എന്റെ സ്നേഹിതൻ ഞാനും അവനും കല്യാണം കഴിക്കണമെന്ന് ആലോചിച്ചുകൊണ്ടിരിക്കുമ്പോഴാണ് ചെയ്യാത്ത കുറ്റത്തിന് അവൻ ജയിലാലായത്. പൊലീസ് അവനെതിരെ കേസ് ചമയ്ക്കുകയാണ്. സത്യമാണെന്നു തോന്നത്തക്കവിധത്തിൽ. അവന്റെ അച്ഛനാണെങ്കിൽ ഹരിശ്ചന്ദ്രന്റെ വംശക്കാരൻ. നിയമം എന്തു പറയുന്നോ അതുപ്രകാരം നടക്കട്ടെ എന്നുപറഞ്ഞ് മിണ്ടാതിരിക്കുന്നു. അവൻ നിരപരാധിയാണെന്ന് എന്റെ മനസ്സു പറയുന്നു. എന്റെ പഞ്ചേന്ദ്രിയങ്ങളും അങ്ങനെതന്നെ വിശ്വസിക്കുന്നു. പക്ഷേ, അവൻ ആരെയോ ഭയക്കുന്നു. എന്തുകൊണ്ട്? എന്തിന്? അതാരാണ്? എനിക്കൊന്നുമറിഞ്ഞുകൂട. സത്യം പുറത്തുവരാതെ തന്നെ അവൻ മരിച്ചുപോകുമെന്നു തോന്നുന്നു. എന്താണു ചെയ്യേണ്ടത്? അവനെ പുറത്തു കൊണ്ടുവരേണ്ടതെങ്ങനെയാണെന്ന് അറിയാതെ, സഹായത്തിന് ഒരാളുമില്ലാതെ ഞാൻ കഷ്ടപ്പെടുകയാണ്. ദൈവം എന്നൊന്ന് ഉണ്ടോ? നീതി എന്നൊന്ന് ഉണ്ടോ? എനിക്കു മനസ്സിലാവുന്നില്ല."

വീണ്ടും പിടിച്ചു നില്ക്കാനാവാതെ അവൾ പൊട്ടിക്കരയാൻ തുടങ്ങി. അല്പം കഴിഞ്ഞ്

"സോറി ഇതൊക്കെ എന്തിനാ നിങ്ങളോടു പറയുന്നതെന്ന് എനിക്കറിഞ്ഞുകൂടാ. എന്റെ മനസ്സിലുള്ളത് തുറന്നുപറയാൻ പോലും ആരുമില്ലാത്തതുകൊണ്ടായിരിക്കും. ഇപ്പൊ എനിക്ക് ആരെയും വിശ്വസിക്കാൻ

കഴിയുന്നില്ല. ദയവുചെയ്ത് എന്നെ തെറ്റിദ്ധരിക്കരുതേ നിങ്ങൾ കൂട്ടിക്കൊണ്ടുവന്ന ആളെ ജോലിക്കു നിർത്താൻ എനിക്കു ബുദ്ധിമുട്ടുണ്ട്. എന്നുപറഞ്ഞു.

കരീന കുറച്ചുനേരത്തേക്ക് ഒന്നും മിണ്ടിയില്ല. എന്നിട്ട് കരുണാർദ്രമായ സ്വരത്തിൽ ഇത്രമാത്രം പറഞ്ഞു.

"നിങ്ങളുടെ ഭയം ന്യായമായതുതന്നെയാണ്. ബഹൻ! നിങ്ങളുടെ പ്രശ്നങ്ങൾക്കു പരിഹാരമുണ്ടാവണം. പക്ഷേ, അമ്മയെ ഒരിക്കലും തനിച്ചാക്കരുത്. കാണാതെ വന്നാൽ ഇനി കണ്ടുപിടിക്കാൻ കഴിഞ്ഞെന്നുവരില്ല."

"എനിക്കു മനസ്സിലാവുന്നു നല്ലൊരാളെ കിട്ടുന്നതുവരെ ലീവെടുക്കാമെന്നു വിചാരിക്കുന്നു."

അമ്മ കാപ്പിയും ഇഡ്ഡലിയും കൊണ്ടുവന്നു. കരീനാ ഇഡ്ഡലി ഒഴിവാക്കി കാപ്പി മാത്രം എടുത്തു. ഗ്ലാസ് ചുണ്ടോടു ചേർക്കാതെ ഉയർത്തിക്കുടിച്ചത് അമ്മയെ സന്തോഷിപ്പിക്കാനാണെന്നു തോന്നി.

കരീനാ വിട പറഞ്ഞു പോയിക്കഴിഞ്ഞപ്പോൾ അമ്മ അവളുടെ അടുത്തു ചെന്നിരുന്നു.

"മോളെന്തിനാ അങ്ങനെ കരഞ്ഞത്?"

"എന്തോ കരച്ചിൽ വന്നുപോയി."

അവർ അവളെ ആലോചനാമഗ്നയായി നോക്കിയിരുന്നു. എന്നിട്ടു പറഞ്ഞു. "ആ കൊച്ചൻ ജയിലീന്നു വന്നിട്ട്. നീ അവനെത്തന്നെ കല്യാണം കഴിച്ചോ. ഞാനൊന്നും പറയുന്നില്ല."

പതിനെട്ട്

രഞ്ജിത് ഷിരോദ്കറിന് ക്ഷമകെടുന്നുണ്ടായിരുന്നു. മുന്നിൽ നില്ക്കുന്നവൻ കളവാണു പറയുന്നതെന്ന് നല്ലവണ്ണം മനസ്സിലാവുന്നുണ്ട്. പെണ്ടി ബസാറിൽ അന്നു കാലത്ത് ഒരാൾ കൊല ചെയ്യപ്പെട്ടിരിക്കുന്നു. അധോലോകസംഘങ്ങളുടെ പരസ്പരസ്പർദ്ധയ്ക്കു കാരണമായവനാണെന്നാണ് പൊലീസിന്റെ അനുമാനം. കൊല ചെയ്യപ്പെട്ടത് ഒരു മുസ്ലീം ആയതിനാൽ ഹിന്ദുക്കളുടെ സംരക്ഷണം സ്വയം ഏറ്റെടുത്തിരിക്കുകയാണെന്ന് പല കൊലപാതകങ്ങളിലൂടെയും പ്രചരിപ്പിച്ചുകൊണ്ടിരുന്ന ഛോട്ടാ രാജൻ സംഘത്തിന്റെ പണിയായിരിക്കാമത് എന്നതാണ് ആ കൊലയുടെ പ്രധാന പരിണതി. ഇവിടെ നില്ക്കുന്നവൻ പറയുന്നു. താനാണ് ആ കൊല ചെയ്തതെന്ന്. ആളെ കണ്ടിട്ട് അയാൾക്ക് നേരാംവണ്ണം തോക്ക് പിടിക്കാനും കൂടി അറിയില്ലെന്നു മനസ്സിലായി. അഞ്ചടി പോലും ഉയരമില്ലാത്ത ഒരു മെല്ലിച്ച രൂപം. രഞ്ജിത്തിന്റെ ജൂനിയർ ഓഫീസർ രാകേഷ് പട്ടേലാണ് കൊലപാതകിയാണെന്നും പറഞ്ഞത് ഇയാളെ ഇവിടെ പിരിച്ചുകൊണ്ടുവന്നത്.

"കൊല ചെയ്യാൻ എന്നോടാജ്ഞാപിക്കുകയായിരുന്നു സാറേ."

"എപ്പഴാ, ആജ്ഞ കിട്ടിയത്?"

"പതിനൊന്നുമണിക്ക്. അല്ല അതിനും മുന്നെ. വെളുപ്പിന് ഭായി ഫോൺ ചെയ്തുപറയുകയായിരുന്നു."

"ഏയ്! ആരോടാ താനീ കെട്ടുകഥ പറയുന്നത്? ഭായി എന്നെങ്കിലും പതിനൊന്നു മണിക്കു മുമ്പ് ഉണരാറുണ്ടോ?"

എലുമ്പൻ മിഴിച്ചു നിന്നു.

"ഇന്ന് നേരത്തെ എഴുന്നേറ്റു. സർ."

എലുമ്പന്റെ നോട്ടം പട്ടേലിന്റെ ഭാഗത്തേക്കുനീളുന്നത് രഞ്ജിത് കണ്ടു. അയാൾ ഗർജ്ജിച്ചു.

"ഷട്ടപ്പ്."

പ്രതിയെ കൊണ്ടുവന്ന കോൺസ്റ്റബിൾമാർ സംഗതി മനസ്സിലാക്കി. അയാളെ പുറത്തേക്ക് ഉന്തിക്കൊണ്ടുപോയി. പട്ടേൽ അവരുടെ പിന്നാലെ ചെന്നു. ആരെയോ രക്ഷിക്കാൻ ഇയാളെ പ്രതിയാക്കിയതാണ് എന്ന് രഞ്ജിത്തിനും വ്യക്തമായി. ഈ പാവത്തിന്റെ കുടുംബത്തിന് ധനസ ഹായം കിട്ടും. പട്ടേലിനും ഓരോഹരി കിട്ടും എന്നതിൽ സംശയമില്ല. ഇനി വരുന്ന എല്ലാ സസ്പെക്ടുകളെയും സ്വയം വിചാരണചെയ്യണ മെന്ന് അയാൾ മനസ്സിലുറപ്പിച്ചു. പട്ടേലിനെപ്പോലെ നിരവധി പെരുച്ചാഴി കൾ പൊലീസിലുണ്ട്. അതുകൊണ്ടുതന്നെയാണ് കരീംഖാൻ ഇനിയും പിടിയിലാകാത്തത് എന്നു തോന്നുന്നു.

എങ്കിലും അതിശയം തന്നെ. സ്ഫോടനത്തിനുമുമ്പ് കരീംഖാൻ പല സ്ഥലങ്ങളിലും സഹജമായ രീതിയിൽത്തന്നെ വർത്തിച്ചിട്ടുണ്ടാ വണം. മന്ദാകിനിയിൽനിന്ന് അയാളുടെ മുഖഭാവങ്ങളുടെ വിവരണങ്ങൾ ചോദിച്ചു മനസ്സിലാക്കി പൊലീസ് അയാളുടെ രേഖാചിത്രം കമ്പ്യൂട്ടറിൽ വരച്ചുവെച്ചിട്ടുണ്ട്. അധോലോകത്തിന്റെ വിഹാരരംഗങ്ങളായ മദൻപുര, നാഗ്പദാ, അഗ്രിപദാ, ബൈക്കുള, ഡോംഗ്രി, പെണ്ടി ബജാർ എന്നിങ്ങ നെയുള്ള സ്ഥലങ്ങളെല്ലാം അരിച്ചു പെറുക്കിക്കഴിഞ്ഞു. കരീംഖാൻ ഒളി ച്ചുകളിക്കുകയാണ്. അയാൾക്ക് ചിലപ്പോൾ പൊലീസിൽത്തന്നെ സുരക്ഷ നല്കുന്ന ആളുകൾ ഉണ്ടാവാനും മതി. ജോഗീശ്വരിയിൽ ആൾപ്പാർപ്പി ല്ലാത്ത ഒരു വീട്ടിൽ നിന്ന് അസംഖ്യം ജെലാറ്റിൻ സ്റ്റിക്കുകളും ആർ ഡി എക്സ് ഉം കൈത്തോക്കുകളും കണ്ടെടുത്തപ്പോഴാണ്, അതു കരീം ഖാന്റെ വീടാണെന്ന് അയൽക്കാർ പറയുന്നത്. സ്ഫോടനത്തിൽ മരിച്ചു പോയെന്നാ തോന്നുന്നത്. അന്നു മുതൽക്ക് അയാളെ കാണാനില്ല. എന്നു അവർ അറിയിച്ചു. സ്ഫോടനത്തിനുള്ള ഏർപ്പാടുകൾ ചെയ്തതായി വിശ്വ സിക്കപ്പെടുന്ന ദാവൂദ് ഇബ്രാഹിമിന്റെ ആളും ടൈഗർ മേമനെ സഹാ യിച്ച അതിപ്രധാനിയായ ആളും കരീംഖാനാണെന്ന സംശയം ബലപ്പെ ട്ടിരുന്നു. സ്ഫോടനത്തിന്റെ തലേന്നു തന്നെ ടൈഗർ മേമൻ നാടുവിട്ട തായി രഞ്ജിത്തിനു വിവരം കിട്ടിയിട്ടുണ്ട്. സംശയത്തിന്റെ പേരിൽ പിടി ക്കപ്പെട്ടവരെല്ലാം തന്നെ കരീംഖാനെ അറിയില്ലെന്നാണ് പറയുന്നത്. കരീം ഖാനോടൊപ്പം നടന്നിരുന്ന വിവേക് ഉൾപ്പെടെ The Bastard അവന് എങ്ങ നെയിരിക്കുന്നു എന്നു ചോദിക്കാനായവെ മൊബൈൽ ശബ്ദിച്ചു.

"ദിവാകറാണു സാർ."

"പറയ്."

"സാർ, അരുണ ഇന്നു നേരത്തെ വീട്ടിലെത്തി. ഏകദേശം ഒരു മണിക്കൂർ കഴിഞ്ഞപ്പോൾ അന്നു കണ്ട ഹിജഡ ആ കെട്ടിടത്തിൽ നിന്നു പുറത്തേക്കുവന്നു. അരുണയുടെ വീട്ടിലേക്ക് പോയിരുന്നോ എന്നറിഞ്ഞുകൂട സാർ."

"ഹിജഡയെ പിന്തുടരുക."

"ഞങ്ങൾ പിന്തുടർന്നു ചെന്നു സാർ." പക്ഷേ, എവിടെയോ വെച്ച് അവളെ കാണാതായി.

"ഫൂൾ!" രഞ്ജിത് ഗർജ്ജിച്ചു. "അന്നു വന്ന അതേ ടാക്സി തന്നെയാണോ?"

"അതെ സാർ!"

ശപിച്ചുകൊണ്ട് രഞ്ജിത് സംഭാഷണം നിർത്തി. ഉടനെതന്നെ കൺട്രോൾ റൂമിലേക്കു ഫോൺ ചെയ്ത് ടാക്സി നമ്പറും ഹിജഡയുടെ രൂപവിവരണവും കൊടുത്തു. ഇന്നു രാത്രിക്കകം തനിക്കു വിവരം കിട്ടിയിരിക്കണമെന്ന് അവജ്ഞയോടെ ആജ്ഞയും നല്കി.

ഒരു ഹിജഡയും അരുണയും തമ്മിൽ എന്താണു പരിചയം എന്ന് മനസ്സിലാകുന്നില്ല. പക്ഷേ, ആ ടാക്സിയും മന്ത്രിയും തമ്മിൽ ബന്ധമുണ്ട്. മന്ത്രി വിവേകിന്റെ അച്ഛൻ രാജേഷ് ശ്രീവാസ്തവയുടെ പരമശത്രുവാണ്. ഇവയെല്ലാം എങ്ങനെ പരസ്പരം ബന്ധമുള്ളതാവുന്നു എന്നു വ്യക്തമാകുന്നില്ല.

വീണ്ടും മൊബൈൽ ശബ്ദിച്ചു.

ദിവാകറാണ് പിന്നെയും ലൈനിൽ. അയാൾക്ക് അരിശം വന്നു.

"എന്താടോ? പറയ്."

"ഇന്നു രാവിലെ പെണ്ടി ബസാറിൽ ഒരു കൊല നടന്നില്ലേ? ഒരു ഹിജഡയാണ് വെടിവെച്ചതെന്ന് ഒരു സാക്ഷി പറയുന്നു. സാർ."

ഇതുകേട്ട മാത്രയിൽ രഞ്ജിത് ഉഷാറായി. മെല്ലെ തിരശ്ശീല നീങ്ങുന്നതുപോലെ. രാകേഷ് പട്ടേലിനോട് അങ്ങേയറ്റത്തെ ദേഷ്യം തോന്നി. അയാൾക്ക് പല സംഗതികളും അറിയാമായിരിക്കും. അയാൾ മന്ത്രിയുടെ ആളാണെന്ന് ഡിപ്പാർട്ടുമെന്റ് മുഴുവനും പരസ്യമാണ്. മന്ത്രിയുടെ ബന്ധങ്ങളെക്കുറിച്ച് അറിഞ്ഞുവരുമ്പോൾത്തന്നെ രഞ്ജിത്തിനു സങ്കോചം തോന്നി. സത്യം പുറത്തുവരുമ്പോൾ മാനക്കേടുകൊണ്ട് ചാവേണ്ടിവരും. അല്ലെങ്കിൽ എല്ലാത്തിനോടും വിടപറഞ്ഞ് ഗ്രാമത്തിലേക്കു മടങ്ങിച്ചെന്ന് കൃഷിയും നോക്കി കൂടേണ്ടിവരുമോ എന്തോ.

രാത്രി എട്ടുമണിയായിട്ടും ഒരു വിവരവും കിട്ടിയില്ല. നല്ല വിശപ്പ്. സുശീല വീട്ടിലില്ലാത്തതുകൊണ്ട് പതിവായി ഹോട്ടലിലാണ് അത്താഴം. ഇന്ന് താജ് ഹോട്ടലിൽ ഒരു വിരുന്നുസൽക്കാരമുണ്ടെന്ന കാര്യം ഓർമ്മ വന്നു.

അയാൾ അവിടെച്ചെല്ലുമ്പോൾ മദ്യം വിളമ്പിക്കഴിഞ്ഞിരുന്നു.

അകത്തു കടന്നപ്പോൾത്തന്നെ മദ്യക്കോപ്പയുമായി മന്ത്രി നില്ക്കുന്നതു കണ്ടു. അയാളെ കണ്ടയുടനെ അത്യുത്സാഹത്തോടെ അടുത്തു വിളിച്ചു.

"വാടോ! Join us!"

"ഞാൻ മദ്യം കഴിക്കാറില്ല." രഞ്ജിത് പഴച്ചാറെടുത്തു.

"താനൊരു അപൂർവ്വ പൊലീസാടോ!"

അയാളെ തനിച്ചുകിട്ടിയപ്പോൾ മന്ത്രി പുംഗവൻ ഇപ്രകാരം പറഞ്ഞു.

"കണക്കിനു തല്ലിയെന്നു കേട്ടല്ലോ. സൂക്ഷിക്കണം എന്തെങ്കിലും പിശകു പറ്റിയാൽ കുഴപ്പമാ. വലിയ കുടുംബത്തിലെ പയ്യനാണ്." രഹസ്യമെന്നോണം അങ്ങോർ അതു പറഞ്ഞപ്പോൾ രഞ്ജിത് ഉള്ളാലെ ഞെട്ടി. ദിവസേന തന്റെ ആളുകൾ തന്നെ ഇദ്ദേഹത്തെ വിവരങ്ങൾ അപ്പപ്പോൾ അറിയിക്കുന്നുണ്ട്. വിവേക് ഒരക്ഷരം പോലും പറഞ്ഞില്ല എന്നതും ഇദ്ദേഹത്തിനറിയാം....

"ഞാൻ മോണിട്ടർ ചെയ്യുന്നുണ്ട് സാർ!"

മന്ത്രി വിരുന്നിനു നില്ക്കാതെ യാത്രയായി. രഞ്ജിത് ആരോടും അധികം മിണ്ടാതെ ഭക്ഷണം കഴിച്ച് മടങ്ങി. ഷിഫോൺ സാരിയുടുത്ത പരിഷ്കൃത മങ്കമാർ, മുംബൈയിലെ വലിയ വ്യവസായികൾ, കമ്പനിയുടമകൾ തുടങ്ങി എങ്ങോട്ടു തിരിഞ്ഞാലും മുംബൈ നഗരത്തിന്റെ സുഭിക്ഷതയുടെ പ്രതിരൂപങ്ങൾ വിരുന്നിനു പ്രൗഢി കൂട്ടി. താജിൽ വിരുന്നിനു പോവുക എന്നത് അന്തസ്സിന്റെ ചിഹ്നമാണ്. ഒരു അപമാനത്തിനു പ്രതികാരമായി ഉയർന്നതാണ് ഈ ഹോട്ടൽ എന്ന് രഞ്ജിത്തിന് ഓർമ്മവന്നു. 19-ാം നൂറ്റാണ്ടിൽ പ്രമുഖവ്യവസായിയായിരുന്ന ജംഷദ്ജി ടാറ്റ വാട്സൺ ഹോട്ടലിൽ നിന്ന് ഇന്ത്യക്കാരനാണെന്ന കാരണത്താൽ പുറത്താക്കപ്പെട്ടു. അന്ന് ഇതിനേക്കാൾ നല്ല ഹോട്ടൽ ഞാൻ നിർമ്മിക്കും. എന്ന് അദ്ദേഹം ശപഥം ചെയ്തു. അങ്ങനെയാണ് 1903 ൽ വാട്സൺ ഹോട്ടലിനേക്കാൾ പലമടങ്ങ് വലിപ്പമുള്ള താജ്ഹോട്ടൽ രൂപംകൊണ്ടത്.

ഗേറ്റ് വേ ഓഫ് ഇന്ത്യ കടന്ന് വണ്ടി നീങ്ങവേ രഞ്ജിത് ദീർഘനിശ്വാസമുതിർത്തു. മുമ്പ് മുംബൈ ഭരിച്ചിരുന്നതും വികസിപ്പിച്ചതുമെല്ലാം വിദ്യാഭ്യാസമുള്ളവരായിരുന്നു. നാടിന്റെ ആത്മാവിനെ തൊട്ടറിഞ്ഞവരായിരുന്നു. നഗരത്തെ അവർ ഒരു കുഞ്ഞിനെയെന്നപോലെ സംരക്ഷിച്ചു. നഗരത്തിന്റെ വളർച്ചയിൽ അഭിമാനംകൊണ്ടു. ഇന്നുള്ളവരൊക്കെ ജ്ഞാനശൂന്യരായ പെരുച്ചാഴികളാണ്. അയാളുടെ മനോഹരമായ മുംബൈയെ അലങ്കോലമാക്കുന്ന, കൊള്ളയടിക്കുന്ന മഹാപാപികൾ, പാപം ചെയ്യുന്നതിൽ അവർക്ക് ഒരു സങ്കടവുമില്ല. മൊബൈലിന്റെ ശബ്ദം അയാളെ ചിന്തയിൽനിന്നു വിടുവിച്ചു.

"ഞങ്ങൾ ആ ഹിജഡയെ പിടിച്ചു സർ." ബൈക്കുളയിലെ ഒരു വൈൻ ഷോപ്പിൽ നിന്ന് ദിനകറാണു സംസാരിച്ചത്.

അർദ്ധരാത്രി കഴിഞ്ഞ് ആ ഹിജഡയെ അയാളുടെ മുറിയിലേക്ക് പിടിച്ചുന്തിക്കൊണ്ടു വരുമ്പോൾ ചാരായത്തിന്റെ രൂക്ഷഗന്ധം മുറിയാകെ വ്യാപിച്ചു.

ഇയാൾ ഹിജഡയല്ല സാർ. വെറും വേഷംകെട്ടാണ് എന്ന് പൊലീസുകാരൻ പറഞ്ഞപ്പോൾ രഞ്ജിത്തിന് തെല്ലും അതിശയം തോന്നിയില്ല. വിചാരണമുറിയിലേക്ക് കൊണ്ടുപോയി വേഷം അഴിച്ച് നഗ്നനാക്കി കൈകൾ ചുവരിലെ ആണിയിൽ ബന്ധിച്ചു. രഞ്ജിത് അയാളുടെ ഇടങ്കൈയിൽ പച്ചകുത്തിയിരുന്ന പേര് ശ്രദ്ധിച്ചു.

വിചാരിച്ചതിനേക്കാൾ അനായാസമായി കരീംഖാൻ പിടിക്കപ്പെട്ടിരിക്കുന്നു. അവിശ്വസനീയം. ഏതെങ്കിലും ഒരു ദൗർബല്യത്തിലൂടെയാണ് ക്രിമിനലുകൾ വലയിലാവുക എന്നത് അനുഭവത്തിലൂടെ തെളിഞ്ഞ സത്യമാണ്. ക്രിക്കറ്റ് പ്രേമിയായ ഒരാൾ മാച്ച് കാണുമ്പോഴാണ് ശത്രുവിന്റെ വെടിയേറ്റുമരിച്ചത്. വേശ്യയുടെ വീട്ടിലേക്കു പോകുമ്പോൾ മറ്റൊരുത്തൻ വലയിലായി. പക്ഷേ, കാമുകനെ പിരിഞ്ഞിരിക്കുന്ന ഈ മദ്രാസിപ്പെണ്ണിനെ ഇയാളെന്തിന് കാണാൻ പോകണം എന്നു മനസ്സിലാവുന്നില്ല. പൊലീസ് വല വീശിയിട്ടുണ്ടെന്നുള്ള കാര്യം ഇയാൾ അറിയാതിരിക്കാൻ വഴിയില്ല.

രഞ്ജിത്തിന്റെ സംജ്ഞയ്ക്കു കാത്തിരിക്കാതെ തന്നെ പൊലീസുകാർ തുകൽച്ചാട്ടയാൽ പ്രഹരം തുടങ്ങി. ഇങ്ങനെ ഒരു മെയ്യഭ്യാസം തങ്ങൾക്കാവശ്യമാണെന്ന മട്ടിലാണവർ അതുചെയ്തത്. പ്രഹരമത്രയും കരീംഖാൻ നിശ്ശബ്ദനായി ഏറ്റുവാങ്ങിക്കൊണ്ടിരുന്നു. പെട്ടെന്ന് അയാൾ വലിയൊരു ശബ്ദത്തോടെ രക്തം ഛർദ്ദിക്കാൻ തുടങ്ങി. തറയാകെ ദുർഗ്ഗന്ധം പരത്തിക്കൊണ്ട് രക്തമൊഴുകി.

രഞ്ജിത് മൂക്കുപൊത്തി.

"നിർത്തൂ!" അയാൾ ആജ്ഞാപിച്ചു. "അയാൾക്ക് എന്തോ അസുഖമുണ്ടെന്നാണ് തോന്നുന്നത്."

"അതെ." കരീംഖാൻ നാവുകുഴഞ്ഞ് പറഞ്ഞു. "എയ്ഡ്സാണ്."

പ്രഹരിച്ചവർക്കുപേടിയായി. "ഡെറ്റോളൊഴിച്ചു തറ കഴുകിയിടൂ." അയാൾ നിർദ്ദേശിച്ചു.

ഇത് അപ്രതീക്ഷിതമായ ഒരുവഴിത്തിരിവാണ്. സിനിമയിലെപ്പോലെ.

പക്ഷേ, ഇതു നാടകമല്ല. ഒറിജിനൽ രക്തമാണ്. ഉണ്ടെന്നു പറയുന്ന രോഗവും സത്യമായിരിക്കാം. ബക്കറ്റുകണക്കിന് വെള്ളം കൊണ്ടുവന്ന് മുറി കഴുകപ്പെട്ടു. ഡെറ്റോൾ കുപ്പികൾ കാലിയായി. കരീംഖാന്റെ ദേഹത്തും തലയിലും വെള്ളമൊഴിച്ചു. അയാൾക്ക് മെല്ലെ മെല്ലെ ബോധം തെളിഞ്ഞു.

"അടിക്കല്ലേ ഷിരോദ്കർ സാബ്! ഞാൻ എല്ലാംപറയാം." അയാൾ അത്യന്തം ക്ഷീണിതനായിരുന്നു.

അയാൾക്ക് പൈജാമയും ബനിയനും നഷ്ടപ്പെട്ടു. രഞ്ജിത് എല്ലാവരോടും പുറത്തു പോകാൻ ആവശ്യപ്പെട്ടു.

അവർ പോയിക്കഴിഞ്ഞ് കരീംഖാൻ കൈകൾ കൂപ്പിക്കൊണ്ട് രഞ്ജിത്തിനോട് യാചിച്ചു.

"ഒരപേക്ഷയുണ്ട്. സാർ എന്നെ മുംബൈയ്ക്ക് പുറത്ത് എവിടെയെങ്കിലും കൊണ്ടുപോയി കൊല്ലണം സാർ."

രഞ്ജിത്തിന് പെട്ടെന്ന് ദേഷ്യം വന്നു.

"'താനെന്താ എന്നെപ്പറ്റി വിചാരിച്ചത്? തന്നെപ്പോലെ ഒരു കൊലയാളിയാണെന്നോ?"

"അതല്ല. സാബ് ഞാൻ എല്ലാ വിവരവും പറയാം. ഇന്നു രാവിലെ ഞാൻ ഡോക്ടറെ കണ്ടിരുന്നു. ഇനി അധികനാൾ ജീവിച്ചിരിക്കില്ല എന്നാണ് അദ്ദേഹംപറഞ്ഞത്."

"അതുകേട്ടയുടനെ താൻ പെണ്ടിബസാറിൽ ചെന്ന് ഒരാളെ കൊന്നു?"

"അതെന്റെ തൊഴിലായിപ്പോയി. പക്ഷേ, അതിനേക്കാൾ ഏറ്റവും വലിയ തെറ്റ് ഞാനറിയാതെ ചെയ്തുപോയി. അതിനു പരിഹാരം ചെയ്യണമെന്നുണ്ട്. അതുകൊണ്ടാണ് സത്യം പറയാമെന്നുവെച്ചത്. പക്ഷേ, സത്യം പറഞ്ഞിട്ട് ഞാൻ ജീവനോടെയിരുന്നാൽ താങ്കൾക്ക്, താങ്കളുടെ കുടുംബത്തിന്, രാജേഷ് ശ്രീവാസ്തവയ്ക്ക് എല്ലാവർക്കും ആപത്തു സംഭവിക്കും."

"ഇയാൾ പറയുന്നത് എനിക്കു മനസ്സിലാകുന്നില്ല."

"വിശദമായിട്ടു പറയാം. ഒരു നിരപരാധി അന്യായമായി അകത്തായിരിക്കുന്നു. ഞാൻ അതിനു കൂട്ടുനിന്നു. അല്ലാഹു എന്നെ ശരിക്കും ശിക്ഷിച്ചിരിക്കുന്നു."

കരീംഖാൻ മുഖംപൊത്തിക്കരഞ്ഞു. മുഖമുയർത്തിയപ്പോൾ കണ്ണിലും പുരികങ്ങളിലുമൊക്കെ ഉണ്ടായിരുന്ന കൺമഷി പടർന്ന് മുഖമാകെ വികൃതമായിരുന്നു.

"സാബ് നമുക്ക് മറ്റെവിടെയെങ്കിലും പോകാം. മുംബൈയ്ക്കു പുറത്ത്. ഇവിടെ ചുമരുകൾ ഉള്ളിടത്തൊക്കെ കണ്ണും ചെവിയുമുണ്ടാവും."

രഞ്ജിത് സമയം നോക്കി. ഒരു മണി.

പിൻഭാഗത്തെ കതകുതുറന്ന് അവർ ഒച്ചയുണ്ടാക്കാതെ പുറത്തു കടന്നു. രഞ്ജിത് കണ്ടാല ഭാഗത്തേക്കു ജീപ്പ് ഓടിച്ചുപോയി. മുംബൈ നഗരാതിർത്തി കടന്നപ്പോൾ കരീംഖാൻ തന്റെ കഥപറയാൻ തുടങ്ങി. മുംബൈ ജോഗീശ്വരി കലാപത്തിൽ കുടുംബം ദാരുണമായി ആക്രമിക്കപ്പെട്ടത്. അച്ഛൻ മരിച്ചത്. അധോലോകം അയാളെ പുണർന്നത്, പണം ഒഴുകാൻ തുടങ്ങിയത്. മതത്തിന്റെ ഇജ്ജത് വീണ്ടെടുക്കാനുള്ള പണിയിൽ ചേർക്കപ്പെട്ടത്. എല്ലാം. ഓരോ സംഘങ്ങളായി ആളുകളെ കൊന്നും സ്ഫോടനത്തിനായി ടൈഗർ മേമൻ കൊടുത്ത ആർ ഡി എക്സും തോക്കുകളും ശേഖരിച്ചുവെച്ചതുമെല്ലാം അയാൾ ഒന്നൊന്നായി പറഞ്ഞുകൊണ്ടിരുന്നു. നേരത്തെ കേട്ടിട്ടുള്ള ഒരു കഥ പോലെയേ ഇതും രഞ്ജിത്തിനു തോന്നിയുള്ളു. മറ്റുള്ളവരും ഇമ്മാതിരി കഥകൾതന്നെയാണല്ലോ പറഞ്ഞിട്ടുള്ളത്.

"അവിടെ വെച്ചു നിർത്തണമായിരുന്നു." അതുവരെ ചെയ്തതൊക്കെയും ന്യായമാണെന്നമട്ടിലാണ് അയാൾ അതു പറഞ്ഞത്. കുറ്റബോധം ലേശമില്ലാത്ത മട്ടിൽ. രഞ്ജിത് ഒന്നും മിണ്ടിയില്ല.

“വേറെ ഒരു വലയിൽച്ചെന്നു പെട്ടു. അതാണ് ഞാൻ ചെയ്ത പാതകം.”

“പറയ്.”

“എനിക്കു ടൈഗർ മേമനുമായി നേരിട്ടു ബന്ധമൊന്നുമില്ല. അയാൾക്കു വേണ്ടി പണിയെടുക്കാൻ പറയുന്ന ഒരു ലീഡറുണ്ട്.”

“പേര്?”

“ഷൗക്കത്തലി. എങ്കിലും ഹിന്ദുപ്പേരിൽ റേഷൻ കാർഡുണ്ട്. പൊലീസ് ഡിപ്പാർട്ടുമെന്റിൽ അയാൾക്ക് ഒരുപാടു സ്നേഹിതരുണ്ട്.”

രഞ്ജിത് കോപം മറച്ചുപിടിച്ചുകൊണ്ട് ചോദിച്ചു. “അയാൾ എവിടെയാണ്?”

“കഴിഞ്ഞയാഴ്ച നേപ്പാൾ വഴി ദുബായിലേക്കുപോയി. അയാളാണ് എന്നെ മറ്റൊരു വലയിലകപ്പെടുത്തിയത്.”

“പറയ്”

“മുകളീന്നുള്ള ഉത്തരവാണെന്നുപറഞ്ഞ ഷൗക്കത്ത് രണ്ടുലക്ഷം രൂപ അഡ്വാൻസ് തന്നു. എന്റെ രോഗത്തെപ്പറ്റി ഞാൻ അറിഞ്ഞ സമയത്താണ് ചികിത്സയ്ക്കു പണം വേണം അതിനുവേണ്ടിയാണ് ആ തെറ്റു ചെയ്തത്.”

“പറയ്.”

“ആരോ ഏർപ്പാടു ചെയ്തതനുസരിച്ച് എന്നെ കാണാൻ ഒരുപത്രപ്രവർത്തകൻ വന്നു. അധോലോകത്തിനുള്ളിലെ രഹസ്യങ്ങളെപ്പറ്റി പറയാൻ പറഞ്ഞു. അയാളോട് അങ്ങനെയൊന്ന് എഴുതാൻ പറഞ്ഞതിന്റെ പിന്നിൽ ചതി വല്ലതുമുണ്ടായിരുന്നോ എന്ന് എനിക്കറിഞ്ഞുകൂടാ. എന്നോടു വളരെ സ്നേഹമായിട്ടാണു പെരുമാറിയത്. എന്തിനാണ് അയാളെ കുടുക്കാൻ ശ്രമിക്കുന്നതെന്ന് ഞാൻ ചോദിച്ചില്ല. അയാളുടെ സെൽഫോണിൽ ഷൗക്കത്ത് അലി നിർദ്ദേശിച്ചപ്രകാരം ചില ടെലിഫോൺ നമ്പർ കയറ്റി. പത്തുസ്ഥലത്ത് സ്ഫോടനം നടത്താനുള്ള ഏർപ്പാടുകൾ ചെയ്യുന്നതിനിടെ അയാളുടെ ബൈക്ക് പഞ്ചറാക്കി. അടുത്ത ദിവസം കാറ്റടിച്ച് അതിൽ ബോംബുംവെച്ച് ദാദർസ്റ്റേഷന്റെയടുത്തുകൊണ്ടു നിർത്തി. അയാൾ വീട്ടിലില്ലാത്ത സമയം നോക്കി അയാളുടെ മുറിക്കകത്ത് എ കെ 47 തോക്കുവെച്ചു.”

രഞ്ജിത്തിന് വിറയൽ കയറി. ഇയാൾ തന്നെ വിഡ്ഢിയാക്കാൻ ശ്രമിക്കുന്നോ?

“സ്ഫോടനം നടന്ന ദിവസം അവൻ മൊബൈലിൽ പാകിസ്ഥാൻ നമ്പരിലേക്കു വിളിച്ചു സംസാരിച്ചിട്ടുണ്ട്. ദുബായിലേക്കു വിളിച്ചിട്ടുണ്ട്.”

കരീംഖാൻ അല്പസമയം കഴിഞ്ഞ് പറഞ്ഞു. “ഞാനാണു സംസാരിച്ചത്. അയാളുടെ മൊബൈലും എന്റെ കൈയിലായിരുന്നു. തോക്ക് വെച്ചപ്പൊ തിരികെ വെച്ചു.”

രഞ്ജിത് അയാളെ സംശയപൂർവ്വം നോക്കി. ഇരുട്ടത്ത് അയാളുടെ മുഖഭാവം ശരിക്കു കാണാൻ കഴിഞ്ഞില്ല. ഇയാൾ വിവേകിനെ രക്ഷിക്കാൻ ഓവറായി ശ്രമിക്കുന്നുണ്ടോ. മനസ്സിലാവുന്നില്ല.

"ശരി. എന്തിന് താനിതൊക്കെ ചെയ്യണം."

"എനിക്ക് കിട്ടിയ ഉത്തരവാണ് അത്. എനിക്കു പണം വേണമായിരുന്നു" ഞാൻപറഞ്ഞല്ലോ.

"ഒരു പത്രപ്രവർത്തകനെ കുടുക്കിയതുകൊണ്ട് ആർക്കെന്തു ലാഭം?"

"എനിക്കു പോലും അതുവൈകിയാണു മനസ്സിലായത്. ഇതുവഴി വമ്പിച്ച സ്വാധീനമുള്ള അയാളുടെ അച്ഛനെ വകവരുത്താൻ പറ്റിയ സന്ദർഭം ഇതാണെന്ന് ഒരുത്തനങ്ങു വിചാരിച്ചു. എന്റെ പേര് പുറത്തു പറഞ്ഞാൽ അയാളുടെ അച്ഛന് ആപത്തുപിണയും എന്ന് ഞങ്ങൾ വിവേകിനെ ഭീഷണിപ്പെടുത്തിയിരുന്നു."

രഞ്ജിത്തിന് ഈ വിവരങ്ങൾകേട്ട് ഷോക്കേറ്റതു പോലെയായി. ഉച്ച തിരിഞ്ഞ് താൻ സന്ദർശിച്ച മന്ത്രിയുടെ മുഖം മുന്നിൽ തെളിഞ്ഞു. ആ പയ്യനെ ശ്രദ്ധിച്ചോളണമെന്ന് തന്നെ പ്രത്യേകമായി നീക്കിനിർത്തി രഹസ്യം പറഞ്ഞതും അദ്ദേഹത്തിന്റെ വസതിക്കു മുമ്പിലുള്ള റോഡിന്റെ വളവിൽ കരീംഖാന്റെ ടാക്സി നില്ക്കുന്നതു കണ്ടതും ഓർമ്മ വന്നു. മന്ത്രിയുടെ അടുത്തു പോയതെന്തിനാണെന്ന് ഇയാളോടു ചോദിക്കുന്നത് അനാവശ്യമായിരിക്കുമെന്നു ഇപ്പോൾ തോന്നി.

"ഇതു വെറും ഹിന്ദു മുസ്ലീം കലാപമല്ല. സർ. അധികാരത്തിനു വേണ്ടിയുള്ള യുദ്ധമാണ്. വലയ്ക്കുള്ളിൽ പിന്നെയും വലകളാണ്."

പെട്ടെന്നാണ് രഞ്ജിത്തിന് അതോർമ്മ വന്നത്.

"ആ അരുണയും താനും തമ്മിലെന്താ ബന്ധം?"

അപ്രതീക്ഷിതമായി അയാൾ ചിരിച്ചു. "അവരുടെ അമ്മയെ കണ്ടപ്പോൾ എന്റെ അമ്മയെ ഓർത്തുപോയി. വീണ്ടും കാണണമെന്ന് തോന്നി." ഒട്ടൊരു സങ്കോചത്തോടെ അയാൾ തുടർന്നു.

"ഞാനാരാണെന്നു പോലും അറിയാത്ത അവസ്ഥയിൽ ആ സ്ത്രീ തന്റെ വിഷമങ്ങൾ പറഞ്ഞു കരഞ്ഞുപോയി. ആ കരച്ചിൽ എന്നെ വല്ലാതെ ഉലച്ചുകളഞ്ഞു. ഞാൻ തന്നെ നാളെ കാലത്ത് താങ്കളെ വന്നു കാണാനിരുന്നതാണ്."

കരീംഖാൻ കണ്ടാലയിലെ കീഴ്ക്കാംതൂക്കായ ഒരു മലയുടെ വളവ് കാണിച്ചുതന്നു. അവിടെ നിന്ന് താഴെ വീഴുന്നതിനുമുമ്പ് അയാൾ പറഞ്ഞ അവസാന വാക്കുകൾ വിവേകിനെ രക്ഷിക്കൂ. അല്ലെങ്കിൽ അല്ലാഹു എന്നോടു പൊറുക്കുകയില്ല.

മുംബൈയിലേക്കു മടങ്ങുംവഴി ദുഃഖവും തളർച്ചയുംമൂലം രഞ്ജിത്തിന്റെ മനസ്സ് കനം വെച്ചിരുന്നു. വിവേകിന്റെ നഗ്നരൂപം, ചാട്ടവാറടി കൊണ്ടിട്ടും കരീംഖാന്റെപേരുപറയാതിരുന്നത്-- എല്ലാം കൺമുമ്പിൽത്തന്നെ നില്ക്കുന്നു. അയാളെ വേദനിപ്പിക്കുന്നതിൽ തീർച്ചയായും തനിക്ക് നിഗൂഢമായ ഒരു സംതൃപ്തി തോന്നിയിരുന്നു എന്നോർത്ത് അയാൾ ലജ്ജിതനായി. സുശീല പറയുമായിരുന്നു ഈ യൂണിഫോം ഉണ്ടാക്കുന്ന രാസമാറ്റമാണത് എന്ന്. വിഡ്ഢി ഇതു ധർമ്മയുദ്ധമാണ്. എന്ന് അവളോടുകയർത്തതും ഓർമ്മ വരുന്നു. നിന്നേക്കാൾ വലിയ വഞ്ച

കൻ ആരുമില്ലെന്ന് അവൾ ചീത്ത പറഞ്ഞിരുന്നു. ഇപ്പോൾ മനസ്സിലാവുന്നു. താൻ ആരെയും വഞ്ചിച്ചിട്ടില്ല. സ്വയം വഞ്ചിതാനാവുകയായിരുന്നു. വളരെ നാളുകൾക്കുശേഷം അയാളുടെ കണ്ണുകളിൽ നിന്ന് അശ്രുക്കൾ ധാരധാരയായി പൊഴിഞ്ഞു. അച്ഛൻ മരിച്ചയന്ന് കരഞ്ഞതാണ്. അതിനുശേഷം പാറപോലെ ഉറച്ചുപോയ മനസ്സ് ഇന്നു കരീംഖാൻ പറഞ്ഞകഥയുടെ ചൂടും ചൂരുമേറ്റ് ഉരുകിയൊലിച്ചു.

മുംബൈയിലേക്ക് മടങ്ങി എത്തുമ്പോഴേക്കും നേരം പുലർന്നു തുടങ്ങിയിരുന്നു. രഞ്ജിത് വണ്ടി ഓഫീസിലേക്ക് വിട്ടു. ഓഫീസിന്റെ പിൻഭാഗത്തെ കതകുതുറന്ന് അയാൾ അകത്തു കടക്കുന്നതു ശ്രദ്ധിക്കാൻ അവിടെ ആരും ഉണ്ടായിരുന്നില്ല എന്നത് ഒരു സൗകര്യമായി. റൂമിൽച്ചെന്ന് സുരക്ഷിതമായി പൂട്ടി സൂക്ഷിച്ചിരുന്ന രണ്ടു ഫയലുകൾ എടുത്ത് വീണ്ടും പിൻഭാഗത്തു കൂടിത്തന്നെ പുറത്തു കടന്ന് ജീപ്പിൽ കയറി വീട്ടിലേക്കു പോയി. മുഖം കഴുകി ചായ ഉണ്ടാക്കി. ഫയലിലുണ്ടായിരുന്ന കടലാസുകൾ ചന്നംപിന്നം കീറി കുറേശ്ശെയായി ടോയ്‌ലറ്റിലെ കമോഡിൽ ഇട്ട് ഫ്ളഷ് ചെയ്തു. കമ്പ്യൂട്ടറിൽ രാജിക്കത്തു ടൈപ്പ് ചെയ്ത് രണ്ടു പകർപ്പുകളെടുത്തു. അവ ഒപ്പിട്ട് ഐ ജിക്കും മുഖ്യമന്ത്രിക്കും പ്രത്യേകം കവറുകളിലിട്ട് സീൽ ചെയ്തു.

ദില്ലിയിലേക്കു ഫോൺ ചെയ്ത് സുശീലയുമായി സാമാന്യവർത്തമാനങ്ങൾ പറഞ്ഞു. "ഒടുവിൽ ഇങ്ങനെയും; നിനക്കൊരു ശുഭവാർത്തയുണ്ട്. ഞാൻ ജോലി രാജിവെക്കുകയാണ്."

"ഓ! ഗ്രേറ്റ്!" അവളുടെ ശബ്ദത്തിൽ അത്ഭുതവും ആഹ്ലാദവും നുരഞ്ഞുപൊന്തി. "എന്താ പെട്ടെന്നിങ്ങനെ തോന്നാൻ?"

""എനിക്കു വെറുപ്പായിരിക്കുന്നു. ജോലിക്കു പൊക്കോളാമെന്ന് നീ തന്നെയല്ലേ പറഞ്ഞത്?"

"പിന്നല്ലാതോ!" അവൾ കിലുകിലെ ചിരിച്ചു.

"രഞ്ജിത്! ഇപ്പോ നിന്നെ എനിക്ക് എന്തൊരിഷ്ടമാണോന്നോ! I love you!"

അയാൾ കുളിച്ച് സാധാരണ വേഷം ധരിച്ചു. സ്വന്തം കാറെടുത്ത് രാജേഷ് ശ്രീവാസ്തവയുടെ വസതിയിലെത്തുമ്പോൾ മണി ഏഴേ ആകുന്നുള്ളൂ. ഇത്രയും നേരത്തെ വീട്ടിലേക്കു വന്നയാളെ അദ്ദേഹം ഒട്ടൊരു ശങ്കയോടെ സ്വാഗതം ചെയ്തു. പ്രധാനപ്പെട്ട സംഗതിയെന്തെങ്കിലുമാവും എന്ന അനുമാനത്തിൽ അദ്ദേഹം അയാളെ ഓഫീസ് റൂമിലേക്ക് ആനയിച്ചു. രഞ്ജിത് കരുതലോടെ ഇംഗ്ലീഷിൽ സംസാരിച്ചുതുടങ്ങി.

"താങ്കളോട് ഒരു നല്ലവാർത്ത പറയാൻ പോകയാണ് മി. ശ്രീവാസ്തവ. താങ്കളുടെ മകന്റെ പേരിലുള്ള കേസ് ഞാൻ റദ്ദു ചെയ്യുകയാണ്. ചാർജ്ജ് ഷീറ്റ് ചെയ്യുന്നില്ല. താങ്കൾക്ക് ഹേബിയസ് കോർപ്പസ് മുഖേന അവനെ മോചിപ്പിക്കാൻ കഴിയും. ജാമ്യം കിട്ടും. തെളിവില്ലാത്തതിനാൽ കോടതി വെറുതെ വിടും."

"എന്താ കാര്യം?" അദ്ദേഹത്തിന് വിശ്വാസമായില്ല.

"അവൻ നിരപരാധിയാണെന്ന് എനിക്കുബോദ്ധ്യമായി. ചില ശത്രുക്കൾ വലയിലാക്കിയതാണ്. എനിക്കു ദുഃഖമുണ്ട്. ഞാനതിൽ ലജ്ജിക്കുന്നു മി. ശ്രീവാസ്തവാ. എന്നോടു ക്ഷമിക്കണം."

ശ്രീവാസ്തവ കുറേനേരത്തേക്ക് തരിച്ചിരുന്നുപോയി. ശത്രുക്കൾ ആരായിരിക്കുമെന്ന് അദ്ദേഹം ഊഹിച്ചുകാണുമെന്ന് രഞ്ജിത് വിചാരിച്ചു. അതു പുറമെ കാട്ടാതിരുന്ന അദ്ദേഹത്തിന്റെ മാന്യത അയാളുടെ മനസ്സലിയിച്ചു. അപ്രതീക്ഷിതമായി അദ്ദേഹം എഴുന്നേറ്റുവന്ന് അയാളുടെ കൈകൾ കൂട്ടിപ്പിടിച്ചു. ആ മിഴികളിൽ നനവു പടർന്നിരുന്നു. ഗദ്ഗദത്തോടെ അദ്ദേഹം പറഞ്ഞു.

"ഇങ്ങനെ പറയുന്ന ഒരു പൊലീസ് ഓഫീസറെ ഞാനിതുവരെ കണ്ടിട്ടില്ല ഷിരോദ്കർ. എന്റെ മനസ്സിൽനിന്ന് നിങ്ങൾ ഒരു വലിയ ഭാരമാണ് ഇറക്കിവെച്ചത്. നിങ്ങൾക്ക് എങ്ങനെ നന്ദി പറയണമെന്ന് എനിക്കറിഞ്ഞുകൂടാ."

പുറപ്പെടാൻ നേരത്ത് രഞ്ജിത് മറക്കാതെ ഒന്നുകൂടി പറഞ്ഞു.

"വിവേകിന്റെ സ്നേഹിത അരുണയുടെ അമ്മയാണ് സത്യം പുറത്തുവരാൻ കാരണമായിത്തീർന്നത്."

"അതെങ്ങനെ?" അദ്ദേഹത്തിന് വീണ്ടും അത്ഭുതം.

"അതൊരു വലിയ കഥയാണ്. നമുക്കു പിന്നീടൊരിക്കൽ സംസാരിക്കാം."

വീട്ടിലേക്കു വണ്ടിയോടിക്കുമ്പോൾ അയാളുടെ മനസ്സ് കനം വെച്ചു. വിവേക് തനിക്കു കിട്ടിയ പ്രഹരത്തെക്കുറിച്ചും പീഡനത്തെക്കുറിച്ചും അച്ഛനോടു പറയുമ്പോൾ ആ മനസ്സ് എത്ര കണ്ടു വേദനിക്കും എന്ന് ആലോചിച്ചപ്പോൾത്തന്നെ പ്രയാസം തോന്നി. ജയിലിൽനിന്നും മോചിതനാകുന്ന വിവേകിന്റെ മാനസികാവസ്ഥ എങ്ങനെയുള്ളതായിരിക്കുമെന്നു സങ്കല്പിക്കാൻ കൂടി ഭയം തോന്നുന്നു. പൊലീസിനെയും മറ്റും പക തീർക്കാനായി ആക്രമിക്കുന്ന ഒരു തീവ്രവാദിയായിത്തീർന്നാലും അതിശയിക്കാനില്ല. വീട്ടിനകത്തേക്കു കടക്കുമ്പോൾ അവൻ പണ്ടേ ചോദിച്ചത് ഓർമ്മവന്നു.

"നീ അധികാരത്തെ ദുഷ്പ്രയോഗം ചെയ്യില്ലെന്ന് എന്താ ഉറപ്പ്?"

ദുഷ്പ്രയോഗം ചെയ്തതിന് ഇന്ന് ഒരു പരിധിവരെയെങ്കിലും പ്രായശ്ചിത്തം ചെയ്തേ പറ്റൂ. അറസ്റ്റിലായ അന്ന് വിവേക് മറ്റൊന്നു കൂടി പറഞ്ഞിരുന്നു.

"തീർച്ചയായും ഒരു ദിവസം നീ ദൈവത്തിനോടു കണക്കു പറയേണ്ടിവരും."

തനിക്കു ദൈവത്തെ അറിഞ്ഞുകൂടാ. എങ്കിലും മനസ്സാക്ഷിക്കു മറുപടി പറയേണ്ടതുണ്ട്.

അയാൾ ഷൂസഴിച്ചുവെച്ച് വാഡേക്കറെ ഫോണിൽ വിളിച്ചു.

"വിവേക് ശ്രീവാസ്തവ എങ്ങനെയിരിക്കുന്നു?"

"മരിച്ചുപോയി സാർ!" വാഡേക്കർ പതിഞ്ഞ ശബ്ദത്തിലാണതു പറഞ്ഞത്.

"വാട്ട്?" രഞ്ജിത് അമ്പേ ഞെട്ടിപ്പോയി.

"എപ്പോഴാണ്? എന്തുകൊണ്ടിത് എന്നോടു പറഞ്ഞില്ല?"

"ഇപ്പോഴാണറിഞ്ഞത്. ഞാൻ അങ്ങോട്ടു ഫോൺ ചെയ്യാൻ തുടങ്ങുകയായിരുന്നു. അയാൾക്കു ബോധം തിരിച്ചുവന്നതേയില്ല. തലച്ചോറിൽ കൺകഷനാണെന്ന് ജയിൽ ഡോക്ടർ എന്നോടു പറഞ്ഞു. നമുക്ക് അതുപുറത്തുവരാതെ നോക്കാം സാർ."

രഞ്ജിത് റിസീവർ താഴെവച്ചു. തലച്ചോറ് സ്തംഭിച്ചതുപോലെ നിശ്ചലമായി. ഒരുപാടു നേരം തലയ്ക്കു വെളിവില്ലാത്തതുപോലെ തരിച്ചിരുന്നുപോയി. തല കഷണങ്ങളായി നുറുങ്ങിച്ചിതറുമെന്നു തോന്നി. കണ്ണിൽ ഇരുട്ടുകയറുമ്പോലെ. മെല്ലെ എഴുന്നേറ്റ് കതകു കുറ്റിയിട്ടു മേശയുടെ അടുത്തേക്കു നടക്കുമ്പോൾ പരവേശവും തളർച്ചയും അയാളെ പൊതിഞ്ഞു. സാവധാനം വലിപ്പു തുറന്ന് കൈത്തോക്കെടുത്തു.

ഉന്നം വെക്കുമ്പോൾ അച്ഛനെ ഓർമ്മ വന്നു. അദ്ദേഹത്തിനു സ്വയം വെടിവെക്കുന്നതിനുമുമ്പ് ഇങ്ങനെ തല നുറുങ്ങിച്ചിതറുന്നതുപോലെ അനുഭവപ്പെട്ടിരിക്കാം.

www.ingramcontent.com/pod-product-compliance
Lightning Source LLC
LaVergne TN
LVHW040745051026
849519LV00007BA/2451
* 9 7 8 9 3 8 8 4 8 5 7 7 7 *